கற்கை நன்றே

ஸீரோ டிகிரி இலக்கிய விருது 2023

முதல் பரிசு பெற்ற நாவல்

கற்கை நன்றே

ஸீரோ டிகிரி இலக்கிய விருது 2023
முதல் பரிசு பெற்ற நாவல்

ராம்சுரேஷ்

எழுத்து பிரசுரம்

Title: Karkai Nandre
Author's Name: Ramsuresh

Published by Ezutthu Prachuram

Ezutthu Prachuram
(An imprint of Zero Degree Publishing)
No. 55(7), R Block, 6th Avenue,
Anna Nagar,
Chennai - 600 040

Website: www.zerodegreepublishing.com
E Mail id: zerodegreepublishing@gmail.com
Phone: 89250 61999

Ezutthu Prachuram First Edition: September 2023
ISBN: 978-93-95511-70-4
TITLE NO EP: 457

Cover Design & Layout: Vijayan, Creative Studio

நன்றி:

தாமினி, ரோஷ்ணி.
பி எஸ் சந்திரமௌலி.
இலவசக்கொத்தனார், விஜய் சதாசிவம், சச்சி.

அத்தியாயம் 1

வீட்டை விட்டுக் கிளம்பும்போது பளீரென வெயில்தானே அடித்தது. அதற்குள் இருளத் தொடங்கிவிட்டிருந்தது. ராஜேஷ் வானத்தைப் பார்த்தான். மேகங்கள் கூட்டணி அமைத்திருந்தன. குடை கொண்டு வந்திருக்கலாம்தான். ஆனால் கிளம்பும்போது மழை இல்லை. இந்த ஊரைப் பற்றித் தெரியாதா என்ன? எப்போது வேண்டுமானாலும் மழை வரலாம். பேய்த்தனமாகப் பெய்தாலும் ஆச்சரியம் இல்லை, நாலு சொட்டோடு நிறுத்திக்கொண்டு மீண்டும் வெயில் அடித்தாலும் ஆச்சரியமில்லை. சாதாரணமாக நடந்தால் கடைத்தெருவைச் சேரப் பதினைந்து நிமிடம் ஆகும். மழை வருவதற்கு முன் ஓடிவிட முடியுமா? வீட்டுக்குத் திரும்பிவிடலாமா?

ஆல்டன்பர்க் பல்கலைக்கழகம் உங்களை வரவேற்கிறது என்று புல்வெளியில் சிமெண்ட் பதாகை சொன்னது. முன்பக்கம் வண்ண வண்ணமாகப் பூக்கள் நனைந்து கொண்டிருந்தன. கண்ணுக்கெட்டிய தூரம் வரை புல்வெளி, தூரத்தில் மரங்களைத் தொந்தரவு படுத்தாமல் அவற்றுக்குள் ஒளிந்துகொண்டிருக்கும் கட்டடங்கள் ஒவ்வொன்றும் ஏதோ ஒரு துறைக்கு வகுப்பாகத்தான் இருக்கும். வளாகம் என்பது ஊரேதான். ஊரே பல்கலைக்கழகம்தான்.

மழை வருவதற்கு முன் ஓடிவிட முடிவு எடுப்பதற்குள்ளாகவே மழை பெய்யத் தொடங்கியது. நீண்டு இருந்த சாலையைப் பார்த்தான்.

ஆளரவமே இல்லை. ஞாயிறு காலை, பல்கலைக்கழகத்தை ஒட்டிய கிராமத்தில் எப்படிக் கூட்டம் இருக்கும்? சாதா நாட்களிலேயே இந்தத் தெருவில் பத்துப் பன்னிரண்டு பேர் இருந்தால் அதிகம். மழை வலுக்கத் தொடங்கியதால் ஓட ஆரம்பித்தான். ஒதுங்கக்கூட வீடுகள் இல்லை. கால்பந்து மைதானத்தைத் தாண்டும் வரை மரங்கள்கூடக் கிடையாது.

மழைத்தண்ணீர் தலைமுடியில் இருந்து முகத்திற்குச் சொட்டத் தொடங்கிக் கண்ணைத்தாண்டி மேலுதட்டில் கரித்து அழுவது போல் தோன்றியது. இல்லை. இந்த நாள் இன்னும் அவ்வளவு மோசமாகவில்லை. ராத்திரிக்குத்தானே வழக்கமாக இந்த அழுகை வரும்?

வீட்டிற்கா கடைக்கா என்ற முடிவை அவன் எடுக்காமல் கால்கள் தானாகக் கடைக்கே போய்க்கொண்டிருந்தன. போட்டிருந்த குளிராடை நனைந்து தன் வேலையைச் செய்யாமல் குளிரை அதிகப்படுத்தியது. குளிருக்கு மனத்தை உடைக்கும் சக்தி இருக்கிறது. எவ்வளவோ தன்னம்பிக்கையான ஆளையும் குளிர் உடைத்துப் போட்டுத் தன்னிரக்கத்தை உண்டாக்கிவிடும். ராஜேஷ் சிரித்துக்கொண்டான். என்னை உடைக்க சைபீரியாக் குளிர் எல்லாம் தேவையில்லை, இந்த ஜெர்மன் குளிரே போதும்.

மூன்று மாதங்களுக்கு முன் வந்தபோது இவ்வளவு குளிர் இல்லை. வெயில்காலம் விடைபெறும் நேரம். ஆனால் வந்த புதிதில் இருந்த ஆர்வம் - உலகின் இயற்பியல் தலைநகரத்துக்கு வந்திருக்கிறேன் - குளிரோ வெயிலோ தெரிய விட்டிருக்காது. ஊரில் “நல்ல மார்க்தானே? ஏன் பி எஸ்சி போய் எடுத்திருக்கே” எத்தனை பேர் கேட்டிருப்பார்கள்? அவர்களுக்கு ஒரே பதில் பிஎச்டி முடித்துக் காட்டுவதுதான். ஒரு வருடம் முக்கி முக்கி, அந்தக் கல்லூரி இந்தக் கல்லூரி, அவன் விசா கொடுப்பான், இவன் கட்டணம் கேட்பான் என்று கழித்துக் கட்டி, ஆயிரம் பேரிடம் அறிவுரை கேட்டு வீட்டை அடமானம் வைத்துக் கடன் வாங்கி - வந்திருக்கிறேன். முதல் நாளில் இருந்த உத்வேகத்தைக் குறையாமல் பார்த்துக்கொள்ள வேண்டும். இன்னும் ஒரு மாதத்தில் 2006 பிறந்துவிடும். 2009க்குள் நானும் ஒரு டாக்டர். அதுவரை இந்தக் குளிர் என்னை உடைத்துவிடக்கூடாது.

கடைத்தெருவில் ஆள் நடமாட்டமே இல்லை. பல கடைகள்

மூடிக்கிடந்தன. அவர்கள் பொழுதுபோக்கிற்காக சாயங்காலமாகக் கொஞ்ச நேரம் திறப்பார்கள். ப்ரேக்ஃபாஸ்ட் என்று வரவேற்ற தட்டியை மூடி எடுத்துக்கொண்டு உள்ளே போனான் ஒருத்தன். சரிதான். ப்ரேக்ஃபாஸ்ட் தீர்ந்துவிட்டதா? புத்தகக் கடை திறந்திருக்கிறதா என்று பார்த்தான். தூரத்தில் இருந்து ஒன்றும் தெரியவில்லை. பணத்தை முதலில் எடுத்துக்கொள்ளலாம்.

ஏடிஎம் கடைகளுக்கு இடையில் திறந்தவெளியில் இருந்தது. நம் ஊரில் ஏடிஎம்களுக்கு ராஜ அந்தஸ்து இருக்கும். ஒரு சிறு அறைக்குள் போகவேண்டும், அதற்கு ஒரு கிழவனைக் காவலாகப் போட்டிருப்பார்கள். இங்கே ஏடிஎம், தெருவைத் தொட்டுக்கொண்டு எந்த பந்தாவும் இல்லாமல் அனாதையாக இருக்கிறது.

ஏடிஎம்மின் திரைக்குள் தண்ணீர் வராமல் இருக்கப் போட்டிருந்த தட்டியில் இருந்து நீர் சொட்டிக்கொண்டிருந்தது. ராஜேஷ் கோட்டுக்குள் ஒளித்து வைத்திருந்த கையை வெளியே எடுத்து க்ளவுஸைக் கழட்டி கார்டை எடுத்துச் சொருகினான். 250 யூரோ இருக்கிறது என்றது திரை. இன்னும் இரண்டு மாதம் இதை வைத்துத்தான் ஓட்டவேண்டும். இப்போது 20 யூரோ போதுமா? நோட்டு வாங்க வேண்டும். கொஞ்சம் ப்ரெட், முடிந்தால் காய்கறி, பழம். போதும்.

புத்தகக் கடையில் நோட்டு வாங்கிக்கொண்டான். 20 யூரோவுக்குச் சில்லறை தரப் பிடிக்காத கடைக்காரனின் முறைப்பை அலட்சியப்படுத்தி வெளியே வந்தான். ஒட்டியிருந்த நோட்டீஸ்களை வேடிக்கை பார்த்தான். பெரும்பாலும் ஆங்கில எழுத்துகள்தான் என்றாலும் படிக்கமுடியவில்லை. பதம்பிரிக்காமல் நீள நீளமாக எழுதுகிறார்கள். ராஜேஷுக்கு மயிலியற்செழியியற் என்று தமிழில் புரியாமல் படித்தது ஞாபகம் வந்தது. கொஞ்சம் படிக்க முடிந்த, புரிந்த நோட்டீஸ்கள் ‘சத்தம் போடாத அறைத் துணைவர்கள் வரவேற்கப்படுகிறார்கள்’, ராக் பேண்ட் அழைப்புகள், பழைய புத்தகங்கள் விற்பனை, ‘சைக்கிள் விற்பனைக்கு’ 50 யூரோவா? எங்கள் ஊரில் செகண்ட் ஹாண்ட் பைக்கே வாங்கிவிடலாம். ஆனால் சைக்கிள் தேவை. இந்த ஊருக்கு வந்து மூன்று மாதங்கள் ஆகின்றன. நடந்து கட்டுப்படியாகவில்லை. விளம்பரத்தின் நுனியில் இருந்த போன் நம்பரைக் கிழித்து பாக்கெட்டில் போட்டுக்கொண்டான். வேலைக்கு ஆள் தேவை இருக்கிறதா என்று தேடினான், ஒன்றும் அகப்படவில்லை.

வீட்டுக்குத் திரும்பும்போது ஒரு நீண்ட ஹாரன் சத்தம் கேட்டது. இங்கேயெல்லாம் இப்படி கேட்காதே. சுற்றுமுற்றும் பார்த்தான். கடை வளாகத்தின் பார்க்கிங்கில் நின்ற நீல நிற கார்தான் சத்தம் போட்டிருக்கிறது. காரில் இருந்து வெளியே ஒரு பெண் வந்தாள். அவள் உடுத்தியிருந்த பூப்போட்ட மேல்சட்டையும் இடுப்புக்கு மிக அருகில் முடிந்துவிட்ட அரைக்கால்சட்டையும் அந்தக் குளிருக்கு அந்நியமாகத் தெரிந்தன. “ரோஜாஷ்” சத்தமாகக் கூப்பிட்டாள். என்னையா கூப்பிடுகிறாள்?

ராஜேஷுக்கு ஒருநொடியில் அவள் யாரெனத் தெரிந்துவிட்டது. ஸ்வெட்டர் கோட்டு ஜீன்ஸ் என்றே கணக்கு வகுப்புகளில் பார்த்திருந்த லிசா. இங்கிலாந்துக்காரி. இங்கிலாந்தில் சட்டம் படித்துவிட்டு, வேலைக்காகக் காத்திருக்கும் நேரத்தில் விரும்பியதைப் படிக்க ஜெர்மனிக்கு வந்திருக்கிறாள். அவளுக்கும் இந்த ஊரில் மொழிப்பிரச்சினை. அவசரமாகக் கையசைத்தான் “ஹாய் லிசா”.

ஓடிவரும்போது அவளுடைய தங்க நிறக்கூந்தல் அலை பாய்ந்தது. அவளது மெல்லிய சட்டை, மார்புகள் குலுங்குவதைக் காட்டி, வகுப்பு நேரங்களில் ராஜேஷ் ஏன் அவளைப் பார்ப்பதைத் தவிர்த்தான் என்பதை நினைவூட்டியது. ராஜேஷிடம் வந்தவள் மூச்சிரைப்புக்காக ஒரு நொடி நிறுத்தி “உன்னைப் பார்க்கத்தான் வீட்டுக்கு வந்தேன். நீ அங்கு இல்லை, கடையில் தேடிப்பார்க்கலாம் என்று...” அவன் பார்வை தன் உடையைக் கவனிப்பதை உணர்ந்து “வீட்டிற்குதான் வந்தேன், வெளியே வரவேண்டி இருக்கும் என்று நினைக்கவில்லை” என்றவள் “காருக்குப் போய்விடலாமா? குளிர் தாங்கவில்லை.”

காரில் ஏறும்போது ராஜேஷுக்குப் புரிந்துவிட்டது எதற்காகத் தன்னை அழைத்தாள் என்று. கணக்குப் பாடத்தில் செய்யவேண்டிய கேள்விகள் காரின் முன்சீட்டில் விரிந்து கிடந்தன. “இந்த அசைன்மெண்டை முடித்துவிட்டாயா?” அவள் குரலில் ஆங்கிலம் இனிமையாக ஒலித்தது. ஆனாலும் இன்னும் அவள் உச்சரிப்பு பழக்கமாகவில்லை.

“இன்னும் நான்குநாட்கள் இருக்கிறதே. பொறுமையாகச் செய்யலாமே.”

“நீ ஏஷியன். கணக்கு எல்லாம் உனக்கு டி என் ஏவிலேயே இருக்கிறது. எனக்கு கணக்கு வரவில்லையே.”

ராஜேஷுக்கு இந்த அமைப்பின் குழப்பம் இன்னும் முற்றிலுமாக விலகவில்லை. சட்டம் படிக்கும் லிசாவும், பிசிக்ஸ் படிக்கும்

ராஜேஷும் ஒரே மாட்யூலை எடுத்துக்கொள்ளலாம், ஒவ்வொரு பட்டப்படிப்புக்கும் தேவைப்படும் முக்கியமான கோர் பாடங்களுக்கு மேல் வேறு எதை வேண்டுமென்றாலும் படிக்கலாம். ஒவ்வொரு பாடத்துக்கும் தனித்தனியாகத் தேர்வுகள், தேர்ச்சி பெற்றால் க்ரெடிட். க்ரெடிட் எண்ணிக்கை ஓர் அளவைத் தாண்டினால் பட்டம் - போன்ற விதிகள் முதலில் அவனை ரொம்பவே குழப்பியது. இப்போதுதான் கொஞ்சம் கொஞ்சமாகப் புரியத் தொடங்கி இருக்கிறது.

"நீங்கள் ஏன் கணக்கு மாட்யூல் எல்லாம் எடுக்கிறீர்கள்?" அவன் பேசிய ஆங்கிலத்தில் நீங்கள் நீ வித்தியாசம் இல்லைதான். ஆனால் ராஜேஷின் கூச்சம் நிறைந்த உடல்மொழி அந்த வித்தியாசத்தைக் காட்டியது.

"வரவில்லை என்றுதானே சொன்னேன். நன்றாகத் தெரிந்திருப்பதையே ஏன் திரும்பப் படிக்க வேண்டும்?"

பட்டம் வாங்கத் தேவை என்றுதான் அவன் தேடித் தேடிப் பாடங்களைப் பிடித்திருந்தான். "அதுவும் சரிதான். கணக்கு என்றால் மார்க் முழுதாகக் கிடைக்கும், இல்லையா?"

லிஸா ஒரு நொடி யோசித்தாள். "ஆமாம், இல்லை? கணக்கில் நல்ல மார்க் வாங்குவது சுலபம். என் லா சப்ஜெக்ட் எல்லாம் மாய்ந்து மாய்ந்து எழுதினாலும் 60க்கு மேல் வராது. கணக்கில் 100 வாங்கியவர்களைக்கூட நான் பார்த்திருக்கிறேன்." என்னவோ ஜூவில் புலி சிங்கம் பார்த்திருப்பதைப் போலச் சொல்கிறாள். நானே எப்போதும் 100 வாங்குகிறவன்தான்.

"ஆனால் அதற்காக எல்லாம் கணக்கு எடுக்கவில்லை. பிடித்திருக்கிறது, படிக்கிறேன்" காரை எடுத்து வீட்டுப்பக்கம் விடத் தொடங்கினாள் லிஸா.

"அதெல்லாம் கிடையாதுடா. தமிழ் வாத்தியார் ஒவ்வொரு மார்க் போடவும் யோசிப்பான். போன வருஷம் உங்க ஸ்கூல்லயே பிரவஸ்தாதானே ஃபர்ஸ்ட்? மத்த மார்க் எல்லாம் அவளுக்கு ஈக்வலா வாங்கியிருந்தா சசிரேகா. தமிழ்ல மட்டும் 4 மார்க் கம்மின்னு ரேங்க் போச்சு. நீயும் ஃப்ரெஞ்ச் இல்லாட்டி சான்ஸ்க்ரிட் எடு, ஃபுல்லா மார்க் வாங்கலாம்" ராஜேஷுக்குத் திடீரென அம்மா குரல் எங்கிருந்து கேட்டது என்றே தெரியவில்லை.

வீட்டிற்குள் நுழைந்தார்கள். நீண்ட கட்டடத்தின் வாசல் பூட்டி வைத்திருக்க ராஜேஷ் சாவியைப் போட்டுத் திறந்தான். வராந்தாவில் இரண்டடிக்கு ஒன்றாக இருக்கும் பல கதவுகளைத் தாண்டித் தன் அறையைத் திறந்தான். லியம் உட்கார்ந்திருந்தான். "ஹாய் ராஜேஷ்" "ஹாய் லியம்" அறைத்தோழன்தான். ஆனாலும் தினமும் என்னவோ ராஜாங்க சந்திப்பு போல அறிமுகம்... "இது லிஸா, இவளும் இங்கிலாந்துதான்" லியம் சம்பிரதாயச் சிரிப்பு மட்டும் சிரித்துவிட்டு மைக்ரோவேவைப் பார்க்கத் தொடங்கிவிட்டான்.

தன் அறைக்குள் சென்று டேபிளை இழுத்துப்போட்டு நோட்டில் கணக்குப் போடத் தொடங்கினான். "இரு இரு... இங்கிருந்து இங்கே எப்படி வந்தாய்?" ராஜேஷ் படிப்படியாக விளக்க, "வாவ். எத்தனை ஸ்டெப் அப்படியே ஸ்கிப் செய்கிறாய் நீ!"

லியம் குரல் சமையலறையில் இருந்து சத்தமாகக் கேட்டது, "ராஜேஷ்... உனக்கு ஒரு மெயில் வந்திருக்கிறது..."

இந்த முகவரி யாருக்குத் தெரியும்? ஊரில் யாருக்கும் இந்த முகவரியைச் சொல்லவில்லையே. ராஜேஷ் கவரைப் பார்த்தான். பல்கலைக்கழகத்தில் இருந்து வந்திருக்கிறது.

"அன்புள்ள ராஜேஷ், உங்கள் கல்வித் தகுதிகளை மீண்டும் ஒரு முறை சரிபார்த்ததில், உங்கள் இளங்கலைப் பட்டம் எங்கள் கல்லூரியின் இளங்கலைப்பட்டத்தோடு ஒப்பிடத்தக்கது அல்ல என்று தெரியவருகிறது. இந்தக் கல்லூரியின் முதுகலைப் பட்டத்துக்குத் தேவையான தகுதிகள் இல்லாத காரணத்தால் உங்கள் படிப்பைப் பற்றி ஆலோசிக்க உடனடியாக ரெஜிஸ்ட்ராரைத் தொடர்பு கொள்ளுங்கள்..."

ராஜேஷ் கையில் இருந்து கவர் கீழே விழுந்தது.

அத்தியாயம் 2

தெருவின் நடுவில் ட்ராமுக்கான இருப்புப்பாதை, அதன் இரண்டு பக்கங்களிலும் ஒரு பஸ் செல்லும் அளவுக்கே சாலை. சாலை ஓரத்தில் இரண்டு நிறங்களில் நடைமேடைகள். ஒன்று பாதசாரிகள் செல்ல, இன்னொன்று சைக்கிள்காரர்களுக்கு. வெளியூர் செல்லும் சாலை, போனால் போகிறது என்று ஊருக்குள் நுழைவதால் ஆல்டன்பர்க் நகரத்தின் முக்கியச் சந்திப்பே இவ்வளவுதான்.

பதினொரு மணிக்கு ரிஜிஸ்ட்ரார் அலுவலகம் திறக்குமாம். கடிகாரம் பார்த்தான். பத்தரை ஆகிவிட்டிருந்தது. ட்ராம் பத்து நிமிடம். ராஜேஷ் பதட்டமாக நடந்தான். பல்கலைக்கழக அலுவலகங்களுக்குள் ரிஜிஸ்ட்ரார் அலுவலகத்தைத் தேட வேண்டும். இந்த ஊர்ப் பதவிகளின் பெயருக்கும் அதிகாரத்துக்கும் சம்பந்தம் இருப்பதில்லை. ஊரில் தரைமட்டத்தில் இருந்த பதவிகள் எல்லாம் இங்கே உயரத்தில் இருக்கின்றன. ஒரு பெரிய காவல் நிலையத்தின் தலைமை அதிகாரி சீஃப் கான்ஸ்டபிள். ஹாஸ்டலின் எல்லா விஷயங்களையும் கட்டுப்படுத்துபவர் போர்ட்டர். இப்போது என் வாழ்க்கையை நிர்ணயிக்கப் போவது ஒரு ரிஜிஸ்ட்ரார். எங்கிருப்பார்? மையக்கட்டடத்துக்குள் நுழைந்து மேப்பைப் பார்த்தான். நூலகம், பேஸ்கட் பால் மைதானம் தாண்டி வலது புறத்தில்.

நூலகத்தின் வாசலில் இருந்த நாற்காலியில் அமர்ந்து தன் காகிதங்களை ஒழுங்குபடுத்திக்கொண்டான். குடியிருப்பு உரிமை அட்டை, வங்கி கடன் தருவதாக உறுதி செய்த கடிதம், இளங்கலைப் பட்டம், மதிப்பெண் பட்டியல், *IELTS*, ஆல்டன்பர்க் பல்கலைக்கழகத்தில் இருந்து வரவேற்புக் கடிதம் எல்லாம் சரியாகத்தானே இருக்கிறது. இது போதும் என்றுதானே அந்த ஏஜண்ட் சொன்னான்? வரவேற்புக் கடிதத்தை மறுபடி படித்தான்.

"உங்கள் தகுதிக்கும் திறமைக்கும் தக்க படிப்பை எங்கள் பல்கலைக் கழகத்தில் படிக்க வரவேற்கிறோம்" ராஜேஷுக்குச் சுருக்கென்றது. மாஸ்டர்ஸ் என்று குறிப்பிடவில்லை.

"இப்படித்தான் தம்பி ஆஃபர் லெட்டர் இருக்கும். எங்களுக்குத் தெரியாதா? எங்க ஆளுங்க அங்க யூனிவர்சிட்டிக்கே போய் வாங்கி வந்திருக்காங்க. எத்தனை பேரை அனுப்பி வச்சிருக்கோம்... இதை வச்சுதான் விசா கொடுப்பாங்க" ஏஜெண்ட் சொன்னானே. அவன் சொன்னதுபோலவே விசாவும் கொடுத்துவிட்டார்களே.

லிஸா நூலகத்தின் உள்ளே இருந்து கையை ஆட்டிச் சத்தமாகச் சொன்னாள். "ரோஜாஷ்" கூண்டுபோன்று இருந்த படிக்கும் அறையில் அமர்ந்திருந்தவள், இவனைப் பார்த்ததும் பக்கத்தில் இருந்த கோட்டைப் போட்டுக்கொண்டு வெளியே வந்து கைகுலுக்கினாள். மென்மையான கரங்கள். "ரெஜிஸ்ட்ரார் ஆஃபீஸ் போகப்போறியா? நேத்து லெட்டர் வந்ததே. நானும் வரட்டுமா?" என்றாள்.

ரிஜிஸ்ட்ரார் அலுவலகம் நீளமான அறை. ப்ளாஸ்டிக் தடுப்புகளுக்குள் பதினைந்து இருபது பேர் பரபரப்பாக இயங்கிக்கொண்டிருந்தார்கள். யாரைக் கேட்பது? பார்த்த முகம் எதுவும் புன்னகை செய்யவில்லை. தயக்கமாக உள்ளே நுழைந்தார்கள். உள்ளுக்குள் ஒரு பெரிய கண்ணாடி அறையில் ஒருவர் செய்தித்தாளை விரித்துப் படித்துக் கொண்டிருந்தார். இவர்தானா? நேரடியாகக் கதவைத் தட்டிவிடலாமா?

கண்ணாடிக் கதவைத் தட்டத் தொடங்கும்முன் தடுப்பில் இருந்து தலை உயர்த்திய ஒருத்தி "என்ன வேண்டும்" என்றாள் ஜெர்மன் மொழியில். ராஜேஷ் இவர்கள் அனுப்பியிருந்த கடிதத்தைக் கொடுத்தான். வேகமாகப் படித்தாள். "இந்தியா காலேஜா?" அவள் தொனி என்னவோ அருவருப்பானதை மிதித்து விட்டது போல்

இருந்தது. "கடைசி க்யூபிகிள். ஜிம்மர்மேன் - அவரைப் போய்ப் பார்."

ஜிம்மர்மேன் அவருக்கு ஒதுக்கியிருந்த அரையடியில் இன்னொரு நாற்காலியை இழுத்துப் போட்டு உட்காரச் சொன்னார். லிஸா அடுத்த தடுப்பில் சாய்ந்தபடி நின்றாள். சர்ட்டிபிகேட்களைப் பார்த்துச் சத்தமாகப் படித்தார். ஜெர்மனில் ஆரம்பித்தவரைத் தடுத்து "ஆங்கிலத்தில் பேசமுடியுமா?" வேண்டா வெறுப்புடன் ஆங்கிலத்தில் தொடர்ந்தார். "மகாலிங்கம் இன்ஸ்டிட்யூட் ஆஃப் டெக்னாலஜி - பிஸிக்ஸ் மாஸ்டர்ஸ்க்குதானே விண்ணப்பம் செய்து இருக்கிறீர்கள்?"

ராஜேஷின் ஆமோதிப்பைக் கவனியாதவர் போல, "உங்கள் எஜுகேஷனல் ட்ரான்ஸ்க்ரிப்ட்படி, நீங்கள் படித்த பாடங்கள் இங்கே மாஸ்டர்ஸ் படிக்கத் தகுதி இல்லாதவை என்று பிஸிக்ஸ் டிபார்ட்மெண்ட் நினைக்கிறது. உங்களுக்குக் கொடுத்திருந்த அனுமதியைத் திரும்பப் பெற்று விட்டார்கள்."

லிஸா "இவர் மூன்றுமாதமாக இங்கே படிக்கிறாரே?" தாம்சன் சிரித்தார். "அவருக்கு அனுப்பியிருந்தது தற்காலிக அனுமதி. அதை வைத்து தற்காலிகமாக விசா வாங்கலாம், ஜெர்மனிக்குள் வரலாம். ஆனால் மாஸ்டர்ஸ் படிக்க வேண்டும் என்றால் அவருடைய பிசிக்ஸ் டிபார்ட்மெண்ட் ஒத்துக்கொள்ள வேண்டும். இவர் விண்ணப்பம், மற்ற காகிதங்கள் எல்லாம் அவர்களிடம் போய்ச் சேர இத்தனை நாள் ஆகிவிட்டது" ராஜேஷுக்கு அவனிடம் இருந்தது மூன்றுமாத விசாதான் என்பது நினைவுக்கு வந்து அடிவயிற்றைக் கலக்கியது.

ராஜேஷ் தயக்கத்துடன் கேட்டான். "அடுத்து நான் என்ன செய்யவேண்டும்?" ஊருக்குத் திருப்பி அனுப்பிவிடுவார்களா? இதுவரை மட்டும் 12 லட்சம் செலவாகியிருக்கிறது.

ஜிம்மர்மேன், "அது எனக்குத் தெரியாது. அப்படியெல்லாம் நடக்காது என்றுதான் நினைக்கிறேன். பிசிக்ஸ் டிபார்ட்மெண்ட் போய்க் கேளுங்கள்."

வெளியே வந்ததும் லிஸா, "கவலைப்படாதே ரோஜ். நான் கூட வருகிறேன். என்னதான் விஷயம் என்று பார்த்துவிடலாம். எல்லாவற்றுக்கும் ஒரு வழி இருக்கும்" ராஜேஷுக்கு என்ன

சொல்வதென்று தெரியவில்லை. எதோ ஒரு சந்தேகம் கேட்கப் போய் என் குழப்பத்தில் இவளும் மாட்டிக்கொண்டுவிட்டாள். ஆனால் ஒரு அரை வழக்கறிஞர் கூட இருப்பதும் இந்த மாதிரிக் குழப்பத்தில் நல்லதுதான். அதுவும் இப்படியோர் அழகான வழக்கறிஞர்.

வழியைத் தேடிக்கொண்டு நடக்கும்போதே லிஸா அவன் காகிதங்களைப் பிரித்துப் படித்துக்கொண்டே வந்தாள். "இதென்ன ட்ரான்ஸ்க்ரிப்ட். ஒரு விவரமுமே இல்லையே?"

"இந்த ட்ரான்ஸ்கிரிப்ட்ன்னு ஒண்ணு கேக்கறாங்க. ஏதாச்சும் விவரம் இருக்கணும் சார். உங்க காலேஜ்ல கேளுங்க, அவங்களுக்குப் பழக்கம் இருக்கும்" என்று ஏஜண்ட் சொன்னதும் கல்லூரியின் நிர்வாகத்தில் கேட்டதற்கு "அப்படி எல்லாம் எதுவும் கொடுத்துப் பழக்கம் இல்லைப்பா - ஏதாச்சும் எழுதிக்கொடு, கரஸ் கிட்ட கையெழுத்து வாங்கிக் கொடுக்கறேன்." இப்படிப் பிரச்சினை ஆகும் என்று தெரிந்திருந்தால் முதலிலேயே இவர்களுக்குத் தேவைப்பட்டதை எழுதிக் கையெழுத்து வாங்கி இருக்கலாம்.

பிசிக்ஸ் துறை அலுவலகம் ஊரின் இன்னொரு மூலையில் இருந்தது. இன்னொரு நீண்ட அறை. கடிதத்தைக் காட்டியவுடன் 'இரண்டாவது அறையில் போய் ருபாலி கௌரைப் பாருங்கள்."

ருபாலி ராஜேஷையும் லிஸாவையும் அமரச்சொல்லிவிட்டு எல்லாக் கடிதங்களையும் பொறுமையாகப் படித்தாள். ராஜேஷ் முகத்தைப் பார்த்ததால் ஆங்கிலத்திலேயே பேசினாள். "ஆமாம். நாங்கள்தான் சொன்னோம், உங்களை மாஸ்டர்ஸ்க்கு அனுமதிக்க முடியாது என்று" சொன்ன வார்த்தைகள் கடுமையாக இருந்தாலும் மென்மையாகத்தான் தொனித்தன. "சொல்வதற்கு வருத்தமாகத்தான் இருக்கிறது மிஸ்டர் ராஜேஷ். ஆனால் இதெல்லாம் எங்கள் பல்கலைக்கழகத்தின் தரத்தைக் காப்பாற்ற நாங்கள் செய்தே ஆகவேண்டிய விஷயங்கள்."

தரமா? அப்போது நான் என்ன தரக்குறைவா? ராஜேஷுக்குக் கோபம் வந்தது.

"இவரிடம் பேச்சிலர் டிகிரி இருக்கிறது. மாஸ்டர்ஸ் சேர வேறு என்ன தேவை?" லிஸாவும் கொஞ்சம் கோபமாகத்தான் கேட்டாள்.

"மேலோட்டமாகப் பார்த்தால் அது போதும்தான். அதனால்தான் பல்கலைக்கழக நிர்வாகம் அவருக்குத் தற்காலிக அனுமதி போட்டு

அனுப்பிவிட்டார்கள். ஆனால் பாடங்கள், அவை எப்படிச் சொல்லிக் கொடுக்கப்படுகின்றன, தேர்வுகள் எப்படி வைக்கப்படுகின்றன - எல்லாம்தான் ஒரு மாணவன் மாஸ்டர்ஸ்க்குத் தகுதியா என்பதை முடிவு செய்கின்றன. அதனால்தான் இந்தவருடம் முதல் சட்டமும் போட்டுவிட்டார்கள், தற்காலிக அனுமதியை வைத்து விசா எல்லாம் இனிமேல் கொடுக்கமாட்டார்கள், ட்ரான்ஸ்கிரிப்டை முழுமையாகப் பார்ப்பதற்கென்றே ஒரு தனி அமைப்பு வந்திருக்கிறது... யூனி-அஸிஸ்ட். ஒவ்வொரு பல்கலைக்கழகமாக அங்கே சேர்ந்துகொண்டிருக்கிறார்கள். இனி நாங்களும் அவர்கள் சரிபார்த்து ஓக்கே சொன்னால்தான் பல்கலைக்கழகத்துக்கே விண்ணப்பம் வந்து சேரும்'' ருபாலி பொறுமையாகத்தான் சொன்னாள்.

‘‘அப்படியென்றால் நான் படித்த படிப்பு வீண் என்று சொல்கிறீர்களா?'' ராஜேஷ் கொஞ்சம் தைரியத்தை வரவழைத்துக்கொண்டு கேட்டான்.

‘‘அப்படிச் சொல்ல நாங்கள் யார்? எங்கள் பல்கலையில் மாஸ்டர்ஸ் படிக்கத் தேவையான பாடங்கள் உங்கள் பாடத்திட்டத்தில் இல்லை என்கிறோம், அவ்வளவுதான்'' என்ற ருபாலி காகிதங்களை அமைத்துக்கொண்டாள். ‘‘உதாரணத்துக்கு, உங்கள் படிப்பில் ஹீட் ட்ரான்ஸ்ஃபர் என்று ஒரு பாடம் இருக்கிறது.''

ராஜேஷ் ஆமோதிக்க ருபாலி தொடர்ந்தாள். ‘‘அந்தப் பாடத்தில் வகுப்பறைப் பாடம் 30%, செயல்முறைப் பாடம் 70% இருக்கவேண்டும் என்று நாங்கள் எதிர்பார்க்கிறோம். உங்கள் ட்ரான்ஸ்கிரிப்டில் அந்தப் பாடம் எப்படிப் பயிற்றுவிக்கப்பட்டது என்ற தகவலே இல்லை. அந்தப் பாடத்துக்கு மட்டுமில்லை, எந்தப் பாடத்துக்குமே அப்படி தகவலே இல்லை.'' இதுதான் தேவை என்றால் அதையும் சேர்த்து எழுதியிருக்கமாட்டேனா?

‘‘உங்கள் பாடத்தில் ப்ராஜக்ட் வொர்க் என்று ஒன்று செய்திருக்கிறீர்கள். என்ன செய்தீர்கள் என்ற விவரம் இல்லை.'' ராஜேஷ் நல்லவேளையாகப் பையில் வைத்திருந்தான். ‘‘என் ப்ராஜக்ட் ரிப்போர்ட் இங்கே இருக்கிறது'' கொடுத்தான்.

‘‘கேபிள் சைக்கிள்'' ருபாலி சத்தமாகப் படித்தாள். ‘‘இதற்கும், நீங்கள் விண்ணப்பித்திருக்கும் பார்ட்டிகிள் பிசிக்ஸ்க்கும் என்ன சம்பந்தம் என்று சொல்ல முடியுமா?''

இளங்கலை பிசிக்ஸ் படிக்கும்போது கடைசி வருடத்தில் புதுப் பாடமாக ப்ராஜட் வொர்க். என்ன செய்யலாம் என்று குழுவாகப் பேசிக்கொண்டிருந்தபோது கோபிதான் சொன்னான். "கவலைப்படாதே ராஜேஷ். 100 மார்க்கைச் சுளையா அள்ளிடலாம்" ராஜேஷுக்குக் கவலை போகவில்லை. அதென்ன அவ்வளவு சுலபமா? "சுலபம்தாண்டா. என் அண்ணன் இஞ்சினியரிங் படிக்கறான். அவனுக்கும் ப்ராஜக்ட். காந்தி வீதில ஒரு ஆளு இருக்கானாம். அவன்கிட்ட போய் என்ன சப்ஜெக்ட்ன்னு சொன்னா போதுமாம். அழகா ப்ராஜக்ட் செஞ்சு கொடுத்து, ரிப்போர்ட் தயார் பண்ணிக் கொடுத்துருவானாம்" அதெல்லாம் இஞ்சினியரிங்குக்குதானே? கேட்டதற்கு கோபி கொஞ்சமும் கவலைப்படவில்லை. "என்னடா பெரிய இஞ்சினியரிங், பிசிக்ஸ்... எல்லாம் ஒண்ணுக்குள்ள ஒண்ணுதானே?"

காந்திவீதியில் ஜனசந்தடியாக இருந்தது அந்த வீடு. வரிசை வரிசையாக மாணவர்கள் கைநிறைய ப்ராஜக்ட் ரிப்போர்ட், விசித்திரமான வஸ்துக்கள் "இது பவர் பவுண்டர். இடியாப்பத்துக்கு மாவு இடிக்கற மிஷின்" என்று சொல்லிக்கொண்டு சைக்கிளில் பின்னால் வைத்துத் தள்ளிக்கொண்டு போனார்கள். கோபி கூட்டத்தில் முந்தி உள்ளே நுழைந்து "அண்ணா பிஸிக்ஸுக்கு ப்ராஜக்ட் இருக்காண்ணா?" என்றான். வீட்டுக்குள் மாணவர்கள் புடைசூழ அமர்ந்திருந்த இளைஞன் "பிஸிக்ஸா? அதுக்கெல்லாம் ப்ராஜக்ட் இருக்கா என்ன?" கோபி வருத்தமாக "இந்த வருஷத்துல இருந்து போட்டிருக்காங்கண்ணா" அவன் அடுத்த வாரம் வரச் சொன்னான்.

மறு வாரம் போனபோது ஒரு சைக்கிள் பெடலுக்குப் பதிலாக இரண்டு கட்டைகளுடன் அவர்களை வரவேற்றது, "கேபிள் சைக்கிள்டா. உங்க ப்ராஜக்டுதான்" என்றான் காந்திவீதி இளைஞன். "இது இஞ்சினியரிங் ப்ராஜக்ட் இல்ல?" இவர்கள் கேட்டதை மதிக்கக்கூட மதிக்காமல் கட்டையில் இருந்து பின் சக்கரத்துக்குச் செல்லும் கம்பியை முடுக்கினான். திரும்பக் கேட்டபோது "அட எல்லாம் ஒண்ணுதான்ப்பா. ரிப்போர்ட் அங்க வச்சிருக்கேன் பாரு. நியூட்டன் லாவெல்லாம் போட்டு எழுதியிருக்கேன். சரியா உங்க கோர்ஸுக்குப் பொருந்தும்."

ருபாலி இன்னும் பதிலுக்காகக் காத்திருந்தாள். "இது வந்து நியூட்டனின் இயக்க விதிகள் படி..." ராஜேஷ் தடுமாற்றத்தோடு

சொல்ல, ருபாலி சிரித்தாள். “மேலே சுத்துதே ஃபேன். இந்த பேனா இங்கே இருக்குதே, எல்லாம் நியூட்டோனியன் பிசிக்ஸ்தான்.”

லிஸாவும் சிரிப்பை அடக்கிக்கொண்டுதான் இருந்தாள். இவனுடைய ப்ராஜக்டில் இருந்த அபத்தம் சட்டப் படிப்புக்கே தெரிந்திருக்கிறது. பிசிக்ஸுக்குத் தெரியவில்லை, ராஜேஷுக்கு வருத்தமாக இருந்தது.

ருபாலி தொண்டையைக் கனைத்துக்கொண்டாள். “கவலைப்படாதீர்கள். ஒரு வழி செய்கிறோம். அதை ஒப்புக்கொண்டால் நீங்கள் இந்தப் பல்கலைக்கழகத்தில் தொடரலாம்.”

கிணற்றுக்குள் குதிக்கச் சொன்னால்கூடக் குதிக்கிறேன். ராஜேஷ் நினைத்துக்கொண்டான்.

அத்தியாயம் 3

மென்சா மாணவர் உணவகம் என்ற பலகையைச் சுட்டிக்காட்டினாள் லிஸா. “கவலைப்படாதே, முதலில் ஏதாவது சாப்பிடலாம். எனக்குப் பசி வந்துவிட்டால் மூளை வேலை செய்யாது, முடிவெடுக்க இன்னும் நாலு ஐந்து நாள் கொடுத்திருக்கிறார்களே.” ராஜேஷ் பதில் பேசவில்லை. இந்தக் குழப்பத்தில் எதுவும் யோசிக்கத் தெரியவில்லை. ஊர் தெரியாத ஊரில் உதவி செய்ய இவளாவது இருக்கிறாளே என்ற நன்றியுணர்ச்சி இருந்தாலும் இவளுக்கும் மொழி தெரியாது.

எந்த லெட்டர் ஜெர்மனியில் வந்தாலும் லைப்ரரிக்குப் போகவேண்டும், ஒவ்வொரு வார்த்தையாகப் போட்டு கூகுளில் மொழிபெயர்க்க வேண்டும். ஒருவழியாகப் புரிந்துகொள்ளவேண்டும். இவள் எவ்வளவுதான் கூடவே இருப்பாள்?

காலியாக இருந்த ஒரு இருக்கையைக் காட்டி, “நீ இங்கே உட்கார். நான் போய் சாப்பாடு எடுத்துக்கொண்டு வருகிறேன். என்ன வேண்டும்?” பசி இல்லை. “நானும் வருகிறேன்” தட்டை எடுத்துக்கொண்டு வரிசையில் சென்று பார்த்தான். எதைத் தின்பது என்று இன்னும் விளங்கவில்லை. எந்த உணவு எந்த விலங்கு என்று புரிந்துகொள்வதற்கு லைப்ரரி, கூகுள் வேண்டும். கொஞ்சம்

உருளைக்கிழங்கு, வெள்ளை சாதம், தக்காளி சாஸ் எடுத்துக்கொண்டு காசு கொடுக்கும் இடத்துக்கு வந்தான். அவனுக்கு முன்பே நின்றிருந்த லிஸா கார்டை எடுத்து நீட்டி "இருவருக்கும்" என்றாள். உதவி செய்வது மட்டும் போதாதா? உணவுக்கும் காசு தரவேண்டுமா?

"பரவாயில்லை. கணக்குப் பாட உதவிக்கு ட்யூஷன் ஃபீஸ்" என்று சிரித்தாள், தெற்றுப்பல் தெரிந்தது. கன்னத்தில் லேசாகக் குழி விழுகிறது இவளுக்கு. சரிடா. முதலில் உன் பிரச்சினையைப் பார். ஜொள்ளு விடுவதெல்லாம் அப்புறம் செய்துகொள்ளலாம்.

சாப்பிட்டுக்கொண்டே பேசத் தொடங்கினாள் லிஸா. "ருபாலி சொல்வதும் சரியாகத்தானே இருக்கிறது? உன் படிப்பில் அவர்களுக்குத் தேவையானது இல்லையே. ப்ராஜக்ட் வொர்க் என்கிறாய், ட்ரான்ஸ்க்ரிப்டில் ஒரு விவரமும் இல்லை."

ராஜேஷ் கடினமான உருளைக்கிழங்கை பறந்துவிடுமோ என்ற பயத்துடன் மெதுவாக வெட்டினான். "ஆனால் என் ஏஜண்ட் சொன்னான், இது போலப் பலர் போயிருக்கிறார்கள், எல்லாருக்கும் அட்மிஷன் கிடைத்திருக்கிறது என்று."

"அவன் சொன்னான் சரி, யாராவது போனவர்களுடன் பேசினாயா? அவர்கள் தங்கள் வியாபாரத்துக்காக என்ன வேண்டும் என்றாலும் சொல்வார்கள். நாம்தானே உறுதிப்படுத்திக்கொள்ள வேண்டும்?" லிஸா பேச்சில் அவள் சட்டப் படிப்பின் வீரியம் தெரிந்தது. பதில் சொல்லாமல் சாப்பிடுவதைத் தொடர்ந்தான்.

"உன் ப்ராஜக்ட் வொர்க்குக்காக நீ கஷ்டப்பட்ட கதையைச் சொன்னாய்..." லிஸா சிரித்தாள். கன்னத்தில் மீண்டும் ஒரு குழி. "என் சட்டப்படிப்பிலும் இப்படி ஒன்று இருந்தது, தெரியுமா?" லிஸாவைக் குழப்பமாகப் பார்த்தான் ராஜேஷ். பயிற்சி வகுப்பு உள்ள பாடங்களுக்கு ப்ராஜக்ட் கொடுப்பார்கள். பத்தி பத்தியாகப் படிக்கும் சட்டத்துக்குமா?

"ஆமாம். இருந்தது. டிஸர்ட்டேஷன். பன்னிரண்டாயிரம் வார்த்தைகளுக்குக் குறையாமல் ஏதாவது ஒரு சட்ட அம்சத்தை எடுத்துக்கொண்டு அதைப்பற்றி நல்லது கெட்டது எல்லாம் எழுத வேண்டும் - வாதம் செய்யவேண்டும். சும்மா இல்லை. அதற்கு வழிகாட்ட எதாவது ஒரு பேராசிரியரைப் பிடிக்க வேண்டும். வருட

ஆரம்பத்திலேயே அவரிடம் என்ன சட்ட அம்சம், என்ன வாதம் செய்யப்போகிறேன் என்று குறிப்புகளைக் கொடுத்துவிடவேண்டும். அவர் பார்த்து இது தேறும் தேறாது என்று சொல்வார். நான் முதலில் சொன்ன இரண்டும் தேறாது என்று சொல்லிவிட்டார்கள். மூன்றாவதை வைத்துத்தான் முடித்தேன். அப்பவும் அப்பர் செகண்ட்தான் கிடைத்தது.'' ராஜேஷுக்கு அவள் சொல்வது நம்மூரில் பிஎச்டிகாரர்கள் படிக்கும் விதத்தை நினைவூட்டியது. இளங்கலையிலேயே இவ்வளவு ஆழமாகவா?

"அப்பர் செகண்ட் என்றால்?'' கேட்ட ராஜேஷுக்கு லிஸா விளக்கினாள். "இது இங்கிலாந்தின் க்ரேட் சிஸ்டம். மார்க் எவ்வளவு வாங்குகிறோமோ அதை வைத்துத்தான். எழுபதுக்கு மேல் என்றால் ஃபர்ஸ்ட் க்ளாஸ். ஐம்பதில் இருந்து எழுபது வரை செகண்ட். அதிலும் அறுபதுக்கு மேல் என்றால் அப்பர் செகண்ட்.'' ராஜேஷ் ஒருநொடி மகிழ்ச்சியானான். நானெல்லாம் எல்லா சப்ஜெக்டிலும் 90க்கு மேல்தான். அதற்கு இவர்கள் என்ன க்ளாஸ் கொடுப்பார்கள். ஆனால் அவன் மகிழ்ச்சி நீடிக்கவில்லை. 90 எடுத்து என்ன? நீ படித்தது போதாது என்றல்லவா சொல்கிறார்கள்?

"சரி விடு. இப்போது அவர்கள் கொடுத்திருக்கும் உனக்கான பாடத்திட்டம் - டாய்ஷில் இருக்கிறதா, இங்கிலீஷிலா?''

லைப்ரரிக்கு வந்து கம்ப்யூட்டரைப் பிடித்தார்கள். அந்தப் பாடத்திட்டத்தைப் படிக்கப் படிக்க ராஜேஷுக்கு நடுக்கமே வந்துவிட்டது. ஏறத்தாழ முழு பேச்சிலர்ஸ் பாடங்களையும் மீண்டும் படிக்கச் சொல்லியிருக்கிறார்கள். "இது இன்னொரு கணக்குப் பாடம்தானே... நீ ஊதித்தள்ளிடுவே'' லிஸா ராஜேஷுக்குக் கொஞ்சம் உற்சாகம் ஏற்ற முயன்றாள்.

ராஜேஷ் பார்த்தான். பாடங்கள் எல்லாம் ஒன்றும் அவ்வளவு கடினம் இல்லை. நான் ஏற்கனவே வேறு மாதிரிப் படித்தவைதாம். ஆனால் இந்தப் பாடம் எல்லாம் எங்கே கிடைக்கிறது என்று தேடிக் கண்டுபிடித்து, அதில் சேர்ந்து, பரீட்சை எழுதி, க்ரெடிட் வாங்கி...

லிஸா கணக்குப் போட்டாள். "மொத்தம் பதினாறு க்ரெடிட் பாயிண்ட் வேண்டும் என்கிறார்கள். கணக்குப் பாடம் முக்கியப்பாடம் - கோர் சப்ஜெக்ட். அதில் 8 கிடைத்துவிடும். அப்புறம் பிஸிக்ஸில்

இரண்டு சின்னச் சின்ன மாட்யூல் எடுத்தால் போதும், பதினாறு வந்துவிடும்."

இந்தப் பல்கலைக்கழகத்தின் கணக்கு, பொதுவாக ஒரு செமஸ்டருக்கு முப்பது க்ரெடிட்ஸ். இரண்டு முக்கியப் பாடங்கள், ரிசர்ச் தீஸிஸ் தவிர மிச்சம் எதை வேண்டுமென்றாலும் படித்து மொத்தமாக நூற்றிருபது க்ரெடிட் எடுத்தால் மாஸ்டர்ஸ். நாலு செமஸ்டர், இரண்டு வருடம் - கணக்குப் போட்டுத்தானே வந்தேன். அந்தக் கணக்குக்குள் எதுவும் அடங்காது போலிருக்கிறதே.

இந்த பதினாறு க்ரெடிட்ஸ்க்கு நிச்சயம் ஒரு செமஸ்டர் ஆவது ஆகிவிடும். ஒரு மாதத்துக்கு ஐநூறு யூரோ வழக்கமாக ஆகும், இப்போது அதிகச் செலவு மட்டுமே மூவாயிரம். யார் தருவார்கள்? பேங்கில் இருநூற்று முப்பது. பேங்க் மேனேஜர் லோன் தரும்போது வேறு சொன்னார் - "இது அட்வான்ஸ் மட்டும்தான். நீ மாஸ்டர்ஸ் சேர்ந்த சான்றிதழ் அனுப்பினால்தான் அடுத்த தவணை வரும்." ஏஜண்ட் எந்தப் பிரச்சினையும் இருக்காது என்று சொன்னதை நம்பினேன்.

லிஸா அப்போதுதான் அந்தக் காகிதத்தின் இன்னொரு பக்கத்தைப் பார்த்தாள். "ஒரு பிரச்சினை இருக்கிறதே..."

ராஜேஷுக்கு மீண்டும் அடிவயிற்றில் பந்து உருண்டது.

"இந்தப் படிப்பெல்லாம் பேச்சலர்ஸ் பாடங்கள்" அவள் சொன்னது ராஜேஷுக்குத் தெரிந்ததுதானே. "ஆமாம், அதனால் என்ன?"

"இந்தப் பல்கலைக்கழகம், ஏன் ஜெர்மனியில் எந்தப் பல்கலைக் கழகத்திலேயுமே பேச்சலர்ஸ் பாடம் இங்கிலீஷில் இல்லை. ஜெர்மனில்தான்."

ராஜேஷ் கலக்கம் அதிகமானது. அப்படியென்றால்? அவசர அடியாக ஒரு லெவல் ஜெர்மன் படித்ததை வைத்து மிச்சம் எல்லாம் ஒப்பேற்ற வேண்டுமா? ஆறு மாத வகுப்பு, பரீட்சை எல்லாம் ஜெர்மனில் எழுத முடியுமா?

ராஜேஷ் முகத்தைப் பார்த்த லிஸா சமாதானமாக "கவலைப்படாதே எதாவது வழி இருக்கும். சரி செய்துவிடலாம்" ராஜேஷுக்கு நம்பிக்கையில்லை. இந்தப் பிரச்சினையெல்லாம் எல்லாருக்கும்

வருகிறதா, எனக்கு மட்டும்தானா? லிஸா சொன்னது போல வேறு ஆட்களைக் கேட்டுப் பார்க்கலாமா?

“ப்ரிட்டிஷ் யூனிவர்சிடியில் எல்லாம் நீ சேர்ந்ததுமே ஒரு ஆசிரியரோடு உன்னை இணைத்துவிடுவார்கள். அகடமிக் அட்வைஸர். அவரிடம் நீ எப்போது வேண்டுமென்றாலும் இதுமாதிரி சந்தேகங்களைக் கேட்டுக்கொள்ளலாம்” லிஸா ஊர்ப்பெருமை அடித்தாள். இங்கே அப்படி யார் பெயரும் சொல்லவில்லையே. ஒரு நொடி யோசித்ததும் ராஜேஷுக்குப் புரிந்தது. சேர்ந்தவுடன் தானே இணைப்பார்கள், இங்கேதான் இவன் இன்னும் சேர்ந்ததாகவே கணக்கு வரவில்லையே. லிஸாவிடம் சொன்னதும் அவள் “ஆனால் நான் சேர்ந்திருக்கிறேனே. எனக்கு என்ரோல்மெண்ட் எல்லாம் வந்துவிட்டது. ஆனாலும் இந்த ஊரில் அப்படி ஒரு வழக்கம் இல்லை போலிருக்கிறது.” குருடன் யானையைத் தடவிய கதை போல இரண்டு பேரும் இப்படி இருக்கும் அப்படி இருக்கும் என்று ஊகித்துக் கொண்டுதான் இருக்கிறோம், உறுதியாக எதுவும் தெரியவில்லை. எதாவது செய்யவேண்டும். ஆனால் எதைச் செய்வது?

“உன் பிரச்சினைக்குத் தீர்வு காண உன்னை மாதிரி ஒரு ஆளைத்தான் பிடிக்கவேண்டும். யாராவது இந்தியர்கள் இருக்கிறார்களா என்று பார். அவர்களைக் கேள்” லிஸா கடிகாரத்தைப் பார்த்தாள். “எனக்கு ஒரு லெக்சர் இருக்கிறது. பக்கத்தில்தான். முடித்துவிட்டு வந்துவிடுகிறேன். ஆறுமணிக்கு வீட்டுக்கு வந்துவிடட்டுமா?”

அத்தியாயம் 4

அந்தத் தெருவே குறுகலாகத்தான் இருந்தது. காங்கிரீட் செங்கல்கள் போட்டு நடக்க மட்டுமே ஆன தெரு. இரண்டு பக்கமும் உணவுக்கடைகள் தெருவை மேலும் குறுக்க, மேஜை நாற்காலிகளைத் தெருவிலேயே போட்டு, வாசலில் பெரிய கரும்பலகையில் அவர்கள் சிறப்பம்சத்தை எழுதி பியரை எவ்வளவு விலைக்குறைவாக வழங்குகிறோம் என்று சொல்லி வரவேற்றுக்கொண்டிருந்தன. வாசலில் கருப்பு வெள்ளை சூட் அணிந்த சேவகர்கள் போவோர் வருவோரை இன்முகத்துடன் பார்த்தாலும் ராஜேஷ் முகத்தைப் பார்த்ததுமே தேறாது என்று புரிந்துகொண்டு அடுத்த ஆளைப் பார்க்க ஆரம்பித்துவிட்டார்கள். சாலையில் நடுவில் ஒரு வட்டம் விட்டு வெளிவந்திருந்த மரம் பப்பின் பெயரை மறைத்துக் கொண்டிருந்தது. “டேஸ்ட் ஆஃப் தாஜ்” என்ன பெயர் இதெல்லாம்? தாஜ்மகாலை யார் சுவை பார்ப்பார்கள்? வாசலில் இருந்த நாற்காலிகள் காலியாகத்தான் இருந்தன. உள்ளே இருட்டாக இருந்ததால் ராஜேஷ் கண்ணைச் சுருக்கிப் பார்க்கும் முன் குரல் கேட்டது “ராஜேஷ்தானே? உள்ளே வா” தமிழ்க் குரலை எவ்வளவு நாட்களுக்குப் பிறகு கேட்கின்றோம்?

உள்ளே பியரைச் சரித்துக்கொண்டிருந்தவனை இதற்கு முன் பார்த்ததில்லை. “இங்க வா... வந்து உக்காரு” முதல்முறை பார்க்கிறோம். ஒருமையில் பேசுகிறான். “வெளியே உக்கார நாம

என்ன வெள்ளைக்காரங்களா? அவங்களுக்குதான் இது வெளிய போற வெதர். நமக்கு கடுங்குளிர்'' சிரித்தான். ராஜேஷ் மிகையான மரியாதையுடன் "வணக்கம் சார். நீங்கள் செல்வன்தானே?'' அப்போதுதான் கவனித்தான், செல்வன் தனியாக இல்லை. கூட இரண்டுபேர் இருந்தார்கள். அவர்களையும் அறிமுகப்படுத்தினான். "இது ஃபரான். என் பேட்ச்மேட். இது ராகுல். ரூம் மேட். இவன் பேர் ராஜேஷ். மூணு மாசம் ஆச்சாம் வந்து'' செல்வன் ஆங்கிலத்துக்கு மாறிவிட்டான்.

வெளிநாட்டில் யாரைச் சந்தித்தாலும் முதல் கேள்வி எந்த ஊர், அந்த ஊரில் எங்கே? அந்த வழக்கத்தை மீறாமல் ஊர் பற்றிப் பேசினார்கள். ஃபரான் கராச்சிக்காரன். ராகுல் உத்தரப்பிரதேசம் மிர்ஸாபூர். செல்வன் திருவண்ணாமலை. ராஜேஷ் "அம்பத்தூர்'' என்றான். செல்வன் அதைச் சென்னை என்று திருத்தினான். "கராச்சி எவ்வளவு பெரிய ஊர் தெரியுமா? நம்முடைய பாம்பே சைஸ். அவன் என்ன அந்த ஊரின் பேட்டை பெயரையா சொல்கிறான்? அம்பத்தூர் மூன்றாவது தெரு எல்லாம் தேவையா?''

அடுத்த வழக்கப்படி உணவுக்கு எப்படியெல்லாம் கஷ்டப்படுகிறார்கள்... எங்கள் ஊர் சுவை வருமா... ராஜேஷுக்கு இந்தப் பேச்சின் வரிசை அலுப்புத்தட்டத் தொடங்கியிருந்தது. சாப்பாடுதான் முக்கியம் என்றால் ஏன் ஊர் விட்டுக் கிளம்புகிறாய்? அம்மா தயிர்சாதம் உருட்டித் தருவாள், அங்கேயே இருக்கவேண்டியதுதானே? அடுத்து, பொறுமையாகத்தான் படிப்பு சம்பந்தமான விஷயங்களுக்கு வருவார்கள். ஆனால் வருவார்களா என்று தெரியவில்லை. பியரைத்தான் உருட்டிக்கொண்டு இருக்கிறார்கள். நானே ஆரம்பிக்கட்டுமா?

"எனக்கு ஒரு பிரச்சினை. என்ன செய்வதென்றே தெரியவில்லை'' ராஜேஷ் ஆரம்பித்ததும் எல்லாரும் அமைதியாகக் கவனிக்க ஆரம்பித்தார்கள். கேட்டுவிட்டு ஃபரான் சொன்னான். "இந்த விஷயத்தையா பிரச்சினை என்று சொன்னாய்? இங்கே இப்போது இருக்கிற நாலு பேருக்கு மட்டும் இல்லை... இந்தியா பாகிஸ்தானில் இருந்து இங்கே படிக்க வரும் பெரும்பாலான ஆட்களுக்கு உள்ள பிரச்சினைதான் இது. கவலைப்பட்டுப் பிரயோஜனமில்லை'' கவலைப்படாமல் எப்படி இருக்கமுடியும்? பேங்க்காரன் அடுத்த

தவணை தரமாட்டான். குறைந்தபட்சம் மூவாயிரம் யூரோ இல்லாமல் காலத்தை ஓட்ட முடியாது.

செல்வன் "நம்முடைய காலேஜ் டிகிரிகளை அவர்கள் மதிப்பதே இல்லை. எஞ்சினியரிங் சம்பந்தப்பட்ட சப்ஜெக்ட்களில் பெரிய பிரச்சினை இல்லை. ஆனால் ப்யூர் சயன்ஸ் மாதிரி சப்ஜெக்ட்களை இங்கே வந்தால் அதைப்படி இதைப்படி என்று சாவடிக்கிறார்கள். ரெண்டு சப்ஜெக்ட் படி, பத்து க்ரெடிட் கொண்டுவா என்று எல்லாருக்கும் சொல்லுகிறார்கள். அதனால்தான் இந்தியாவில் இருந்து வருபவர்கள் மேனேஜ்மெண்ட் சைட் ஒதுங்கிவிடுகிறார்கள்" ராஜேஷுக்கு ஏஜண்ட் சொன்னது ஞாபகம் வந்தது. "பிசிக்ஸ் பண்ணதில்லை, ஆனா மேனேஜ்மெண்ட், லாஜிஸ்டிக்ஸ் எல்லாம் நிறையப்பேரை அனுப்பி வச்சிருக்கேன்" எல்லாரும் போன வழியிலேயே நாமும் போக வேண்டுமா? எனக்குத் தேவையானதை, விருப்பமானதை நான் படிக்க முடியாதா? கூடாதா?

ராகுல் கோப்பையில் மிச்சம் இருந்ததை வாயில் சரித்தான். "அவர்கள் செய்வதைத் தப்பு என்று சொல்லிவிட முடியுமா செல்வன்? ப்யூர் சயன்ஸ், எஞ்சினியரிங்கை விட மேலான படிப்பாகத்தான் இங்கே பார்க்கப்படுகிறது. ஆனால் நம் ஊரில் அப்படியா? என் ஐ டியில் படித்தேன் நான். பி டெக் என்று போட்டுக்கொள்ள ஊரே வரும். அதே என் ஐ டியில் கணக்குக்கும் பிஸிக்ஸுக்கும் இண்டெக்ரேடட் எம் எஸ்சி இருப்பது எத்தனை பேருக்குத் தெரியும்? கலைக்கல்லூரியில் மூன்று வருஷம்தான் பி எஸ்சி. அதைப் படித்துவிட்டு இங்கே வருபவன், தீஸிஸ், ப்ராஜக்ட் எல்லாம் முடித்த பி எஸ்சியுடன் போட்டிபோட வேண்டும். இந்த இரண்டையும் ஒப்பிடுவதே அநியாயம் இல்லையா?" செல்வன் எதோ சொல்ல முனைந்தான், அமைதியானான்.

ஃபரான் சொன்னான், "நீங்கள் பேசுவதையெல்லாம் பார்த்தால் நாடு பிரிந்த மாதிரியே தெரியவில்லை. எங்கள் நாட்டிலும் இதே பிரச்சினைகள்தான். எங்கள் நாட்டில் படித்துவிட்டு வருபவர்களுக்கும் இங்கே இதே போன்ற பிரச்சினைகள்தான் வருகிறது" செல்வன் சிரித்தான். "அப்ப ஷோயப் அக்தரை எங்களுக்குக் கொடுத்துவிடுங்கள். நாங்கள் சஞ்சய் மஞ்சரேக்கரைத் தருகிறோம். ஃபுட்பால் ஃப்ராஞ்சைஸ் மாதிரி ஆள் மாற்றிக் கொள்ளலாம்" சுற்றிச் சுற்றி விளையாட்டுக்கு

வந்துவிட்டார்கள். இனி போன மேட்ச், இந்த மேட்ச் என்று ஆரம்பித்து விடுவார்கள்.

ராஜேஷின் முகத்தைப் பார்த்த செல்வன் "கவலைப்படாதே. எதாவது ஒரு வழி செய்யலாம். எந்த பேங்கில் லோன் வாங்கி இருக்கிறாய்?"

வங்கி அதிகாரி வீட்டுக்கு வந்திருந்தபோது "இந்த வீட்டை வைத்துக்கொண்டு எல்லாம் நீங்கள் கேட்கிற லோன் தரமுடியாதேம்மா" என்றபோது அம்மாவின் கண்ணில் நீர் வழிந்தது ராஜேஷுக்கு நினைவு வந்தது. "கல்விக் கடனுக்கு அடமானமாக எதுவும் தேவையில்லை என்று நிதி அமைச்சர் சொல்லியிருக்கிறாரே" என்ற ராஜேஷுக்கு "அவர் சொல்லிட்டுப் போயிடுவார். கடனைத் திரும்பி வாங்கறது எங்க வேலைதானே. அதுவும் இல்லாம, நீங்க கல்விக்கடன் கேக்கறது இங்க படிக்கறதுக்கு இல்லை. வெளிநாட்டுல படிக்கறதுக்கு எல்லாம் ஒண்ணும் அவர் சொல்லலை."

ராஜேஷ் வங்கி பெயரைச் சொன்னவுடன் செல்வன் தைரியமாகச் சொன்னான். "நேஷனலைஸ்ட் பேங்க்... கவலையை விடு. அவனுங்க முதல்ல பணம் கொடுக்கறதுக்குதான் யோசிப்பாங்க. அடுத்த தவணை எல்லாம் சுலபமா வந்திடும். நாம கவனிச்சுக்கலாம்" சுலபமாகச் சொல்லிவிட்டான். அடுத்த தவணைப் பணத்துக்கு முதல் நிபந்தனையே கல்லூரியில் சேர்ந்த சான்றிதழ்தானே. இப்போதுதான் சேர்த்துக்கொள்ளவே முடியாது என்று சொல்கிறார்களே.

ஃபரான் ராஜேஷிடம் இருந்து காகிதங்களை வாங்கி, யார் கொடுத்தது என்று பார்த்தான். "ருபாலி கௌர்... அந்த சர்தார்ணி ஆண்ட்டியா? ரொம்ப மிரட்டி இருப்பாளே?" ராஜேஷ் ஆமோதித்தான். விரலை ஒவ்வொரு பாடமாக வைத்து நகர்த்தி, "இதெல்லாம் பேச்சிலர் பாடமாச்சே... மொழிப் பிரச்சினை இருக்கும்."

அவர்களுடன் சேர்ந்து பார்த்துக்கொண்டிருந்த ராகுல், சட்டென எழுந்தான். பாரில் இருந்த ஆசாமியுடன் ஏதோ பேசினான். போனை எடுத்துச் சுழற்றி வேறு யாருடனோ கொஞ்சநேரம் பேசினான். உற்சாகமாகத் திரும்பி வந்தான். "கவலையை விடு ராஜேஷ். உனக்கு ரெண்டு முக்கிய சப்ஜெக்ட் பாஸ் செய்தால் போதும், இல்லையா?"

"போதும்தான். ஆனால் அவற்றை ஜெர்மன் மொழியில்தானே பாஸ் செய்ய வேண்டும்?" ராஜேஷுக்குக் கலக்கம் கொஞ்சமும்

குறையவில்லை. “மொழியை விடு. கணக்கெல்லாம் நல்லா போடுவாய்தானே? சப்ஜெக்டில் ஒரு பிரச்சினையும் இல்லையே?” அதெல்லாம் நன்றாகச் செய்ததால்தானே ஆர்வம் வந்து படிக்கவே வந்திருக்கிறான்.

“இங்கே பேச்சிலர்ஸ் முடித்த நண்பனுடன்தான் இப்போது பேசினேன். கணக்கு, பிசிக்ஸ் எல்லாம் ஒவ்வொரு வார்த்தை ஒட்டவைக்கத்தான் உனக்கு மொழி வேண்டும். நீ தனியாக வேறு காலேஜ் எல்லாம் போய் படிக்க வேண்டாம். எக்ஸாம் மட்டும் இங்கேயே எழுதிவிடலாம். அந்த ஒட்ட வைக்கும் மொழியை மூன்று மாதத்தில் கற்றுக்கொண்டுவிட மாட்டாயா? மார்ச்சில் பரீட்சை வருகிறது. அதற்கு என்ரோல் செய்துவிட்டாலே போதும்.”

ஆனாம் மூன்று மாதம் சாப்பாட்டுக்கு வழி?

ஃபரான் சொன்னான் “நாளை மறுபடி பிசிக்ஸ் டிபார்ட்மெண்ட் போகலாம். நானும் வருகிறேன். பஞ்சாபியில் பேசினால் சிரிப்பாள் அந்த ருபாலி. இந்தப் பரீட்சைக்கு என்ரோல் செய்துவிடு, அவளிடம் கெஞ்சிக் கேட்கலாம், இது மாஸ்டர்ஸ்க்கான முன் தேவை படிப்பு என்று ஒரு சர்ட்டிபிகேட் கொடுக்கச்சொல்லிக் கேட்கலாம். அதை உன் வங்கி ஒத்துக்கொள்ளும் இல்லையா?”

செல்வன் “எல்லாம் ஒத்துக்கொள்ளும். இங்கே எத்தனையோ பேர் நிஜமான தில்லு முல்லு எல்லாமே செய்கிறார்கள். இதற்கு முன் இதெல்லாம் ஒன்றும் இல்லை.”

ராஜேஷுக்கு கவலை விலகியது போல் இருந்தாலும் நிஜமான நிம்மதி வரவில்லை. ஒருவேளை ருபாலி ஒத்துக்கொள்ளாவிட்டால், ஒருவேளை வங்கி ஒத்துக்கொள்ளாவிட்டால்?

ராகுல் “நாளைய கவலையை நாளை பார்த்துக்கொள். இப்போது எல்லாருக்கும் ஒரு பியர் சொல். சிரி.” என்றான்.

அத்தியாயம் 5

ஜனவரி மாதப் பனி தரையெங்கும் வெள்ளை பூத்திருந்தது. நான்கடிக்கு எட்டடி இருந்த அறையில் வெப்பக்காற்று வீசும் ஒரு சதுர அடிக்குள் நாற்காலியைப் போட்டுக்கொண்டு ஜன்னல் வழியாக வேடிக்கை பார்த்தான் ராஜேஷ். முதல் மாடியில் இருந்து ஊரின் மரங்கள் இலைகள் ஏதும் இன்றிச் சோக கீதம் பாடிக்கொண்டிருந்தன. வெயில் தெரிந்தாலும் நம்ப முடியாது. சூரியன் வெளிவந்து சில மணிநேரங்களிலேயே வேலை முடிந்தது என்று அடங்கிவிடுவான். பனிப்பொழிவு நேரத்தில் வெளியே போக முடியாது. மற்ற நேரங்களிலும்கூட ஆடைக்கு மேல் நான்கைந்து அடுக்குகளாக குளிராடைகள், கோட்டு தொப்பி க்ளவுஸ் என்று பொம்மை மாதிரிதான் வெளியே போக முடியும். பர்ஸை வெளியே எடுப்பதற்குக்கூட க்ளவுஸைக் கழற்றி கோட்டுக்குள் கைநுழைத்து என்று பல வித்தைகள் செய்யவேண்டியிருக்கும்.

மேஜையில் ஒரு மெல்லிய அதிர்ச்சி. செல்போன். இன்னும் ப்ளாஸ்டிக் பிரிக்கப்படாமல் இருந்ததை எடுத்துப் பார்த்தான். பணத்துக்கு எவ்வளவுதான் தட்டுப்பாடு என்றாலும் இது இல்லாமல் முடிவதில்லை. எவ்வளவோ காலம் தள்ளினான், ஆனால் கடைசியில் வாங்கியே ஆகவேண்டியாகி விட்டது. ஊரில் பெரும்

பணக்காரர்கள் மட்டும்தான் வைத்திருந்த காலம் மாறி இப்போது எல்லாருக்கும் தேவையாகிக் கொண்டிருக்கிறது. அதே போல ஒரு லேப்டாப்பும் தேவைப்படுகிறது. இண்டர்நெட் எல்லாரையும் புரட்டிப்போட்டுக் கொண்டு இருக்கிறது. பணத்துக்கான தேவை நாளுக்கு நாள் அதிகரித்துக்கொண்டிருக்கிறது. காப்பிக் கடையில் பாத்திரம் கழுவும் வேலையில் கிடைக்கும் குறைந்தபட்ச ஊதியம் எங்கே போகிறது என்றே தெரியவில்லை. ஊரில் இருந்து வங்கி அனுப்பும் பணம் அறை வாடகைக்கும் படிப்புக்குப் புத்தகம் வாங்குவதற்கும்கூடப் போதவில்லை. இந்த இல்லை பாட்டைப் பாடிப் பாடி அலுத்துவிட்டது. இதே பாட்டை எல்லா இந்திய நண்பர்களும் வேறு வேறு மெட்டுக்களில் பாடுகிறார்கள். பாடாத பணக்கார வீட்டுப் பையன்கள் தனியாகக் கூட்டம் சேர்த்து ஐரோப்பாவை மாதம் ஒருமுறை அளந்துகொண்டிருக்கிறார்கள்.

மீண்டும் செல்போன் அதிர்ந்தது. கருப்பு எழுத்துகள் யாரோ அழைக்க முயன்றதைச் சொன்னது. லிஸா. அடுத்தமுறை அவளே கூப்பிடுவாள். காத்திருக்கலாம். அதிலும் ஒரு மகிழ்ச்சி இருக்கிறது.

இதுவரை மனத்தில் இருந்த தாழ்வு மனப்பான்மை கொஞ்சம் குறைந்து காதல் எட்டிப்பார்த்தது. காதல். காசில்லாதவனுக்குக்கூடக் காதல். ராஜேஷுக்கு எப்போதோ படித்த கவிதை வரிகள் நினைவுக்கு வந்தன. சிறையில் அடைக்க ஆயிரம் இருப்பினும் விரலுக்கடியில் சிக்கிய வண்டாய் விடுபடத் துடிக்கும் காதலும் பசியும். அப்படியே எனக்குப் பொருந்துகிறது. பசிக்கு வெட்கமில்லை. காதலுக்கும்.

எப்படி நடந்தது இந்த மாயாஜாலம்? வந்து ஆறேழு மாதங்கள்தான் ஆகின்றன. அதுவும் அவளைப் பார்த்தது நான்கு மாதங்கள் முன்பு இருக்குமா? கணக்கு சொல்லிக்கொடுத்தே கணக்குப் பண்ணிவிட்டான் - செல்வன் கிண்டலடித்தான். அவளுக்கு நான் செய்ததெல்லாம் உதவியா? ஊர் தெரியாத ஊரில், ஏன் அவளுக்கும் தெரியாத ஊரில் என் பிரச்சினைக்காக என்கூட தெருத் தெருவாக அலைந்தாள். ஒருவழியாக ஓட்டை ஜெர்மனியை வைத்துக்கொண்டு பரீட்சை மட்டும் எழுதி மாஸ்டர்ஸுக்கான தகுதிகளை வாங்கிவிடலாம் என்ற நிலை வந்தபோது என்னென்னவோ சட்ட நுணுக்கமெல்லாம் சொல்லித்தந்து பேங்குக்கு கடிதம் எழுதித் தந்தாள்.

அது மட்டுமா? குடியுரிமை அட்டை பெறுவதில், புதுப்பிப்பதில்

எத்தனை குழப்பங்கள்? ஒவ்வொரு நாளும் ஒவ்வொரு பிரச்சினை. ஆயிரம் சிவப்பு நாடாக்கள். புரியாத அரசாங்க வழிமுறைகள், இந்தப் பேப்பரை அட்டெஸ்ட் செய்து கொண்டு வா, அந்தப் பேப்பருக்கு நகல் கொண்டு வா - ஏன் இங்கே வந்தாய் என்ற தொனியிலேயே கேட்கும் அலுவலக மேஜைகள். தாழ்வு மனப்பான்மையில் எந்த முடிவுக்கு வேண்டுமானாலும் வந்திருப்பேன். எல்லாவற்றையும் அவள்தான் பொறுமையாகக் கேட்டாள். ஒவ்வொரு இடத்திலும் உதவி செய்து என்னைத் தடுத்து ஆட்கொண்டவள் அவள். என் வாழ்க்கையின் வரம். அவளை நினைத்தாலே கவிதையாகத்தான் யோசிக்கிறேன். அப்பாவின் ஜீன்கள் கொஞ்சம் மிச்சம் இருக்காதா?

ஊரில் அம்மாவுக்கு இது தெரிந்தால் என்ன நடக்கும் என்று யோசித்தான். ஆயிரம் வீட்டுக்கஷ்டத்துக்கு நடுவுல அண்டா குண்டா அடகுவச்சிப் படிக்க அனுப்பினா என்று ஆரம்பிப்பாள். அதைப் பற்றி இப்போது யோசிக்கவேண்டாம். ஊருக்குப் போகும்போது சொல்லிக்கொண்டால் போகிறது. நாளை காலை திருமணம் செய்யப்போகிறேனா என்ன? மாஸ்டர்ஸை முடிக்கவேண்டும். பிஎச்டிக்கு ஏற்பாடு செய்யவேண்டும். கொஞ்சமாவது நிரந்தர வருமானம் வரவேண்டும்.

அம்மாவை ஒப்புக்கொள்ளவைப்பது அவ்வளவு சுலபமாக இருக்கப் போவதில்லை. ஆயிரம் காரணம் சொல்வாள். எப்படியாவது தடுக்க நினைப்பாள். காதல் திருமணம் இல்லாத பெற்றோருக்குக் காதல் மேல் இருக்கும் ஒவ்வாமையைப் புரிந்துகொள்ள முடிகிறது. ஆனால் அம்மா காதல் திருமணம் செய்தவள்தானே... ஒருவேளை அதனால்தானோ?

கைப்பிடித்த காதல் கணவன் கவிதை கதை என்று எழுதிக்கொண்டே கனவுகளாய் மட்டுமே வாழ்ந்தான். வேலைக்குப் போகவில்லை. காலணா சம்பாதிக்கவில்லை. 21ஆம் நூற்றாண்டு பாரதியார் நான் என்ற வெட்டிப்பேச்சுக்கு ஒரு குறைவும் இல்லை. பேசிப் பேசியே நோய்வந்து காற்றோடு போனதால்தான் அவளுக்கும் காதல் வெறுப்போ? அம்மாதான் தினமும் காலையில் சமைத்து வைத்து பதினைந்து பேர் செல்லும் வேனில் உடலைக் குறுக்கிக்கொண்டு உட்கார்ந்து குறளகம் வரை போய் ஆபீஸில் பஞ்ச் செய்து ஹெட்க்ளார்க்கிடம் திட்டுவாங்கி மீண்டும் வேனில் வேர்த்துப்போய்

வீடு திரும்பி மறுபடி சமையலுக்குப் போய்... காதல் எல்லாம் கரைந்து போனதில் எந்த ஆச்சரியமும் இல்லை. எதிர்வீட்டுப் பக்கத்து வீட்டுக் காதல் வம்புகள் வரும்போது அம்மா அதை அருவருப்பாகத்தான் பார்த்தாள்.

அம்மா வளர்ப்பில் அப்படிப்பட்ட எண்ணம் எல்லாம் எதுவும் வராமல்தானே நானும் இருந்தேன். ஆனால் லிஸா எல்லாக் கட்டுப்பாடுகளையும் மீற வைத்துவிட்டாள். அவள் அழகில் நூற்றில் ஒரு பங்கு இருக்கும் நம்மூர்ப் பெண்களிடம்கூடப் பேசப் பயந்துகொண்டுதானே இந்திய காலேஜ் வாழ்க்கை மூன்று வருடங்களையுமே முடித்தேன்?

இங்கேகூட இவள்தானே காதலை முதலில் சொன்னாள்? ஐநூறு வருடங்கள் ஆனாலும் காதலைச் சொல்லும் தைரியம் எனக்கு வந்திருக்குமா?

செல்போனில் தேதியைப் பார்த்தான். என் காதலுக்கு இன்று சரியாக ஒரு மாதம் வயதாகிறது. ஒருவழியாக சான்றிதழ்கள் தயாராகி, வங்கிக்குச் சென்று, ஒப்புதலும் கிடைத்து, கடன் தொகை ஜெர்மன் வங்கிக்கு மாறிய நாள். மகிழ்ச்சியின் உச்சத்தில் இருந்தேன், இந்த மகிழ்ச்சி இன்னும் உச்சம் அடையப்போவதை அறியாமல். எல்லாரையும் பப்புக்கு அழைத்தது, பியர் வாங்கிக் கொடுத்தது ராகுலும் ஃபரானும் லிஸாவைக் கவர முயற்சி செய்தது எல்லாம் பின்புலத்தில் மங்கிய நினைவாகத்தான் இருந்தது. இரவின் முடிவில் எல்லோரும் கிளம்பிய பிறகு லிஸாவின் அறைவரை உடன் சென்றபோதுகூட பேச்சு பொதுவாகத்தான் சென்றுகொண்டிருந்தது.

கிறிஸ்துமஸ்ஸுக்கு இங்கிலாந்து போகப்போவதாகச் சொன்னாள். “நீ ஊருக்குப் போகப் போகிறாயா?”

ராஜேஷுக்குச் சிரிப்புதான் வந்தது. இப்போதுதான் கடன் காசே கையில் வந்திருக்கிறது. இப்போது உடனே கிளம்பினால் டிக்கட் செலவே வங்கிக்கணக்கைத் துடைத்துவிடும்.

லிஸா கேட்டாள் “எங்கள் ஊருக்கு வருகிறாயா?”

அதற்கு மட்டும் காசு தேவையில்லையா என்ன? டிக்கட் விலை குறைவாக இருக்கும். ஆனால் மற்ற செலவுகள் ஊரில் கிடையாது, இங்கே தலை தின்றுவிடுமே. ஊர்சுற்றும் பழக்கம் எல்லாம்

பிச்சைக்காரர்களுக்கு எதற்கு?

“நீ வந்தால் என் அம்மாவிடம் அறிமுகப்படுத்துவேன்” லிஸா மேலும் கீழும் பார்த்தாள். “இதுதான் என் பாய்ஃப்ரெண்ட் என்று...”

ராஜேஷுக்கு இளையராஜா வயலின் இசை கேட்டது. பேசுவதற்கு வாயில் இருந்து எந்த வார்த்தையும் வரவில்லை. சாலை நட்டநடுவில் சென்று டான்ஸ் ஆடவேண்டும் போலத் தோன்றியது. அடித்திருந்த போதையெல்லாம் அரைநொடியில் காணாமல் போனது.

“நீ இன்னும் மகிழ்ச்சியா இருப்பேன்னு நினைச்சேன்” லிஸா புன்னகையுடன் சொன்னாள். “நான் தவறாக எதுவும் சொல்லியிருந்தால் மன்னித்துவிடு. நீ என்னுடன் பழகும் விதத்தை நான்தான் தவறாக எடுத்துக்கொண்டுவிட்டேனோ என்னவோ...”

ராஜேஷ் அவசரமாக மறுத்தான். “நீ நினைத்ததில் எந்தத் தவறும் இல்லை. எனக்குதான் எப்படி ரியாக்ட் செய்வது என்று தெரியாமல் விழித்தேன்.”

ராஜேஷுக்கு இப்போதும் அதை நினைத்து அவமானமாக இருந்தது. அந்த நொடியை எப்படிக் கொண்டாடி இருக்கவேண்டும் நான். அவளைச் சந்தேகப்பட விட்டிருக்கலாமா. எப்பேர்ப்பட்ட முட்டாள் நான்.

அறைக் கதவடியில் எதோ காகிதம் சரசரக்கும் சத்தம் கேட்டது. கதவைத் தட்டி “உனக்கு எதோ லெட்டர் வந்திருக்கிறது” பதிலை எதிர்பாராமல் தன்னறைக்குச் சென்றுவிட்டான் லியம்.

கடிதத்தைப் பிரித்துப் பார்த்தான். “திரு ராஜேஷ், நீங்கள் எழுதிய தேர்வில் நீங்கள் தேறவில்லை என்பதை வருத்தத்துடன் தெரிவித்துக் கொள்கிறோம்.”

அத்தியாயம் 6

ஜாண் ஏறினால் முழம் சறுக்குகிறது. இப்போதுதான் பிரச்சினைகள் கொஞ்சம் குறைந்திருப்பதாக நினைத்துக்கொண்டிருந்தால் இப்போது இப்படி ஓர் இடி. படிப்பது இவ்வளவு கஷ்டமா? *Life is one damn thing after another* என்பது சரிதான் போலிருக்கிறது. இந்தியாவிலேயே மாஸ்டர்ஸ் முடித்துவிட்டிருக்கலாமோ.

அறைக்கு செல்வனும் ஃபரானும் வந்திருந்தார்கள். "நீ என்னடா பரமபதம் ஆடிக்கிட்டிருக்கே. ஒரு ஏணி கிடைச்சா நாலு பாம்பு. இப்ப என்ன பிரச்சினை?"

"எக்ஸாம் எழுதினேன் இல்ல, அதுக்கு ரிஸல்ட் வந்திருக்கு. புட்டுக்கிச்சு" ராஜேஷ் இதைச் சாதாரணமாக எடுத்துக்கொண்டது போல ஒரு தோற்றத்தை உருவாக்க முயன்றான். இதுவரை எந்தப் பரீட்சையிலும் ஃபெயில் ஆனதில்லை. மற்ற விஷயங்களில் ஏறத்தாழ இருந்தாலும் பாடம் பரீட்சை என்று வந்தால் நன்றாகச் செய்வான் என்பதால்தான் மகாலிங்கம் இன்ஸ்டிட்யூட் ஆசிரியர்கள் ஏழெட்டு பேர் அவனை மேலே படிக்க ஜெர்மனிக்குப் போக ஊக்குவித்ததே. இப்போது அதையும் சொல்லிக்கொள்ள முடியாது. நிஜமாகவே எனக்குத் திறமை இருக்கிறதா? சாதாரண அல்ஜீப்ரா. ஆரம்ப கட்டம். அதில்கூட தேற முடியவில்லை.

செல்வன் வந்திருந்த கடிதத்தைப் பிரித்துப் படித்தான். “இது என்ன மாதிரி மாட்யூல்? வெறும் எக்சாமா, இல்லை அசைன்மெண்ட்டுமா?” பிசிக்ஸ் அலுவலகத்தில் கேட்டதற்கு இந்த மாட்யூலை எடுத்துக்கொள்ளச் சொன்னார்கள். மேலே ஒன்றும் சொல்லவில்லையே. எவ்வளவு தெரிந்துகொண்டாலும் இன்னும் கொஞ்சம் தெரிந்துகொள்ளவேண்டியிருக்கிறது. எத்தனை கேட்டுக்கொண்டாலும் கேட்காததுதான் பிரச்சினை ஆகிறது. இப்போது இவன் கேட்கும்போது முழிக்க வேண்டியிருக்கிறது.

“கேக்கலையா? பரவாயில்லை. ஃபரான் லேப்டாப் கொண்டுவந்திருக்கான்” அதற்கு உயிர் கொடுத்து புதிதாக வந்த இணையத்தோடு இணைந்து பல்கலைக்கழகத்தின் பாடங்கள் பக்கம் போவதற்குள் ஃபரான் சமையலறைக்குப் போய் டீ போட்டுக் கொண்டு வந்துவிட்டான். “உன் ரூம் மேட் இங்கிலீஷ்காரனா? மனுஷனை மனுஷனா மதிக்கவே மாட்டேங்கறான். ஒரு ஹாய் கிடையாது ஹலோ கிடையாது” லியம் அப்படித்தான். அவனை வெட்டிக்கொண்டு கிளம்ப இன்னும் வேளை வரவில்லை.

செல்வன் பல்கலைக்கழகத்தின் பக்கங்களை லேப்டாப்பில் பார்த்தான். “இந்த மாட்யூலை ஏன் எடுத்தே? நீ இதுல பாஸ் பண்றது எவ்ளோ கஷ்டம் தெரியுமா?” ராஜேஷ் எட்டிப் பார்த்தான். நியூமரிகல் கால்குலஸ், இண்டக்ரேஷன் எல்லாம் தெரிந்தது என்றுதானே எடுத்தேன். என்ன சொல்கிறான் இவன்?

“இதுல மார்க்கிங் சிஸ்டம் பார் - நாற்பது மார்க் க்ளாஸ்வொர்க் - வாராவாரம் வகுப்புக்குப் போய், அந்த அசைன்மெண்ட் எல்லாம் ஒழுங்கா கொடுக்கறதுக்கு நாற்பது மார்க்கு, பரீட்சைக்கு அறுபது மார்க். பாஸ் ஆக ஐம்பது வேணும். நீ க்ளாஸுக்கே போகாம நேரா எக்ஸாம் எழுதினதானே? அப்ப அறுபதுக்கு ஐம்பது எடுத்தாதான் பாஸ். அதான் பாஸ் ஆகலை” ராஜேஷ் ஓரளவு படித்துதான் மாட்யூலை எடுத்திருந்தான். நூற்றுக்கு ஐம்பது என்றால் அறுபதுக்கு முப்பது என்று கணக்குப் போட்டிருந்தான். அப்படி இல்லையா?

“சும்மா நேரா எக்ஸாம் எழுதறது எல்லாம் நம்ம ஊர்ல. இங்கே ஒவ்வொரு வகுப்புக்கும் ஒரு அசைன்மெண்ட் கொடுப்பாங்க. அதை நேரத்துக்குத் தராட்டி மார்க் குறையும். தப்பா இருந்தா மார்க் குறையும். அதுல குறைந்தபட்சம் பாதியாவது இருந்தாத்தான் எக்சாம்

எழுதவே அனுமதிப்பாங்க. நீ என்னவோ நேரா ருபாலியைப் பார்த்து என்னவோ மஸ்க்கா அடிச்சு நேரா பரீட்சைன்னு ஒத்துக்கிட்டாங்க. இருந்தாலும் பாஸ்மார்க் வேணுமே?'' ராஜேஷுக்கு ருபாலியுடன் லிஸா பேசியது தேசலாக நினைவுக்கு வந்தது. ருபாலி ஒருவழியாக ஒப்புக்கொண்டதும் லிஸா இவனைப் பார்த்துச் சிரித்ததும் கைகுலுக்கியதும்.

“இந்த அசைன்மெண்ட் மார்க் எல்லாம் இண்டர்னல் மாதிரி இல்லையா? அந்த ப்ரொபசர் கைல கால்ல விழுந்து...'' ராஜேஷ் சொல்லும்போதே செல்வன் சிரித்தான். “நினைச்சேன். இதை நம்ம ஊர் இண்டர்னல் மார்க் மாதிரி நினைப்பேன்னுதான் நினைச்சேன். இல்லை. இந்த சிஸ்டம் முழுக்க முழுக்க அசைக்கமுடியாத வழிமுறை. ஒவ்வொரு வாரமும் உன் பேப்பரைத் திருத்தி மார்க் போடறது மட்டும்தான் ப்ரொபசர். அவரே நினைச்சாலும் லேட்டா கொடுத்ததுக்கு கட்டான மார்க்கைச் சேர்க்க முடியாது, இவ்வளவு நாள் கழிச்சு நீ சப்மிட் பண்ணேன்னு மார்க் போடவும் முடியாது'' தொடர்ந்தான்.

“நம்ம ஊர்லயும் விதியெல்லாம் ஏறத்தாழ இதே மாதிரிதான். அட்டண்டன்ஸ் இருக்கணும், அசைன்மெண்ட் கொடுக்கணும், அதுபடிதான் இண்டர்னல் போடணும். ஆனா எல்லாம் பேப்பர்ல மட்டும்தான். ஒரு அசைன்மெண்ட் கொடுத்தா அங்கே ஸ்டாஃப்தான் துரத்தித் துரத்தி எங்கே உன் அசைன்மெண்ட்டுன்னு கேட்பாங்க. கொடுக்காம டேக்கா கொடுப்போம். இதைக்காட்டி ஸ்டாஃப் எல்லாம் கடைசி வரைக்கும் மிரட்டிக்கிட்டே இருப்பாங்க. இண்டர்னல்ல கைய வச்சிருவேன், காலை வச்சிருவேன்னு. ஆனா மார்க் போடறது கடைசி நாள்லதான். மேனேஜ்மெண்டோ டிபார்ட்மெண்ட் ஹெட்டோ சொல்லிருவாங்க, எல்லாருக்கும் ஃபுல்லா போட்டுருன்னு, போட்டுருவாங்க.''

ராஜேஷ் கொஞ்சம் யோசித்தான். ஒரு மாணவன் படிப்பதற்கு அங்கே ஆசிரியர்தான் பொறுப்பு. அப்பா வந்தாலும் பிரின்ஸிபால் வந்தாலும் ஆசிரியரைத்தான் கேள்வி கேட்பார்கள். அவர்கள் பம்மிப் பம்மிப் பதில் சொல்வார்கள். இங்கேயோ அது தலைகீழ். மாணவனுக்குத்தான் முழுப்பொறுப்பும். அசைன்மெண்ட் நேரத்தில் கொடுக்கவில்லையா, தவறான பதில்களா - எல்லாம் நேரடியாக

மாணவன் தலைமேல் மார்க்காக வந்து விடியும். ஏமாற்றுதல் சாத்தியமில்லை.

“சரி இப்போ என்னதான் செய்யறது?”

“நீ வந்து ஆறு மாசம் ஆயிருச்சா?” ஃபரானின் இந்தி கலந்த ஆங்கிலம் புரிய ஆரம்பித்துவிட்டிருந்தது. வட இந்தியர்கள் மட்டுமல்ல, பாகிஸ்தானியர்கள்கூட பழுப்புத் தோலைப் பார்த்தால் இந்தி பேச ஆரம்பித்துவிடுகிறார்கள். “இங்கிலீஷ்ல பேசிட்டு கடைசில ஹை சேத்துடு... இந்தி ஆயிரும்” செல்வன் சுருக்குவழி சொல்லித்தந்தான்.

“ஆயிருச்சு. ஏன்?” ராஜேஷ் கேட்டபோது ஃபரான் சிரித்தான். “இந்தப் பரீட்சை ஃபெயில் ஆனதுக்கெல்லாம் ரொம்ப கவலைப்படாதே. அடுத்த அட்டெம்ப்ட்ல அறுபதுக்கு அம்பது வாங்கிடுவே இல்லையா?” ராஜேஷ் ஆமோதிக்க “அப்புறம் என்ன? உடனே ரீ-டெஸ்ட் கேளு, ப்ரொஃபஸர் ஃப்ரீயா இருந்தா ரெண்டு மூணு நாள்லயே தருவார். ஏன், என் சப்ஜெக்ட்ல சிலதுக்கு நான் ப்ரஃபசரை நேரே போய்ப் பார்த்து ஓரல் டெஸ்ட் கொடுத்து கூட க்ரெடிட் வாங்கி இருக்கேன். ஆனா ஒண்ணு. ஏமாத்த முடியாது, நல்லா ப்ரிப்பேர் பண்ணிக்கிட்டுப் போ” நண்பர்கள். எப்படி பிரச்சினை வந்தாலும் தீர்வு கொடுக்கும் நண்பர்கள் மட்டும் இல்லாமல் இருந்தால் இங்கே ஒருத்தன்கூட டிகிரி வாங்கிக்கொண்டு போக முடியாது. நெகிழ்ச்சியாக இருவரையும் பார்த்தான்.

செல்போன் அடித்தது. லிஸா. எடுத்துக்கொண்டு வெளியே செல்லப் பார்த்தவனைச் செல்வன் தடுத்தான். “நாங்க கிளம்பறோம்ப்பா. எங்களுக்கு ஏன் இந்த பூஜை வேளைக் கரடி பிஸினஸ் எல்லாம். ரீடெஸ்ட் ஏற்பாடு பண்ணிட்டு போன் செய்.”

லிஸா உற்சாகமாகப் பேசினாள். அவள் வீட்டில் இருந்தபோது சில சட்ட நிறுவனங்களுடன் பேசப்போவதாகச் சொன்னாள். அதில் ஒரு நிறுவனம் அவளுக்கு ஒரு வார வேலை கொடுக்கிறார்களாம். வார இறுதியில் ஒரு தேர்வு வைத்து நிரந்தர வேலை கிடைத்தாலும் கிடைக்குமாம். ஒரு வார வேலைக்கு எண்ணூறு பவுண்டு சம்பளம். ராஜேஷால் ஒப்பிடாமல் இருக்க முடியவில்லை. ஒருவாரம் முழுக்க காப்பிக்கடையில் பாத்திரம் தேய்த்தாலும் நூறு யூரோ தாண்டுவதில்லை.

தன் பிரச்சினைகளைச் சொன்னான். நல்லவேளை, கொஞ்சம் முன்பு பேசியிருந்தால் வழக்கம்போலப் புலம்பித் தள்ளியிருப்பான். இப்போது கொஞ்சம் கவலை குறைந்தபிறகுதான் இவளுடன் பேச வாய்த்திருக்கிறது. “இப்போது எவ்வளவு வாங்கியிருக்கிறாய்?” லிசா கேட்டதுக்கு “அறுபதுக்கு நாற்பத்தியிரண்டு” என்றான். “ஒரு பிரச்சினையும் இல்லை. மொழிப்பிரச்சினையால் கொஞ்சம் விட்டிருப்பாய். இல்லையென்றால் நீ கணக்குப் போடும் வேகத்துக்கு...”

நிஜமாகவே இவளுக்குக் கணக்கு என்றால் இவ்வளவு பிடிக்குமா? அந்த ஒரே காரணத்தால்தான் என்னைக் காதலிக்கிறாளா? கேட்கவே கேட்டுவிட்டான். “காதல் என்பது கணக்கினால் வருமா கழுதையால் வருமா என்றெல்லாம் தெரியாது. கணக்குப் போட்டு வராது என்பது மட்டும் தெரியும். உனக்கு ஆயிரம் பிரச்சினைகள் இருந்தபோதும் கூட எப்போதும் என் தேவையை முதலில் வைத்துப் பேசினாய். உன் வளர்ப்பில் ஒரு கண்ணியம் இருக்கிறது. அம்மா வளர்ப்பு இல்லையா? அம்மா மேல் இருக்கும் அதே மரியாதையை மற்ற பெண்கள்மீதும் வைக்கிறாய். ஒருவேளை அதுதானோ என்னவோ?”

நல்லவேளை அவள் செல்வனையெல்லாம் முதலில் பார்க்கவில்லை. அவனும் பெண்களிடம் கண்ணியமாகத்தான் நடப்பான், நன்றாகக் கணக்கு போடுவான். அதை சொன்னதற்கு அவள் போலிக்கோபத்தோடு “டேய். என்ன பேச்சு பேசுகிறாய்? நான் என்ன *Open for business, first come first served* என்று போர்டு மாட்டிக்கொண்டா திரிகிறேன்?”

ராஜேஷ் சிரித்தான். இந்தக் கவலைகள் குறைந்த மகிழ்ச்சியான நொடி அப்படியே உறைந்துபோய் நேரடியாக டிகிரி வாங்கிவிட்டால் எப்படி இருக்கும் என்று நினைத்தான்.

அத்தியாயம் 7

ராஜேஷ் சைக்கிளை நிறுத்திப் பூட்டிவிட்டு கடிகாரத்தைப் பார்த்தான். ஆறு மணி ஆகிவிட்டது. வெயில்காலம் ஏறத் தொடங்கிவிட்டதால் சூரியவெளிச்சம் பத்து மணிவரை குறையாது. ஆறுமணிக்குக் கும்மிருட்டு ஒரு காலத்தில் பத்து மணிக்கு வியர்க்கும் வெயில் இன்னொரு காலத்தில். நம் ஊர் கிராமத்துக்காரர்கள் வானத்தைப் பார்த்து மணி சொல்வதுபோல் இந்த ஊர் கிராமத்துக்காரர்கள் இருப்பார்களா?

ஓட்டல் சமையல் அறையின் உள்ளே நுழைந்தான். பாப்பி மாவு பிசைந்துகொண்டிருந்தான். பிட்சா அடுப்பின் கணல் அறையையே தகிக்கச் செய்தது. சமையல் அறையில் இந்தச் சூட்டில் இருந்துவிட்டு சாப்பிடும் அறைக்குச் சென்றாலும் வியர்வை அடங்காது. வருடத்தில் ஆறுமாதம் வெப்பம்தான் தேவை என்பதால் குளிர்சாதனக் கருவிகளுக்குச் செலவழிப்பதை இந்த ஊர்க்காரர்கள் விரும்புவதில்லை. பாப்பிஸ் பிட்சா என்ற கோட்டை மேலே மாட்டிக்கொண்டு யாராவது வாடிக்கையாளர்கள் வந்திருக்கிறார்களா என்று பார்த்தான்.

இந்த வேலை கிடைக்கும்வரை பல சின்னச்சின்ன வேலைகளில் குறைந்தபட்ச ஊதியத்தை மட்டும் வாங்கிக்கொண்டு கைக்கும்

வாய்க்குமாகத்தான் கஷ்டப்பட்டுக் கொண்டிருந்தான். சில வேலைகள் அதிக உடல் உழைப்பைக் கோரின. சில வேலைகள் படிப்புக்கு உதவின. ஆனால் சொல்லிவைத்தாற்போல் ஒரு மாதம், இரண்டு மாதம் - எதோ பிரச்சினை நடந்து வெளியேற வேண்டியிருந்தது. இந்த வேலையும் குறைந்தபட்ச ஊதியம்தான் என்றாலும் வரும் வாடிக்கையாளர்களில் சிலராவது டிப்ஸ் தருவார்கள். அந்த நாள் இனிய நாள்.

ஓட்டல் வாசலில் ஒரு தம்பதி 'இந்தக் கடைதான்' என்று ஆங்கிலத்தில் சொன்னதைக் கேட்டான். அட, பாப்பி கடையைத் தேடி வரக்கூட ஆட்கள் இருக்கிறார்களே, அதும் இங்கிலாந்தில் இருந்து வந்தவர்கள். உள்ளே வந்த நபர் எங்கு உட்கார்வது எனத் தடுமாறியபோது "நீங்கள் இருவர் மட்டும்தானே" என்று உறுதிப்படுத்திக்கொண்டு சாலையை ஒட்டிய கண்ணாடிக்கு அருகில் உட்காரச் சொன்னான். "என் பெயர் ராஜ். இன்று உங்களுடைய பரிசாரகன்" என்று அறிமுகப்படுத்திக்கொண்டு முதலில் திரவ வகைகள் பட்டியலைக் காட்டினான்.

பிட்சா சாப்பிட்டார்கள். இவனை வைத்த கண் வாங்காமல் பார்த்தார்கள். ராஜேஷுக்குக் கூச்சமாக இருந்தது. அந்த ஆணை எங்கேயோ பார்த்தது போல் இருந்தது, ஆனால் ஞாபகம் வரவில்லை. அவருக்கும் அப்படித் தோன்றிதான் பார்த்துக்கொண்டிருக்கிறாரோ? இடையில் ஒரு ஃபோன் வந்து பேசும்போதுகூட 'எக்ஸ்க்யூஸ் மி" கேட்டு சத்தம் வெளியே கேட்காமல் பேசினார். பொதுவாக வெயிட்டருக்கு எல்லாம் இவ்வளவு மரியாதை யாரும் கொடுக்க மாட்டார்கள். பில் புத்தகத்தில் டிப்ஸைப் பார்த்தான் இருபது சதவிகிதத்துக்கும் மேல். அட. அமெரிக்கர்கள் நிறையக் கொடுப்பார்கள். ஜெர்மானியர்கள் பைசா சுத்தமாகக் கணக்குப் போட்டுக் கொடுப்பார்கள். இங்கிலாந்துக்காரர்கள் நீ எனக்குப் பணிவிடை செய்ய வாய்த்ததே உன் பாக்கியம் என்று நினைத்து பைசா தரமாட்டார்கள். ஆனால் இவ்வளவா... இன்று நல்ல நாள்.

பணி நேரம் முடிந்து வெளியே வந்து காலியாக இருந்த பெஞ்ச்சில் அமர்ந்தான். முதுகுப் பையைத் திறந்து லேப்டாப்பை எடுத்து தான் செய்திருந்த பவர்பாயிண்ட்டை ஒருமுறை ஓடவிட்டான். எல்லாம் சரியாகத்தான் இருக்கிறது. ராஜேஷ் தன்னைப் பற்றிப் பெருமையாக

உணர்ந்தான். பத்து நாள் கூட வேலை செய்யவில்லை இதற்காக. முழுதாக எட்டு க்ரெடிட் பாயிண்ட். இப்போது நேராகப் போய் பேராசிரியர் பெட்ராவிடம் ஒருமுறை காட்டிவிட்டு, நாளை மறுநாள் வகுப்பில் காட்டினால் போதும். மாஸ்டர்ஸ் சேர்வதற்கு முன் ஒரு கணக்குப் பாட க்ரெடிட்டுக்கு எவ்வளவு கஷ்டப்பட்டேன். தேறாமல் போய், மீண்டும் மறு தேர்வு எழுதி, கடைசி நிமிடத்தில் க்ரெடிட் வாங்கி...

லேப்டாப்பை மூடி பைக்குள் தள்ளி சைக்கிளை எடுக்கும்போதுதான் ஞாபகம் வந்தது. பேராசிரியரைப் பார்க்க ஒரு மலை ஏற வேண்டியிருக்கும். அதில் சைக்கிள் ஓட்டிச் செல்ல முடியாது. நடக்கும்போது மூச்சிரைக்கும். பெர்க் என்றால் ஜெர்மனியில் மலையாம். ஊருக்கே பெயர் வைத்துவிட்டு ஏறி இறங்கச் சிரமப்பட்டால் முடியுமா?

பேராசிரியரைச் சந்திக்கும்போது மூச்சிரைத்தது. “ஏன் இவ்வளவு அவசரம்? கொஞ்ச நேரம் உட்காருங்கள், அப்புறம் ஆரம்பிக்கலாம்” என்றார் அவர் ஆதரவாக. ராஜேஷ் லேப்டாப்பை திரைக்கு இணைத்து சரிபார்த்து பதினைந்து நிமிடம் எல்லா ஸ்லைடையும் போட்டுக்காட்டி விளக்கும்வரை எதுவும் பேசாமல் கேட்டுக்கொண்டு மட்டுமே இருந்தார். திரை “நன்றி” சொன்னதும் எழுந்தார்.

“ஒரே வார்த்தையில் சொல்லட்டுமா?” பதிலை எதிர்பாராமல் “குப்பை” என்றார். ராஜேஷுக்கு வியர்த்தது.

“நீ கஷ்டப்பட்டுத்தான் இந்தத் தகவல்களைத் திரட்டி வகுப்பு எடுத்திருக்கிறாய். ஆனால் தகவல்தான் இருக்கிறது. நீ எங்கே இருக்கிறாய்? இந்தத் தகவல்களைத் திரட்ட, ஒரு குமாஸ்தா போதும், கூகுள் போதும். இந்தப் பல்கலைக்கழகத்தின் பிஸிக்ஸ் மாஸ்டர்ஸ் மாணவன் எதற்கு? உன் வேலை என்ன? உன் ஆராய்ச்சி என்ன? இதில் அப்படியெல்லாம் எதுவும் இல்லையே?” பத்து நாள்தான் வேலை செய்தேன். ஆனால் அத்தனையும் வீணா? என்னதான் எதிர்பார்க்கிறார்கள் இவர்கள்?”

“நீ முதல் நாள் என்னிடம் இந்தத் தலைப்பில் செமினார் தரப்போகிறேன் என்று வந்தபோது மிகவும் மகிழ்ந்தேன். மாஸ்டர்ஸில் கூட முதல் ஆண்டு மாணவர்கள் இவ்வளவு

தைரியமாக ஆராய்ச்சித் தலைப்பை எடுத்துப் பேசுவது சகஜமான விஷயமில்லை. உனக்கு அடிப்படை விஷயங்களில் நல்ல தேர்ச்சி இருக்கும், அதனால்தான் இவ்வளவு துணிச்சல் என்று நினைத்தேன். இப்போதுதான் புரிகிறது உனக்கு இருந்தது அசட்டுத் துணிச்சல் என்று.” அவர் முகத்தில் கோபம் கொஞ்சம்கூடத் தெரியவில்லை. குரலை உயர்த்தாமல் கிழித்துத் தள்ளுகிறார். ராஜேஷுக்கு அப்படியே காணாமல் போய்விட மாட்டோமா என்றிருந்தது. வாய் முழுவதும் உலர்ந்துவிட்டிருந்தது. நாக்கு மேலண்ணத்தோடு ஒட்டிக்கொண்டு வார்த்தைகள் வர மறுத்தன.

சுரத்தே இல்லாமல் லேப்டாப்பை எடுத்து பைக்குள் நுழைத்தான். “அப்படியென்றால் நாளை மறுநாள்” இந்த வார்த்தைகளை வெளிக்கொண்டுவரவே ஐந்து நிமிடங்கள் ஆயின.

“நீ செமினார் நடத்துவதென்றால் நடத்து. ஆனால் இந்தக் குப்பைக்கு என்னால் பாஸ் மார்க் போட முடியாது.” இப்போதும்கூட அவர் கோபமாகச் சொன்னதுபோலத் தெரியவில்லை. “ஒன்று வேண்டுமானால் செய்யலாம்.” ராஜேஷுடைய மறுமொழிக்குக் காத்திருந்தார். அவன் தலை அசைத்ததும், “இந்தத் தலைப்பு நல்ல தலைப்பு. ஆராய்ச்சி செய்ய ஏற்ற தலைப்பு. அப்படி ஒரு தலைப்பைச் சொன்னதால்தான் உன் மேல் நான் நம்பிக்கை வைத்தேன். இதற்கு இன்னும் கொஞ்சம் நேரம் செலவழி. கொஞ்சம் என்ன கொஞ்சம். ஆறு மாதம் ஒரு வருடம் ஆனால்கூடப் பரவாயில்லை. ஆனால் சொந்தமாக ஆராய்ச்சி செய். ஏற்கனவே இருக்கும் சக்கரத்தை மீண்டும் கண்டுபிடிக்காதே. புதிதாக ஒரு கருத்தாக்கத்தைச் செய். இதை விட்டுவிடாதே” ராஜேஷுக்குக் கொஞ்சம் நம்பிக்கை துளிர்த்தது.

அவருடைய மேஜையில் இருந்த டயரியை எடுத்துப் புரட்டினார். “வெள்ளிக்கிழமை காலை பத்தில் இருந்து பன்னிரண்டு வரை - என்ன செய்கிறாய்?” வெள்ளிக்கிழமை மாலை வேலைக்குப் போகவேண்டும். மதியம் ஒரு லெக்சர் இருந்தது. வெள்ளிக்கிழமை காலை துணி தோய்ப்பான். அது மட்டும்தான் வாரம் முழுதுமே கொஞ்சமாவது வேலை இல்லாமல் இருந்த நேரம். “ஒன்றும் செய்யவில்லை சார்.” பார்த்துக்கொள்ளலாம். இரவு தூக்கத்தைக் குறைத்துக்கொண்டால் போகிறது.

“என் ஆய்வகத்துக்கு அந்த நேரம் மட்டும்தான் காலி. நீ வேண்டுமானால் உபயோகித்துக் கொள். இந்த ஆராய்ச்சியை ஒழுங்காகச் செய். இந்த செமினாரை ஒழுங்காக்கிக்கொள். ஆனால் இன்னொரு முறை கூகுளில் கிடைப்பதை ஆராய்ச்சி என்று வாந்தி எடுக்காதே” திட்டுவது மட்டும் இல்லாமல் சரி செய்ய வழியும் காட்டுகிறார். அவர்மேல் கோபம் வந்ததற்காக வருத்தப்பட்டான் ராஜேஷ். நல்ல மனசுக்காரர்தான்.

அவர் ஆய்வகத்தின் நேரப் பட்டியலில் ராஜேஷ் பெயரை எழுதியதைப் பார்த்துவிட்டு ஆயிரம் சிந்தனைகளோடு மலை இறங்கினான். ராகுல் தன் மேனேஜ்மெண்ட் செமினார் பற்றிச் சொல்லும்போது இப்படித்தானே செய்ததாகச் சொன்னான். அதைக் கேட்டுதானே நானும் வேலையில் இறங்கினேன். இதே பல்கலைக்கழகமாக இருந்தாலும் ஒவ்வொரு படிப்புக்கும் ஒவ்வொரு மாதிரிதான் அளவீடுகள் வைத்திருக்கிறார்கள். ஆராய்ச்சி என்பது பி எச் டி படிப்பவனுக்குத்தானே, மாஸ்டர்ஸ் செய்பவன் எதற்கு ஆராய்ச்சி எல்லாம் செய்யவேண்டும்? நம் ஊரில் இதெல்லாம் கேள்விப்பட்டதுகூடக் கிடையாது.

தன்னை மீறிய வேகத்துடன் இறங்கிக்கொண்டிருந்தபோது போன் வந்தது. “சொல்லு லிஸா.”

“எங்கே இருக்கே?” என்றாள் லிஸா. “மலை இறங்கிகிட்டிருக்கேன்.”

“ஹோட்டல்ல இருந்து கிளம்பிட்டியா? நிறைய வேலையா இன்னிக்கு?” இதெல்லாம் வழக்கமாகக் கேட்கமாட்டாளே. “வழக்கம்போலத்தான்...”

“இன்னிக்கு எதாவது புது கஸ்டமர் வந்தாங்களா?” ராஜேஷுக்கு அவரை எங்கோ பார்த்தமாதிரி இருந்தது நினைவுக்கு வந்தது. குறிப்பாக அவர் கண்கள்.

“என் அப்பாவுக்கு உன்னைப் பிடித்திருக்கிறது. அம்மா அவ்வளவு இம்ப்ரஸ் ஆகவில்லை” என்றாள்.

அத்தியாயம் 8

புளி கொதித்துக் கொண்டிருந்தது. கரண்டியை வைத்துக் கிளறும்போது வெங்காயம் முழுதாகத் தெரிந்தது. இது வெந்துவிட்டது என்று எப்படி தெரிந்து கொள்வது? அம்மாவுக்கு இதுபோன்ற சந்தேகங்கள் வருமா? வாசனை சாம்பார் போலவே இல்லையே. என்ன தப்பு செய்திருக்கிறேன்? இப்போது சாம்பார் பொடியைப் போடலாமா? முதலில் இதுதான் சாம்பார் பொடியா? பருப்பை முதலில் போட்டிருக்க வேண்டுமோ?

“ராஜ்... எதாவது உதவி வேண்டுமா?” அறையில் இருந்து தாமஸ் குரல் கேட்டது. இந்தக் குழுவில் இணைந்திருக்கும் பலரை இதற்குமுன் பார்த்ததில்லை. தாமஸ் ஆஸ்திரேலியாக்காரன். “வேண்டாம். இன்னும் பத்து நிமிஷம். எல்லாம் ஆகிவிடும்” இந்திய உணவு சமைத்துத் தருகிறேன் என்று சொல்லியிருக்கிறேன். இவன் வந்தால் ஆஸ்திரேலிய இந்திய கூட்டுத் தயாரிப்பு ஆகிவிடும். இருக்கும் பத்துப்பேருமே இதற்கு முன் இந்திய உணவு சாப்பிட்டதில்லை. நல்லது. சுவை எப்படி இருக்கும் என்பதும் தெரியாது, இது சுவையே இல்லை என்பதும் தெரியாது. நேற்று இப்படித்தான் உப்புப் போடாத கோழியைக் கொடுத்தான் ஆலன் என்ற ஜெர்மானியன். எல்லாரும் நன்றாக இருக்கிறது என்றுதான் சம்பிரதாயமாகச் சொன்னார்கள். என் சமையலுக்கும் அதைத்தான் சொல்வார்கள்.

பத்து நாள் வெளியூர் வாசம். என்ன பெரிய வெளியூர்? பல்கலைக்கழகத்தில் இருந்து ஒரு மணிநேரம் ரயிலில் வந்தார்கள். பிஎஸ்ஸை என்று கம்பெனியின் பெயர். ஜெர்மனி-ஸ்விட்சர்லாந்து எல்லையில் உள்ள ஊரில் இருக்கும் தொழில் நிறுவனம். பெட்ராவ் செய்யும் ஆராய்ச்சிக்கு இந்த வாரம் மட்டுமே இந்த நிறுவனத்தில் உள்ள இயந்திரங்களைப் பயன்படுத்திக்கொள்ள முடியும் என்று அவசரமாகச் சொன்னார். இண்டர்ன்ஷிப். பணமெல்லாம் கிடையாது, ஒரு வாரம் வேலை செய்ய வேண்டும். ஆராய்ச்சிகளைச் செய்து, தகவல்களைச் சேகரித்து, அவற்றை ஆராய்ந்து அறிக்கை தயார் செய்து கொடுத்தால் ஒரு பாடத்துக்கான க்ரெடிட் ஒரே வாரத்தில் கிடைக்கும். பத்துப் பேருக்கு மேல் வேண்டாம் என்றார். ராஜேஷ் முதல் ஆளாகப் பெயரைக் கொடுத்தான்.

இது பல்கலைக்கழகம் இல்லை. தொழிற்சாலை. தங்குவதற்கான இடமெல்லாம் முறையாக இல்லை. ஒரு பெரிய பட்டறை அறை. தலைக்கு மேல் கிரேன்கள் ஓடத் தயாராக இருந்தன. தரையில் தெளிவாக பெயிண்ட் அடித்து இங்கே நடக்கலாம் இங்கே நடக்கக்கூடாது, இந்த இடத்துக்கு கண் கவசம் இல்லாமல் வரக்கூடாது, இங்கே பார்த்து நடக்கவேண்டும், ஷூவில் இரும்புப் பாதுகாப்புக் கவசம் இருக்கவேண்டும் என்றெல்லாம் ஆயிரம் புத்திமதிகள் சுவரில் பார்க்கும் இடமெல்லாம் ஒட்டப்பட்டிருந்தன. எந்தத் தொழிற்சாலையும் வேலை செய்யாமல் இருந்தாலும் அந்தப் பாதுகாப்பு விதிகளைக் கடைபிடிக்க வலியுறுத்திக்கொண்டிருந்தான் ஒரு சக மாணவன். பாதுகாப்பு என்று சொல்லிவிட்டால் வேறெந்தக் கேள்வியும் கேட்காமல் அதை வேதவாக்காக நினைக்கும் ஆட்கள்தான் ஐரோப்பாவில் அதிகம்.

நாள் முழுக்க வேலை. தொழிற்சாலையின் நீண்ட பட்டறையில் ஒரு பிரம்மாண்ட இயந்திரத்துக்கு ஈசிஜி எடுக்க ஒட்டியது போல எல்லா மூலையிலும் மின் சாதனங்களைப் பொருத்தி, கம்ப்யூட்டர்களைப் பொருத்தி பாதுகாப்பைப் பார்த்து... இவ்வளவு செய்ததும் பேராசிரியர் ஒரு பொத்தானை அழுத்துவார். ஒரு விர்ர்ர்ர்... அரைவினாடி விர்ர்ர்ரில் லட்சக்கணக்கான எண்கள் கம்ப்யூட்டரில் சேர்ந்திருக்கும். அதை இரவெல்லாம் உட்கார்ந்து ஆராயவேண்டும்.

வேறொரு பட்டறையின் மூலையில் சின்னக் கதவைத் திறந்து,

புகை போக்கியெல்லாம் அமைத்து ஒரு தற்காலிகச் சமையலறை ஆக்கிவைத்திருந்தார்கள். இன்னொரு மூலையில் தார்ப்பாய் போட்டு மறைத்த அறைகள் அடுக்குக் கட்டில்களுடன் இருந்தன. அந்தத் தார்ப்பாய்க் கூடாரத்துக்குள் நுழைந்தால்தான் ஷூவின் மேல் போட்டிருந்த இரும்புக் கவசத்தைக் கழட்டவே முடியும். போன் ஓரிடம் தவிர்த்து வேறெங்கும் வேலை செய்யாது. லாப்டாப்பில் இணையம் வராது. கேம்ப் போல வேலை மட்டுமே முக்கியமான பத்து நாட்கள்.

சமையலுக்கு ஒரு நாளைக்கு ஒரு நபர் மட்டும்தான். காலையில் ஒருவன் பக்கத்து ஊரில் இருந்து சாமான் வாங்கி வருவான். நல்லவேளை, அவசர பாக்கிங்கில் கூட ராஜேஷ் சாம்பார் பொடியைக் கொண்டுவந்திருந்தான். இருந்தாலும் பத்து பேருக்குச் சமையல் முதல் முறையாக.

ராஜேஷுக்கு இது பிடித்துத்தான் இருந்தது. எந்தத் தொந்தரவும் இல்லாமல், வெட்டிக்கதை பேசாமல் ஆராய்ச்சியைப் பற்றி மட்டுமே பேசும் சகாக்கள், அந்த சகாக்களில் ஒருவர் போலவே வேலை செய்யும் பேராசிரியர். இன்னும் இரண்டு நாட்களில் இதெல்லாம் முடியப்போகிறதே என்றிருந்தது. மாஸ்டர்ஸ் முடிக்க ஆராய்ச்சிக்கு மட்டும் அறுபது க்ரெடிட்ஸ் எடுக்க வேண்டும். அந்த ஆராய்ச்சிக்குச் செல்வதற்கு அடிப்படைத் தேவையான ஐம்பது க்ரெடிட்ஸ் கூட மூன்று செமஸ்டர்கள் ஆகியும் இன்னும் சேரவில்லை. அதற்கு இந்த இண்டர்ன்ஷிப் உதவி செய்யும். சிஸ்டம். பல நூற்றாண்டுகளாகக் கொஞ்சம் கொஞ்சமாய்ச் செதுக்கி வளர்த்திருக்கும் சிஸ்டம். யாரும் சுலபத்தில் புகுந்து ஏமாற்றிவிட முடியாது.

எந்நேரமும் படித்துக்கொண்டுதான் இருக்கிறேன். வேறெந்தச் சிந்தனையும் இல்லாமல் இதே ஞாபகமாகத்தான் இருக்கிறேன். இருந்தும் இங்கே தேவைப்படும் அளவுக்கு என்னால் சாதிக்க முடியவில்லை. அப்படி ஒரு தரக்கட்டுப்பாட்டை அமைத்திருக்கிறார்கள்.

ஆனாலும் அம்மாவுடன் பேசாமல், லிஸாவுடன் பேசாமல் எட்டு நாட்களை ஓட்டிவிட்டது ஏதோ தவறு செய்தது போலவும் இருந்தது, சமையல் முடிந்துவிட்டது. இனி அவர்கள் விதி. போன் பேசலாமா? இரும்புத்துண்டு வைத்த பாதுகாப்புக் காலணி எடையை

இழுத்துக்கொண்டு தொழிற்சாலைக் கூரைக்கு வெளியே வந்தான். போனின் கருப்பு எழுத்து ஒரு புள்ளியை மட்டுமே காட்டியது. இந்தியாவுக்குப் பேச இது போதாது. பாதியில் துண்டிக்கப்பட்டால் காசு போனது மட்டுமே பலன். இன்னும் கொஞ்சம் நடந்தான். வெளியே மரங்கள் ஆரஞ்சு நிற இலைகளை உதிர்க்கத் தொடங்கி இருந்தன.

மூன்று புள்ளி வந்ததும் முதலில் எவ்வளவு இருப்பு இருக்கிறது என்று பார்த்துக்கொண்டு இந்தியா எண்ணை அழுத்தினான். எதிர்முனையில் போன் அடித்துக்கொண்டே இருந்தது. யாரும் எடுக்கவில்லை. அனிச்சையாக கடிகாரத்தைப் பார்த்தான். இந்தியாவில் இப்போது இரவு எட்டு மணிதானே ஆகிறது. தூங்கும் நேரமெல்லாம் இன்னும் ஆகவில்லையே. யாரும் எடுக்காமல் துண்டிக்கப்பட்டது. இப்போது என்ன செய்வது?

எதிர்வீட்டுக்கு முயற்சி செய்யலாமா? அந்த வக்கீல் அம்மா ஒரு கோபக்காரி. “டெனண்ட் தானே நீங்க? உங்களுக்குத் துணி உலர்த்தக் கொடியெல்லாம் அந்த மூலையிலதான்” என்று அவள் சொன்னது ஞாபகம் வந்தது. ஆனாலும் அவசரத்துக்கு உதவ மாட்டாளா? ஆனால் இது அவசரமா? ஒருவேளை அம்மா எதாவது கடைக்குச் சென்று இருந்தால்? இன்னொரு முறை முயன்று பார்க்கலாம்.

இல்லை. இப்போதும் முழுதாக அடித்து முடிந்தது. பேசி எட்டு நாள் ஆகிவிட்டது. அம்மா போனுக்கு எந்தச் செய்தியும் அனுப்பவில்லை. வழக்கமாக வாரம் ஒரு முறை போன், தினம் ஒரு முறை மின்னஞ்சல் என்று அம்மாதானே சொன்னாள். இந்த வாரம் மின்னஞ்சல் பார்க்க முடியவில்லை. போன் செய்ய முடியவில்லை. அப்படிப்பட்ட நேரத்திலாவது போனுக்கு செய்தி அனுப்பினால் என்னவாம். அப்படி சிக்கனம் பார்த்து என்ன ஆகப் போகிறது? ராஜேஷால் இன்னமும் எதிர்வீட்டுக்கு அடிக்கலாமா வேண்டாமா என்ற முடிவுக்கு வர முடியவில்லை.

திடீரென எண்ணம் பளிச்சிட்டது. லிஸாவுக்குச் செய்யலாம். லிஸா போனை எடுத்ததும் “ஒரு உதவி செய். என் மின்னஞ்சலைத் திற. அம்மா எதாவது அனுப்பி இருக்கிறாளா சொல்.” என்றான். “சரி கொஞ்சம் நேரம் கழித்து நானே போன் செய்கிறேன்.”

ஐந்து நிமிடம்தான். ஆனால் அந்த நேரமே ராஜேஷுக்குச் செய்ய ஒன்றும் வேலை இல்லாமல் ஆணி அடித்தது போல அதே இடத்தில் நிற்க வேண்டியிருந்ததால் நீண்டு தெரிந்தது. தாமஸ் சமையலறைச் சின்னக் கதவைத் திறந்து வெளியே வந்து பார்த்தான். இவனைப் பார்த்ததும் கையசைத்துவிட்டுத் திரும்பிவிட்டான். இன்னும் கொஞ்ச நேரத்தில் எல்லாரும் வந்துவிடுவார்கள். நான் இங்கே மாட்டிக்கொண்டு விட்டேன். போகவும் முடியாது. போனே. ரிங் அடித்துத் தொலையேன்.

ஒரு வழியாக ரிங் அடித்ததும் வேகமாக எடுத்தான். “உன் அம்மா மூன்று நாளாக எந்த மெயிலும் போடவில்லை. அதற்கு முன் ரொம்பச் சுருக்கமாக எதோ உடல் உபாதை, டாக்டரிடம் காட்டப் போகிறேன் என்று எழுதியிருக்கிறாள்.”

ராஜேஷுக்கு அடிவயிறு கலங்கியது. அம்மா மூன்று நாட்கள் மெயில் போடாமல் இருக்கமாட்டாளே. எதாவது பெரிதாக? நினைக்காதே. அப்படியெல்லாம் ஒன்றும் இருக்காது. இல்லாவிட்டால் ஏன் மெயில் போடவில்லை? வேறு எதாவது காரணம் இருக்கும். வேறு யாரும் உனக்கு தைரியத்தைத் தர முடியாது. நீயேதான் பார்த்துக்கொள்ளவேண்டும். தைரியமாக்கிக் கொள். லாயர் மீனாட்சிக்கு போன் அடிக்க வேண்டியதுதான்.

“யாரு ராஜேஷா? அப்படியெல்லாம் இங்கே யாரும் இல்லை...” என்றவளுக்குக் கூப்பிடுவது ராஜேஷ் எனப் புரியவைத்து எதிர்வீட்டு ஆள் என்றெல்லாம் சொன்னதும்தான் சொன்னாள்.

“ஓ 2ஏ லலிதாவா? அவங்க ஏதோ ஹாஸ்பிடல்ல அட்மிட் ஆயிருக்காங்க. நாளைக்கு வேணா கேட்டுச் சொல்றேன்.”

ராஜேஷ் கையில் இருந்து போன் கீழே விழுந்தது.

அத்தியாயம் 9

விமானத்தின் உள்ளே இருக்கும்வரை ஜெர்மனி போலவேதான் இருந்தது. கதவைத் தாண்டிய உடனே சென்னை தெரிந்தது. அந்த அதிகாலை வேளையிலும் விபூதி குங்குமம் வைத்திருந்த கேட் ஆசாமி இவனை விரோதி போலப் பார்த்துவிட்டு உடனே அடுத்துவந்த வெள்ளைக்காரனுக்காக முகத்தை இனிமையாக மாற்றினான். நடக்கும் வழியில் கண்ணாடி ஜன்னலுக்கு அந்தப் பக்கம் விமானம் ஏற வரிசை பரபரப்பாக முண்டியடிக்கத் தொடங்கியது தெரிந்தது. வழியில் இருந்த படங்கள் மகாபலிபுரம் தஞ்சாவூர் கோயில்களைக் காட்டி வரவேற்றாலும் "இந்த வரிசை டிப்ளமாட்டிக் பாஸ்போர்ட்டுக்கு" என்று க்யூ மாற்றிய போலீஸ்காரனின் முகத்தில் வரவேற்பு எல்லாம் இல்லை. பாஸ்போர்ட்டில் இமிக்ரேஷன் முத்திரையிட்ட பக்கத்தை பத்திரமாகப் பிடித்துக்கொண்டு போகச்சொன்னார்கள், இன்னொருவர் சரிபார்ப்பாராம். உலகின் வேறெந்த ஊரிலும் இல்லாத நடைமுறை. மாடி இறங்கி கைப்பைகளை இன்னொரு சோதனை தாண்டி சக்கரங்கள் சிக்காத டிராலியைத் தேடிப் பார்த்து பெட்டி வரக் காத்திருந்து வெளியே வந்து ஆட்டோ பேரம் பேசி வரப்போகும் பாலங்களுக்காகக் குறுகிய சாலைகளில் குதித்துச் சென்று அடுக்கக வாசலில் பூட்டப்பட்டிருந்த இரும்புக் கிராதியை உலுக்கி வாட்ச்மேனை எழுப்பி 2 ஏ கதவைத் தட்டித் திறந்த

அம்மாவைக் கட்டிப்பிடிக்கும்வரை, ராஜேஷின் மனம் அவனைவிட இரண்டு படிகள் முன்னாகவே யோசித்துக்கொண்டிருந்தது.

“என்னடா திடுதிப்புன்னு வந்திருக்கே... முன்னே சொல்லியிருந்தா ஏர்போர்ட்டுக்கு வந்திருப்பேன் இல்ல?” அம்மாவுக்கு அதிர்ச்சி இன்னும் விலகவில்லை. மகிழ்ச்சியாக இருந்தாலும் ஏன் இப்படி வந்து நிற்கிறான் என்று அரைநொடிக்குள் ஆயிரம் காரணம் யோசித்த பயத்துடனும் இருந்தது ராஜேஷுக்குப் புரிந்தது.

“பால்கூட இல்லை. வர அரை மணி ஆகும்” அலுத்துக்கொண்டவளைப் பார்த்தான். என்னைத் தவிர வேறேதும் தெரியாத நினைக்காத ஜீவராசி. “ஆமாம்டா, காசுக்குக் கஷ்டம்தான். இல்லைன்னு சொல்லலை. ஆனா உன் ப்ரொஃபசர் எல்லாம் சொல்றதைப் பார்த்தா எவ்வளவு ஆசையா இருக்கு தெரியுமா? அதான் கடன் கிடைக்கும்னு சொல்றாங்க இல்ல? நீ முதல்ல அப்ளிகேஷன் போடறதுக்கு உண்டான வேலைகளைப் பார்” என்னுடைய வளர்ச்சிக்காக வயிற்றில் ஈரத்துணி கூடக் கட்டிக்கொள்ளத் தயாரானவள். கட்டிக்கொண்டுதான் இருக்கிறாள் என்பதுபோல இளைத்துத் தெரிந்தாள். கண்களுக்குக் கீழ் கருவளையம் அதிகமாகத் தெரிந்தது. நரைமுடிகளுக்கு இடையில் ஓரிரு கருமுடிகள்தான் மிச்சம். ஒன்றரை வருடங்களில் பத்து வயது அதிகமாகிவிட்டிருக்கிறது.

“என்ன ஆச்சு? எதுக்கு ஹாஸ்பிடல்?” என்றான் ராஜேஷ் பையைப் பிரித்துக் கொண்டே.

“ஒண்ணும் இல்லைடா. சும்மா எல்லாருமாச் சேந்து பெரிசு பண்ணிட்டாங்க. போன ஞாயித்துக்கிழமையா? பக்கத்து வீட்டம்மா வந்திருந்தாங்க. அவங்க பேரப்பையனுக்கு விளையாட்டு காட்டிக்கிட்டிருந்தாங்க. திடீர்னு ஒரு வலி. வழக்கமா வர வயித்து வலிதான். கொஞ்சம் அதிகமாகி மயங்கி விழுந்துட்டேன். பக்கத்து வீட்டம்மா உடனே டாக்டரைக் கூப்பிட்டு அவர் அப்சர்வேஷன்ல வைக்கணும்னு சொல்லி ரெண்டு நாள் ஆஸ்பிடல் வாசம். இதுக்கெல்லாமா கிளம்பி வருவே. நான் பாத்துக்குவேண்டா.” சொல்லும்போது மூச்சிரைத்ததைக் கவனித்தான். இளங்கோ டாக்டரிடம் பேசவேண்டும்.

பெட்டியைத் திறந்தபோது கரும்பச்சை நிறத்தில் ஷால் தெரிந்தது/ அதை எடுத்து “அம்மா, இது உனக்காக வாங்கி வந்தேன். சுடிதார்

டாப்ஸ் மாதிரி எதாவது போட்டா மேலே போட்டுக்கோ" அம்மா மகிழ்ச்சியாக சிரித்தாள். அப்பாடா. நல்லவேளை பிடித்திருக்கிறது.

"என் அம்மாவுக்கு கரும்பச்சை பிடிக்கும் என்பது உனக்கு எப்படி தெரியும்?" லிஸா சிரித்தாள். "ஏண்டா. நீ எனக்கு உன் அம்மாவைக் காட்டியது மூணு நாலு போட்டோ இருக்குமா? அதில் ஏறத்தாழ எல்லாவற்றிலும் உன் அம்மா கரும்பச்சைப் புடைவைதான் கட்டிக்கொண்டிருந்தாள். யாராவது பிடிக்காத நிறத்தில் நிறைய வாங்கி வைப்பார்களா?"

அவசரமாகக் கிளம்பும்போது பேக்கிங் உதவிகளையும் அவள்தான் செய்தாள். எல்லாரும் வந்துவிட்டிருந்தார்கள். செல்வன் "ஒண்ணும் ஆயிருக்காது. அதான் பக்கத்து வீட்டம்மா சொல்லிட்டாங்க இல்ல, வீட்டுக்கே வந்துட்டாங்கன்னு... கவலைப்படாதே." என்றான். ஃபரான் "செல்வன் சொல்வது சரிதான். இருந்தாலும் ஒருமுறை போய்ப் பார்த்து வந்துவிடுவது நல்லது. நீயும் ஊரில் இருந்து வந்து ஒன்றரை வருடம் ஆகியிருக்கும், இல்லையா?" என்றான். அறைச் சகா லியம் பொதுவாக எதிலும் பட்டுக்கொள்ள மாட்டான். அவனே "எதாவது பணத்தேவை இருந்தால் சொல்" என்றான். ராகுல் விமான டிக்கட்காரனிடம் போனில் பேரம் பேசிக்கொண்டிருந்தான். ராஜேஷுக்கு இவர்களுக்கு நன்றி சொல்வதா, சொன்னால் தப்பாக எடுத்துக்கொள்வார்களா என்றுகூடத் தெரியவில்லை. தாமஸ்கூட வந்திருந்தான். "பெட்ராவ்கிட்ட சொல்லிடறேன். அவரும் புரிஞ்சுப்பார். ஒரு வாரத்துல திரும்பி வந்துடு. லெக்சர் நோட்ஸ் எல்லாம் எடுத்து வைக்கிறேன்." என்றான்.

"படிப்புதானடா முக்கியம்? அதுக்காகக் கிளம்பிப் போனது இப்ப எனக்கு சுண்டுவிரல் சுளுக்குன்னா கிளம்பித் திரும்ப வரதுக்கா?" அம்மா பால் பாக்கெட்டைக் கத்தரித்து லாகவமாக பாத்திரத்தில் ஊற்றினாள். காபியை நானே போட்டுக்கொள்ள வேண்டியதில்லை. இதுவே எப்படிப்பட்ட விடுதலை!

"சும்மா பேசாதேம்மா. எனக்கு அங்கே செமஸ்டர் முடியப்போகுது, லீவைக் கொஞ்சம் முன்னால எடுத்துக்கிட்டேன், அவ்வளவுதான். சுண்டுவிரல் சுளுக்குக்கா மூணு நாள் ஹாஸ்பிடல்ல வச்சிருந்தாங்க? முதல்ல உன்னைச் சரி பண்ணிட்டு, அப்புறம் கிளம்பறேன்."

காபி குடித்துவிட்டு ஊர் எப்படி மாறியிருக்கிறது என்று பார்க்க வெளியில் கிளம்பினான். எந்த மாற்றமும் இல்லை. தெரு முனையில் இவன் வருவதைப் பார்த்ததும் உர்ரென்று குரைக்க ஆயத்தம் செய்து அடங்கும் கருப்பு நாய் உட்பட எல்லாம் அதே போலத்தான் இருந்தன. செய்தித்தாள் கடையில் சீனுவாசனிடம் கொஞ்சம் நாட்டு நடப்பு பேசிவிட்டு பத்திரிகை வாங்கிக்கொண்டான்.

திரும்ப வரும்போது வீட்டுவாசலில் ஆட்டோ ஹாரனை அடித்துக்கொண்டு காத்திருந்தது. “ஒரு நிமிஷம்ப்பா” லாயர் மீனாட்சிதான். அவசரமாக ப்ரெட்டைப் பையன் வாயில் திணித்து ஆட்டோ ஏற்றினாள். இவனைப் பார்த்து “என்னப்பா ராஜேஷ், சௌக்கியமா? அன்னிக்கு போன் பண்ணப்ப குரல் அடையாளம் தெரியலை. படிப்பு முடிஞ்சிருச்சா?”

ராஜேஷ் தயக்கமாக “இல்லை, இன்னும் ஒரு ஆறு மாசம் இருக்கு. அம்மாவுக்கு உடம்பு முடியல, பாத்துட்டுப்போகலாம்னு வந்தேன்.”

“அப்படியா? நீ 2005ல போனே இல்ல? ஏறத்தாழ ரெண்டு வருஷம் ஆயிருச்சே” நான்கூட கணக்கு வைத்திருக்கவில்லை. அவளே தொடர்ந்தாள். “என் அண்ணன் பொண்ணு உன் செட்டுதான். உன்னோடதான் பி எஸ்சி முடிச்சா. இப்ப எம் எஸ்சி முடிச்சு பி எட் பண்ணிகிட்டிருக்கா” அவசரம் அவசரமாக அடுத்தவருடன் போட்டி போட்டுக்கொண்டு படிப்பை முடிக்கவேண்டும் வேலை வாங்க வேண்டும். மையமாகப் புன்னகைத்துவிட்டு வீட்டுக்குள் நுழைந்தபிறகும் அவளைப் பற்றியேதான் யோசித்துக்கொண்டிருந்தான்.

எல்லாவற்றுக்கும் அவசரம். எதையும் விட்டுவிடக் கூடாது. வரிசை தவறக்கூடாது. உன்னைவிட என் அண்ணன் பெண் மேல். பக்கத்து வீட்டுக்காரக் குழந்தையை விட என் குழந்தை மேல். அந்த ஒரு நொடி பேசும்போது மேல் என்று சொல்லிக்கொள்வதற்காக எந்தத் தியாகமும் செய்யத் தயங்காத தாய்க்குலத்தின் பிரதிநிதி இவள்.

ப்ரெட்டின் வெண்ணெய் வாயெல்லாம் வழிய ஆட்டோ ஏறிய அவள் பையன் நினைப்பு வந்தது. “என் பையன் அபாகஸ் கராத்தே மிருதங்கம் எல்லாம் போறான். எல்லாத்துலயும் பர்ஸ்ட் க்ரேட். கீபோர்ட்ல இப்பவே ரெண்டு லெவல் முடிச்சுட்டான்” ராஜா வீட்டுக் குழந்தைகளுக்கு மல்யுத்தம் யானையேற்றம் குதிரையேற்றம்

சொல்லித் தருவது போல. பள்ளியில் இருந்து திரும்பினால் அடுத்த பயிற்சி, ட்யூஷன் என்று ராணுவ அட்டவணை போல. அந்தப் பையனுக்கு மரமேறத் தெரியுமா?

உடனே தன் அம்மாவைப் பற்றியும் சிந்தனை திரும்பியது. அவள் மட்டும் என்ன விதிவிலக்கா? அவளும் இதேபோலத்தானே அடித்து விரட்டி வளர்த்தாள்? ஒன்பதாம் வகுப்பு படிக்கும்போது பெற்றோர் ஆசிரியர் சந்திப்பில் அம்மா பேசி இவனுடைய டீச்சர் அழுதது ஞாபகம் வந்து சத்தமாகச் சிரித்துவிட்டான்.

“எதுக்குடா சிரிக்கிறே?” அம்மா தரையில் அமர்ந்து கத்திரிக்காய் நறுக்கிக்கொண்டிருந்தாள். சொன்னான்.

“என் பையன் ஹிஸ்டரில வீக்னு நீ எப்படிம்மா சொல்வே? அவனுக்கு எல்லா சப்ஜெக்டும் அவ்ளோ நல்லா வருது, இது மட்டும் வரலைன்னா நீதானே காரணம். மாசமானா ட்யூஷன் பீஸைக் கொடுக்காட்டி வெளிய நிக்க வச்சிடறீங்க. ஆனா உங்க வேலையை நீங்க சரியாச் செய்யாதீங்க. கேட்டா பையன் வீட்ல படிக்கலை ரோட்ல படிக்கலைன்ன வேண்டியது. படிக்கத்தானே இங்க அனுப்பறோம், அதுக்குதானே துட்டு கொடுக்கறோம். பேசறேன் நான் ப்ரின்ஸிபால்கிட்ட” அம்மா அன்று பேசியது போலவே சொல்லிக்காட்டினான். “பாவம்மா அந்த டீச்சர். ஏதோ ஒரு டிகிரிய முடிச்சுட்டு கல்யாணத்துக்கு முன்னால கொஞ்சம் ஈஸியான வேலை பாக்கலாம்னு ஸ்கூல்ல சேர்ந்தா... உன்னை மாதிரி அம்மாக்கள் அவளை அழ விடறீங்க.”

அம்மா சாதாரணமாக, “அப்ப நான் சொன்னதுல என்ன தப்புன்னு சொல்றே? ஒரு ஸ்டூடண்டுக்கு சப்ஜெக்ட் வரலைன்னு சொல்லவா அவங்களுக்கு சம்பளம்? எதாவது பண்ணி பாஸ் பண்ணவைக்கறதுதானே அவங்க ரெஸ்பான்ஸிபிளிட்டி?”

இந்தத் தர்க்கத்தை பெட்ராவிடம் சொல்லவேண்டும். வாயால்கூடச் சிரிக்கமாட்டார்.

அத்தியாயம் 10

புடலங்காய்க் கூட்டு கொதித்துக் கொண்டிருந்தது. "கருவேப்பிலையை அரைச்சுப்போடணுமா, அப்படியே போடணுமாம்மா?" என்றான் ராஜேஷ். "இருபது வருஷம் கூடவே சுத்திக்கிட்டிருந்தே, ஒரு முறை சமையல் ரூம் பக்கமாவது எட்டிப்பார்த்து இருப்பியா? எல்லாம் அவனவனுக்குத் தேவைன்னா" அம்மா சிரித்தாள்.

வாசல் மணி அடித்தது. இரண்டு பேர். அப்பா மகன் போல இருந்தார்கள். இவன் கதவைத் திறந்ததும் நேராக உள்ளே நுழைந்து உட்காரச் சென்றுவிட்டார்கள். தெரியாத ஆள் கதவைத் திறக்கிறானே, ஒரு ஹாய் ஹலோ சொல்வோம். ம்ஹூம். சுவாதீனமாக அப்பா நாற்காலியில் அமர மகன் தட்டுத்தடுமாறி வேடிக்கை பார்த்துக்கொண்டிருந்தான். "லலிதா இல்லை?"

சமையலறையில் இருந்து வந்த அம்மா பதட்டமாக "வாங்க சார். சாரி, உள்ளே வேலையாக இருந்தேன். ராஜேஷ், இது எங்க பி1." ராஜேஷுக்குக் கொஞ்சம் கோபம்கூட வந்தது. அம்மா ஏன் மன்னிப்பு கேட்கவேண்டும்? அவர்கள் வந்தது நம் வீட்டுக்கு. பார்த்தவுடனேயே மரியாதை கொடுக்கும் முகமாகவும் தெரியவில்லை. பி1 என்று அம்மா சொல்லிக் கேள்விப்பட்டிருக்கிறான். அலுவலகத்தில் உயர் அதிகாரி. வீட்டிலும் அதே மரியாதையை எதிர்பார்த்தால் எப்படி?

"இதுதான் பையனா? வந்து ரெண்டு நாள் ஆச்சாப்பா?" ராஜேஷுக்கு இன்னும்கூட அந்த நபர்மேல் ஒரு இனம்புரியாத கடுப்பு இருந்தது. ஏன், வந்த அன்றே போய் ஆசிர்வாதம் வாங்கியிருக்கவேண்டுமாமா? "ஆமாம், வர வியாழன் கிளம்பறேன்." சார் எல்லாம் சேர்க்கவில்லை. அம்மாவுக்குத்தான் அந்தத் தலையெழுத்து. பேசாமல் வெளியே கிளம்பிப் போய்விடலாமா? "உன்னைப் பார்க்கதான்ப்பா வந்தேன்." முதல்முறை பார்க்கிறாய், கொஞ்சம் மரியாதையாகப் பேசமாட்டாயா?

ராஜேஷ் ஒரு நொடி நிதானித்து யோசித்தான். ஒன்றரை வருடங்களுக்கு முன்பு இப்படியெல்லாம் யோசித்திருக்கக்கூட மாட்டேன். இதுதான் சகஜம். வேலையில் பாஸ் என்றால் எல்லா இடங்களிலும் முதலாளி மாதிரிதான் அரசாங்க அதிகாரிகள் நடந்துகொள்வார்கள். அவருடைய மேலதிகாரியிடம் அவர் குழைகிறார் அல்லவா, அதே குழைவைக் கீழ்ப்பக்கமும் எதிர்பார்த்தால் என்ன தவறு என்றுதான் யோசிப்பார்கள். நான் தான் வெளிநாடு போய் அங்கே வழக்கத்தைப் பார்த்து இப்படியெல்லாம் யோசிக்கிறேன். என்னைப் பார்க்க ஏன் வந்தான் இந்த ஆள்?

"ப்ரதீப் இந்த வருஷம் ப்ளஸ் ஒன். உங்க ஊருக்கு இழுத்துப் போட்டுக்கோ. என்ன சொல்றே?" இந்த வரியை எப்போது கேட்டாலும் யார் சொன்னாலும் நகைச்சுவை ஆகப்போவதில்லை. ஆனால் அவரும் அம்மாவும் சிரித்தார்கள். இழுத்துப் போட்டுக்கொள்வதற்கு எங்கள் ஊர் என்ன கபடி மைதானமா? பையனைப் பார்த்தான். அப்பா போலவே அதே நீண்ட முகம், யாரோ அடித்துச் சப்பையானதைப் போல இருந்த மூக்கு, என்ன இவன் கொஞ்சம் ஒல்லியாக இருந்தான். தொந்தி இல்லை.

"என்ன படிக்கப் போறே ப்ரதீப்?" ராஜேஷ் தானும் ஒருமையில் பேச ஆரம்பித்ததை எண்ணி ஆச்சரியப்பட்டான்.

"அவனை எதுக்குக் கேக்கறே? எந்த லைன்ல சீக்கிரமா ஒரு டிகிரி வாங்க முடியும், நல்ல வேலை கிடைக்கும்னு எல்லாம் உனக்குத் தெரியாதா? அதுக்கு என்ன படிக்கணும்னு சொல்லு, படிக்கப் போறான்?" அதாவது தேவைகளை முதலில் எழுதிக்கொண்டு, சாப்ட்வேர் ப்ரொகிராம் போல அவனை வளைக்கப் போகிறாய். இங்கே பேசினால் ப்ரதீப்புக்கும் நல்லதில்லை, ராஜேஷுக்கும் தாங்காது. "எனக்கு மாடில ஒரு வேலை இருக்கு. நீயும் வா ப்ரதீப், பேசலாம்." கிளம்பி விட்டான்.

மேலே போனதும் பொறுமையாக ஆரம்பித்தான். "ப்ளஸ் ஒன் எந்த க்ரூப் எடுத்திருக்கே?"

"டெந்த் மார்க்கை வச்சு எனக்கு முதல் க்ரூப்பே கிடைச்சிருச்சு." முதல் க்ரூப். கணக்கு, பிசிக்ஸ், கெமிஸ்ட்ரி, கம்ப்யூட்டர். முதல் க்ரூப் என்று சொல்லும்போதே ப்ரதீப் குரலில் பெருமையைக் கவனித்தான். இவனுக்கு மட்டுமல்ல, ஊருக்கே ஒரு மேட்டிமைத்தனம் வந்துவிடுகிறது. இந்தப் பாடங்களுக்கு யார் உயர் அந்தஸ்து கொடுத்தது? எப்படி இது முதல் க்ரூப் ஆனது? இது எஞ்சினியரிங் படிக்க வழி, எஞ்சினியரிங் சம்பாதிக்க வழி. அதுவும் லட்சங்களில்.

அப்பா இருந்தபோது அம்மா சொன்ன "நீ படிச்ச பி காம் படிச்சவங்கதான் இன்னிக்கு பேங்க்ல ஆபிஸர் ஆகிக் கொழிக்கறாங்க" ஞாபகம் வந்தது. அந்தக் குதிரை ஓய்ந்துவிட்டது. இப்போது எஞ்சினியரிங் குதிரை வாலில் அத்தனை பேரும் பணம் கட்டுகிறார்கள். இன்னும் எவ்வளவு நாள் ஓடும் இந்தக் குதிரை?

"பேச்சுலர்ஸ் எங்க பண்ணப் போறே? இங்கேயேவா இல்லை அதையும் வெளிநாட்டில் பண்ற ஆசையா" என்று கேட்டான் ராஜேஷ்.

"தெரியல... நீங்க இங்கதான பண்ணீங்க... அதே மாதிரி பண்ணலாமா, இல்ல..." என்று இழுத்தான். முடிவெடுக்கும் தகுதி தனக்கு இல்லை என்றே அவன் நினைக்கிறான்.

"அப்படியும் செய்யலாம். ஆனா முக்கியமான விஷயம் படிக்கிறதுன்றது ஆசையாச் செய்ய வேண்டிய வேலை. இதைப் படிச்சா பணம் வரும், இப்படிப் படிச்சா சீக்கிரம் முடிக்கலாம் - இப்படி எல்லாம் படிக்கிறது இந்த ஊருக்கு வேணா சரி வரும். ஆனா வெளிநாட்டில் அப்படி யாரும் படிப்பைப் பார்க்கறது இல்லை. எந்த சப்ஜெக்ட்டா இருந்தாலும் பரவாயில்லை ஆனால் அதுக்காக நீ உயிரை விட தயாராக இருக்கணும். அப்படி இருந்தால் தான் அங்க காலேஜ்ல இடம் கிடைக்கிறதுல இருந்து மார்க் வாங்கறது, படிப்பை ஒழுங்கா முடிக்கறது எல்லாமே செய்ய முடியும்." ராஜேஷ் தன் செல்லச் சிந்தனைகளை எல்லாம் கேட்க ஓராள் கிடைத்ததில் விரிவுரையாக்க ஆரம்பித்துவிட்டான்.

"அங்கேயும் காலேஜ்ல சீட் கொடுக்க எண்ட்ரன்ஸ் எக்ஸாம் எல்லாம்

உண்டா?'' இப்போதும் அவனுக்கு தான் சொன்ன விஷயம் உள்ளே போனதாகவே தெரியவில்லை. இதையெல்லாம் அவ்வளவு சீக்கிரம் எதிர்பார்க்கவும் முடியாது.

“இதோ பாரு ப்ரதீப். வெளிநாட்டில் போய்ப் படிக்கறது சுலபம். கொஞ்சம் காசு இருந்தா போதும். ஏன் கடன்கூட வாங்கிக்கலாம். ஆனால் சில பேஸிக் விஷயம் புரிஞ்சுக்கணும். ஏதோ ஒரு காலேஜ்ன்னு படிக்கறதுக்கு வெளிநாடு ஒண்ணும் தேவையில்லை. நல்ல டாப் காலேஜ்ல இடம் கிடைக்கணும்னா நீ இங்க வாங்குற மார்க்குக்குப் பெரிய மரியாதை இல்லை. குளோபல் லெவல்ல பெரிய அளவுல இருக்க காலேஜுக்கு, மார்க் பல அளவுகோள்கள்ல ஒண்ணு - அவ்வளவுதான்! அவங்க இன்னும் முக்கியமாகப் பார்க்கிறது - உனக்கு படிக்கறதுக்கு எவ்வளவு ஆர்வம் இருக்கு அப்படின்னு தெரிஞ்சுக்கிறதுதான். அதை அவங்களுக்குத் தெரியப்படுத்தணும்னா மார்க்குக்கு மேல நீ பல விஷயங்கள் செய்யணும் - உதாரணமா ஏதாச்சும் ப்ராஜெக்ட், பாடத்தோட சம்பந்தப்பட்ட இன்டர்ன்ஷிப் - இந்த மாதிரி படிப்பு தாண்டி ஆனா உனக்கு சப்ஜெக்ட் மேல இருக்க ஆர்வத்தைக் காட்டுற விஷயங்கள்தான் முக்கியம். சில காலேஜ்கள்ல எண்ட்ரன்ஸ் எக்ஸாம் மாதிரி இருக்குதான். இருந்தாலும் அவங்க அதையும் முக்கியமாக எடுத்துக்கறதில்லை.'' ராஜேஷ் நீளமாகப் பேசினாலும் ப்ரதீப் கேள்வி சுருக்கமாகவே இருந்தது.

“அப்ப என்ன சப்ஜெக்ட் படிக்கலாம், கேரியருக்கு எது நல்லது?'' விடியவிடிய ராமாயணம் கேட்டுவிட்டு...

“அதை நான் எப்படிப்பா சொல்ல முடியும்? எதா வேணா இருக்கலாம். உனக்கு எதுல ஆர்வம்னு நானோ உங்கப்பாவோ முடிவெடுக்க முடியுமா?'' நேரமாகிக் கொண்டிருக்கிறது. இளங்கோ டாக்டர் மதியம் மூன்று மணிக்கு வந்து பார்க்கச் சொல்லியிருக்கிறார். குளித்து சாப்பிட்டுக் கிளம்ப வேண்டும். கீழே வந்தார்கள்.

அப்பாவும் மகனும் கிளம்பத் தயாரானவுடன் ப்ரதீப்பைப் பார்த்துச் சொன்னான். “நீ முதல்ல என்ன படிக்கப் போற அப்படின்றத முடிவு பண்ணிட்டு என்கிட்ட சொல்லு. அப்புறம் அதை எங்க படிச்சா நல்லதுன்னு பாக்கலாம். அப்புறம் அங்க படிக்கிறதுக்கு என்ன தேவைன்னு தெரிஞ்சுக்கலாம், தெரிஞ்சுகிட்டு அதுக்கான வேலைங்கள்ல இறங்கலாம். இப்படித்தான் இதை அப்ரோச்

பண்ணனும்.'' இப்போதும் அப்பாதான் பதில் சொன்னார். ''அதெல்லாம் பாத்துக்கலாம். நீ டீடெய்ல்டா ஒரு ரிப்போர்ட் கொடு. எங்க படிக்க எவ்வளவு செலவாகும், என்ன ஜாப் ஆப்பர்ச்சூனிட்டிஸ்...'' ரிப்போர்ட் கொடுத்தால் மார்ஜினில் ''*submitted for BDO approval*'' என்று எழுதி அனுப்புவாயா? இவர்களுடன் பேசிய நேரம் விரயம்தான்.

இளங்கோ டாக்டரிடம் தானும் வருகிறேன் என்றாள் அம்மா. ''நீ எதற்கு? இங்கே உனக்கு வேலை இருக்கிறது. ப்ளட் ரிப்போர்ட் எல்லாம் இந்த ஃபைல்ல இருக்கு இல்லையா?''

டாக்டர் இவனைப் பார்த்ததும் ஃபைலை வாங்கிப் பார்த்தார். ''உங்க அம்மாவுக்கு பயங்கர ரெசிலியன்ஸ்ப்பா. வயித்துல ஒரு கட்டி வந்திருக்கு. படுத்தி எடுத்திரும். ஸ்டேஜ் 3 ஓவரியன் கேன்ஸர். இந்த அளவுக்கு வலியெல்லாம் இருந்தா தாங்க முடியாது. எப்படியோ தாங்கிக்கிட்டிருக்காங்க.''

கேன்சர் என்ற வார்த்தையைக் கேட்டவுடன் ராஜேஷுக்கு வார்த்தை வரவில்லை. இதயத்தில் ஒரு பள்ளம் விழுந்தது. நீண்டநேரம் வெறித்துவிட்டுக் கேட்டான்

''இதுக்கு ட்ரீட்மெண்ட் இருக்கா டாக்டர்?''

''ஆப்பரேஷன் பண்ணலாம். ஆனா அது உடனே முடியாது. முதல்ல லேப்ராஸ்கோபி பண்ணி பயாப்ஸி எடுத்து இதானான்னு கன்ஃபர்ம் பண்ணணும். அப்புறம் கீமோதெரபி. அதுக்கு அப்புறம்தான் ஆப்பரேஷன் பண்ணணும்.''

''அது வரைக்கும் டாக்டர்?''

''என்ன பண்றது. வலியோடத்தான் இருந்தாகணும். கொஞ்சம் பெய்ன்கில்லர் வேணா தரேன். வலி தாங்கறது கஷ்டம்தான். ஆனா இதான் ப்ரொசிஜர். வேணும்னா செகண்ட் ஒபினியன் வாங்கிக்கங்க.''

இன்னும் மூன்று மாதங்கள் என்பதுதான் ராஜேஷ் மனதில் முதலில் பதிவானது. மாஸ்டர்ஸ் முடித்துவிடலாம். ஆனால் அந்தச் சிந்தனையே அவனுக்குப் பெரிய குற்ற உணர்வைத் தந்தது. அம்மாவின் வலியைவிட உனக்கு உன் படிப்பு முக்கியமாகப் போய்விட்டதா?

அத்தியாயம் 11

“நான் அடுத்த வாரம் லண்டனுக்குப் போகிறேன். இனி நீதான் அங்கே வரவேண்டும்” லிஸா பேச்சில் கொஞ்சம் தழுதழுப்பு தெரிந்தது. ராஜேஷ் உடைகளை சரிசெய்துகொண்டு பையை எடுத்துக்கொண்டிருந்தான். அவனுக்கு என்ன சொல்வது என்று தெரியவில்லை. எதிர்பார்த்ததுதான் என்றாலும் வெறுமை ஏற்படுவதைத் தவிர்க்க முடியவில்லை. நிஜத்தைத் தள்ளிப்போட முடியாது என்பதும் உண்மைதான். படிப்பதற்காக வந்தாள், அவளுக்கு இரண்டு செமஸ்டர்தான் படிப்பு என்பதால் சீக்கிரமே முடிந்துவிட்டது. திரும்பிப் போய்தானே ஆகவேண்டும்?

“ஒன்றும் சொல்ல மாட்டாயா?” விடாப்பிடியாகத் தொடர்ந்தாள். போகாதே என்று சொல்லவேண்டும் என்று எதிர்பார்க்கிறாளா? காதல்தான். ஆனால் கண்மூடிய காதல் இல்லை. உனக்கு வேலை கிடைத்துவிட்டது. எனக்கு இன்னும் ஒரு வழி தெரியவில்லை. பெட்ராவ் இன்னும் ஆராய்ச்சி முடிவுகளை அங்கீகரிக்கவில்லை. ஆராய்ச்சி முடிவுகளைப் பரிசீலித்து, மதிப்பெண் வழங்கினால்தான் மாஸ்டர்ஸ் பூர்த்தியாகும். அதற்குப் பிறகுதான் பி எச் டி. அதுவும் கிடைக்குமா கிடைக்காதா என்று தெரியவில்லை. அம்மாவின் வலி வேறு அவ்வப்போது நினைவிற்கு வந்து படுத்தி எடுக்கிறது. இதையெல்லாம் யோசிக்காமல் டூயட் பாடிக்கொண்டிருக்க நானொன்றும் சினிமாக் காதலன் இல்லை.

“இல்லைதான். நானும் சினிமாக் காதலி இல்லை ராஜேஷ். இருந்திருந்தால் உன்னுடன் சேர்ந்திருக்க இந்த ஊரில் வேலை தேடி இருக்க மாட்டேனா? ஆனாலும் உன் முகத்தில் கொஞ்சம் வருத்தம்கூடத் தெரியாததில் ஒரு வருத்தம்.” லிஸா சொன்னதில் இருந்த அபத்தத்தை அவளாவது அறிந்திருந்தாளா? வருத்தம் இல்லாமலா? இரண்டு வருடம். ஊரில் ஒரு பெண் என்னைத் திரும்பிக்கூடப் பார்த்ததில்லை. வெளியூரில் உதவிசெய்ய வந்த கடவுள். மனத்தாலும் பணத்தாலும் உடலாலும் எனக்கு ஆறுதல் தந்துகொண்டே இருக்கும் தேவதை. இவளும் இல்லாமல் இங்கே இருப்பதைப் பற்றி நினைத்துப் பார்க்கக்கூட முடியவில்லை. தொட்டால் நொறுங்கிவிடும் அளவில்தான் ராஜேஷ் இருந்தான்.

ஆனால் யதார்த்தம் என்பதையும் கவனிக்க வேண்டாமா? இந்த ஊரில் வேலை தேடி இருந்தால் மட்டும் கூட இருக்க முடியுமா? நான் எப்போது கிளம்புவேன், எந்த ஊரில் பி எச் டி செய்வேன் என்பதெல்லாம் எனக்கே தெரியாது. அம்மா இருக்கும் நிலையில் அவளை இங்கே அழைத்து வரும் அளவுக்காவது ஒரு வேலை கிடைத்தால் பரவாயில்லை. அதற்கு இந்தப் படிப்பை எடுத்திருக்கக்கூடாது. வேறு யாரும் இல்லாத நிலையில் வலியோடு விட்டு வந்த அம்மாவை நினைத்தே வருந்த நேரம் இல்லை.

லிஸா இவனைப் பார்த்து எண்ண ஓட்டத்தைத் தொடர்ந்தவள் போல, “சாரி. நான் அப்படி சொல்லியிருக்கக் கூடாது. வேறு எதாவது பேசலாமா? எப்படிப் போகிறது உன் ஆராய்ச்சி?” இவ்வளவு என்னைப் புரிந்துகொள்ளும் பெண்ணை எங்கே தேடுவேன். அம்மா பற்றி எப்போது பேசவேண்டும், ஆராய்ச்சி பற்றி எப்போது பேசவேண்டும் எல்லாம் அவளுக்கு மிகச் சரியாகத் தெரியும். ராஜேஷுக்கு வயிற்றுக்குள் கலவர அறிகுறிகள் தெரிய ஆரம்பித்தன. லண்டன் போக தனி விசா வேறு.

“ஆராய்ச்சி... அதுதான் முடித்து பெட்ராவிடம் சமர்ப்பித்து விட்டேனே. இனி அவர் கையில்தான் இருக்கிறது.” தெரிந்துதான் கேட்கிறாள். நானும் தெரிந்தே பதில் சொல்கிறேன்.

லிஸா ராஜேஷைச் சீண்டும் விதமாக “மின் காந்த அலைகள் வெப்பம் குறைந்தால் வேகம் பெறுமா பெறாதா - இதானே உன் ஆராய்ச்சி? இதனால் மனித சமுதாயத்துக்கு என்ன பயன்?

ஏதோ நீங்களும் வேலை வெட்டி இல்லாமல் ஆராய்ச்சிக்கூடத்தை ஆக்கிரமித்துக்கொண்டு இங்கே ஒரு ரீடிங் அங்கே ஒரு கிராப் எனப்போட்டு ஏமாற்றுகிறீர்கள்...'' ராஜேஷுக்கு அவள் நோக்கம் புரிந்துதான் இருந்தது. எனவே அவள் எதிர்பார்த்தது போலவே கோபமானவன் போல நடித்தான்.

“மனித சமுதாயத்துக்கு என்ன பயன் என்றெல்லாம் யோசித்துக்கொண்டு ஆராய்ச்சி செய்ய முடியாது. இயற்பியல் துறையின் வேலையே இது ஏன் இப்படி இருக்கிறது என்ற கேள்விதான். அந்தக் கேள்விக்கு பதில் நேரடியாக சமுதாயத்துக்கு உபயோகப்படலாம், மறைமுகமாக உபயோகப்படலாம் ஏன், உபயோகப்படாமலேகூடப் போகலாம். நாங்கள் அதைப் பற்றிக் கவலைப்படுவதில்லை என்பதுதான் உண்மை. மருந்து ஆராய்ச்சி போல இல்லை இது. ஒரு நோய் இருக்கிறது, அந்த நோய்க்குக் காரணம் இந்த நுண்ணுயிர், அதை ஒழிக்க வகை இது என்று நேரடியாக ஆராய்ச்சி செய்ய. அங்கேகூட, இருமலுக்கு மருந்து கண்டுபிடிக்கப் போய் வயாகரா வந்த விபத்தெல்லாம் நடந்திருக்கிறது.'' இந்தக் குற்றச்சாட்டை முதல் முறையா கேட்கிறான்? எத்தனையோ முறை யோசித்து வைத்திருந்த சமாதானம்தான்.

“நீங்கள் உபயோகத்தைப் பற்றிக் கவலைப்படாமல் செய்யும் ஆராய்ச்சிக்கு, நாங்கள் கோடி கோடியாகக் கொட்ட வேண்டுமா? அந்தப் பணத்தில் எத்தனையோ நாட்டு மக்கள் சாப்பாடில்லாமல், தண்ணீரில்லாமல் கஷ்டப்படுகிறார்களே, அவர்களுக்குத் தரலாமே. ஆராய்ச்சிதான் என்றாலும் நேரடி பலன் தரக்கூடிய கேன்சர் மாதிரி ஆராய்ச்சிகளுக்குச் செலவழிக்கலாம் இல்லையா?'' இந்த வாதத்தையும்தான் பலமுறை கேள்விப்பட்டிருக்கிறான்.

“ஒரு பழைய ஜோக் கேள்விப்பட்டிருப்பாய். அமெரிக்கர்கள் மில்லியன்கணக்கில் செலவு செய்து ஆராய்ச்சி செய்து விண்வெளியில் எழுதும் பேனாவைக் கண்டுபிடித்தார்கள், ரஷ்யர்கள் பென்சில் உபயோகித்தார்கள் என்று. ஜோக் அங்கேயே சிரித்து, முடிந்துவிடுகிறது. ஆனால் அப்படி அமெரிக்கர்கள் செய்த ஆராய்ச்சியில் ரொம்பக் குறைந்த எடையில் எந்த விசையையும் தாங்கக்கூடிய உலோகக் கலவைகளைக் கண்டுபிடித்தார்கள். அதுதான் இன்று செயற்கைக் கரங்கள் செயற்கைக் கால்கள் என்று எல்லாவற்றிலும் இருக்கும்

உலோகம். அதுவரை ஜோக் போவதில்லை...'' என்றவனை வெட்டி ''போனால் அது ஜோக் இல்லை'' என்றாள் லிஸா.

''எல்லாச் செயல்களுக்கும் கைமேல் பலன் என்று எதிர்பார்ப்பது அர்த்தமற்ற வேலை. சின்ன வயதில் வேலை இல்லாமல் ஊர் சுற்றும்போது எத்தனையோ விஷயம் பார்ப்போம். அதெல்லாம் மூளையின் ஒரு மூலைக்குள் சென்று பதுங்கி அனுபவமாக மாறும், வயதானபிறகு உபயோகப்படும். ஏன் உபயோகப்படாமல்கூடப் போகலாம். ஆனால் அதை வெறும் அனுபவமாகப் பார்க்கக் கற்றுக்கொள்ளவேண்டும்.''

''இதற்கும் நான் சொன்னதற்கும் என்ன சம்பந்தம்?'' லிஸா கேட்டபின்தான் ஏதோ ஓரிடத்தில் வேகமெடுத்து திசை மாறிவிட்டதை உணர்ந்தான் ராஜேஷ். பக்கத்து வீட்டுக் குழந்தை பற்றி அவளுக்குச் சொன்னான். ''ஏழு மணிக்குப் பள்ளிக்குக் கிளம்புகிறான். மூன்று மணிக்கு வீட்டுக்கு வந்தால் அடுத்து பாட்டு வகுப்பு, மிருதங்கம், அபாகஸ், கராத்தே, வீட்டுப் பாடம். வெளியே கவனிக்க அவனுக்கு எங்கே நேரம் இருக்கிறது? நீ கேட்டாயே, பலன் இல்லாமல் எதையும் ஏன் செய்ய வேண்டும் என்று... அதை வேதவாக்காகத்தான் எடுத்துக்கொண்டிருக்கிறார்கள் இந்தப் பெற்றோர். இசை எல்லாம் விரும்பிச் செய்யவேண்டியது, செய்யும்போது அனுபவிக்க வேண்டியது. அதற்கு மூன்று மாதத்தில் ஒரு பரீட்சை, ஆறு மாதத்தில் ஓர் அரங்கேற்றம் என்று கைமேல் பலன் எதிர்பார்ப்பதால் பையனுக்கும் உதவாமல் கலைக்கும் உதவாமல் போய்விடுகிறது. இது தெரிவதற்குள் அந்தப்பையன் பால்யத்தைத் தொலைத்துவிடுகிறான்.''

''அந்தக் கேஸை ஏன் என்மேல் எழுதுகிறாய்? இயற்பியலில் கோடிக்கணக்கில் செலவழித்துப் பலன் தெரியவில்லையே என்று கேட்டால்... நீ ஒரு மோசமான வக்கீல்.''

''சரி. உன்னிடம் இவ்வளவு வெட்டிச் சண்டை போட்டதற்குப் பலன் இருக்கிறதா இல்லையா? உன் ஊர்க்கார டாக்டர் பெண்ணிடம் என் அம்மாவின் ரிப்போர்ட்டைக் காண்பிக்கச் சொன்னேனே. காண்பித்தாயா?'' லிஸா படுக்கையில் இருந்து எழுந்தாள். ''ஆமாம், காட்டிவிட்டேன். அவள் இன்று வரச் சொன்னதைத்தான் மறந்துவிட்டேன். போகலாமா?''

டிராம் நிற்கும்போதே தெரிந்தது ஸ்கூல் ஆப் மைக்ரோபயலாஜி பலகை. வெள்ளைக் கோட் அணிந்து பலர் நடமாடிக்கொண்டிருந்த கண்ணாடிக் கட்டடத்தின் ஒவ்வொரு அறையும் தனி ஆராய்ச்சிக் கூடமாத்தான் இருந்தது. மைக்ராஸ்கோப்புகள், பல்வேறு வடிவுகளில் குடுவைகள், பெயர் தெரியாத இயந்திரங்கள் எல்லாம் கண்ணாடிக்கதவில் எங்களுக்கு ஒரு ரகசியமும் இல்லை என்று தெரிவித்துக் கொண்டிருந்தன. ஆராய்ச்சி மாணவர்கள் அறையைத் தேடித் திறந்ததும் "ஹாய் லிஸா.. இங்கேயே வந்துவிட்டாயா?" என்றாள் ஒரு அழகி.

ராஜேஷ் கை குலுக்கியவுடன் "ஜெமைமா" என்றாள். "உன் அம்மாவின் ரிப்போர்ட்தானா அது?"

ராஜேஷ் ஆமோதித்தவுடன் "அந்த டாக்டரிடம் பேச முடியுமா? சிடி ஸ்கான் ரிப்போர்ட்டை மட்டும்தான் பார்த்தேன். லாப்ராஸ்கோப்பி, பயாப்ஸியும் எடுத்திருப்பார்கள். அதன் ரிஸல்ட் பார்க்கவேண்டும்."

"இதுவா பாருங்கள்?" ராஜேஷ் லாப்டாப்பில் ரிப்போர்ட்டைத் திறந்து காட்டினான்.

கொஞ்சநேரம் ஊன்றிப் படித்தவள், "ஏறத்தாழ உறுதிதான் ஆகியிருக்கிறது. இருந்தாலும் உங்கள் டாக்டரிடமும் பேசிவிடுகிறேன்."

"என்ன உறுதியாகி இருக்கிறது?"

"ஓவரியன் கான்சர்தான். சந்தேகத்துக்கு இடமில்லை."

அத்தியாயம் 12

*ரா*ஜேஷுக்கு வியர்த்தது. இளங்கோ டாக்டர் ஒரு பொது மருத்துவர். அனுபவம் வாய்ந்தவர்தான். ஆனால் நாளுக்கு நாள் பரிசோதனைகளும் முடிவுகளும் மாறிக்கொண்டே வரும் மருத்துவத் தொழில்நுட்பத்தில் அவருக்கு இது தெரியாமல் போகவும் வாய்ப்பிருக்கிறது. மனதில் வெட்டிய பல சிந்தனைகளில் 'இவளைப் பார்க்காமல் இருந்திருந்தால் இந்தக் குழப்பம் வந்திருக்காதோ'வும் இருந்தது. ஆனால் உடனடியாக அப்படி நினைத்ததற்காகத் தன்னைத்தானே வெறுத்தான். நல்லதோ கெட்டதோ, தெரிந்துகொள்வது நல்லது. ஒன்றும் இல்லை என்றால் மகிழ்ச்சி. ஆனால் ஒருவேளை இவள் சொல்வது உண்மையாக இருந்து காலம் தாழ்த்தித் தெரிந்தால் தன்னைத் தன்னாலேயே மன்னிக்க முடியாது. நேரம் பார்த்தான். இந்திய நேரம் இரவு எட்டு மணி. இளங்கோ டாக்டர் இன்னும் க்ளினிக்கில்தானே இருப்பார்?

அங்கிருந்த நாற்காலியில் அமர்ந்து மேஜையில் லேப்டாப்புக்கு உயிர் கொடுத்தான். இணையத் தொடர்பும் உடனே வந்துவிட்டது. வயர்லெஸ் தொழில்நுட்பம், அகலப்பாட்டை கடந்த சில ஆண்டுகளிலேயே எவ்வளவு பார்த்துவிட்டான்? லேப்டாப் தேவையில்லாத அனாவசியச் செலவு என்று இருந்தது அவசியமானது. மரம் அறுக்கும் சங்கீதத்தோடு வந்த இணையத் தொடர்பு வயர்லெஸ் ஆனது. நினைக்கும் வேகத்தில் தொடர்பு கொள்ள முடியும்,

ஆனால் அந்தப்பக்கமும் தொடர்பு இருக்கவேண்டுமே? டாக்டர் க்ளினிக்கில் இணையம் இருந்தது. அவர் சாட்டுக்கு வரத் தயாராக இருக்கவேண்டுமே. ஸ்கைப் எல்லாம் அவரால் முடியுமா?

போனில் டாக்டரை அழைத்தான். “கொஞ்சம் பேச வேண்டும், ஸ்கைப்பில் வர முடியுமா?” நல்லவேளை அவரும் புதிதாக லேப்டாப் வாங்கியிருந்தார். புதுச்செருப்பு என்பதால் காத்திருந்த நோயாளிகளைப் புறக்கணித்து இவனுடன் பேச ஒப்புக்கொண்டுவிட்டார். ஸ்கைப்பில் அவரை அழைத்து ஜெமைமாவை அறிமுகப்படுத்தினான்.

ஜெமைமாவும் அவரும் பேசிக்கொண்டிருந்தது பாதிக்கு மேல் இவனுக்குப் புரியவில்லை. அவர் ரிப்போர்ட்டைத் தேடி எடுக்கும்போதெல்லாம் ஏன் கேமராவை அணைக்கிறார் என்பதும் புரியவில்லை. ஏறத்தாழப் பத்து நிமிடங்கள் பேசினபிறகு இளங்கோ இவனிடம் பேசினார்.

“ராஜேஷ், அம்மாவுக்கு போன் பண்ணி நாளைக்கு இங்கே வரச் சொல்லு. அவங்களுக்கு நான் டெஸ்ட் எழுதிக்கொடுக்கிறேன், மவுண்ட் ரோட் டி எம் எஸ் பக்கத்துலதான் டெஸ்டிங் செண்டர் இருக்கு. போய்ப் பாத்துட்டு, ரிப்போர்ட் வந்தவுடன நான் மெயில் போடறேன், ஜெமைமாகிட்டயும் பேசலாம்.” ராஜேஷுக்கு ஆறுதலாக இருந்தது. இன்னொரு டாக்டரிடம் போய்ச் சொன்னால் இந்த டாக்டருக்குக் கோபம் வரும் என்றெல்லாம் பயந்திருந்தான். ஜெமைமா கொடுத்த நம்பிக்கையில்தான் போனே செய்தான். “சேச்சே... எந்த ஒரு நல்ல டாக்டரும் அப்படியெல்லாம் நினைக்க மாட்டார்கள். எந்த டாக்டர் மூலமாவது நோயாளிக்கு நல்லது நடந்தால் சரி என்றுதான் நினைப்பார்கள்.”

அம்மாவுக்குத் தகவல் அனுப்பியவுடன் லிஸா “எனக்குக் கொஞ்சம் வேலை இருக்கிறது” என்று கழன்று கொண்டாள். வீட்டுக்குப் போகலாமா? அங்கும் பெரிதாக வேலை ஒன்றும் இல்லை. பக்கத்தில்தான் இயல்பியல் துறை அலுவலகம். அங்கே போய் கொஞ்சம் பொழுதுபோக்கலாம். ரூபாலி இப்போதெல்லாம் இவனைப் பார்க்கும்போது கொஞ்சம் புன்னகைகூடப் பூக்கிறாள். “என்ன ராஜேஷ், இந்தப் பக்கமெல்லாம் வருகிறாய்?”

“இல்லை மேடம், தீஸிஸ் முடித்து பெட்ராவிடம் கொடுத்துவிட்டேன்.

அதற்கு அவர் மரியாதை செய்வதற்காகக் காத்திருக்கிறேன். அப்புறம்தானே பி எச் டி எல்லாம். இப்போது இந்தப்பக்கம் வந்தேன், உங்களைப் பார்த்துவிட்டுப் போகலாம் என்று" இவர்கள் டிகிரிக்குப் பெரிய உதவியெல்லாம் செய்ய முடியாதுதான். ஆனாலும் உபதேவதைகள். மரியாதையாக நடந்துகொள்வது நல்லது.

"சரி வந்ததுதான் வந்தாய். ஒரு உதவி செய்யேன். ஒரு மாணவன் வந்திருக்கிறான், தீஸிஸ் எழுதப்போகிறானாம். அவனுக்குக் கொஞ்சம் ஆலோசனை சொல்லி அனுப்பு. வெளியே உட்கார்ந்திருக்கிறான், இலங்கைக்காரன். உன் மொழிதான் பேசுவான்." மொழி விஷயத்தில் எப்போதும் தமிழனை வெளிநாட்டுக்காரர் போலவே பார்க்கிறார்கள் இந்த வட இந்தியர்கள். "நிச்சயம் மேடம்." இங்கே கொஞ்சம் நல்ல பெயரை வாங்கி வைத்துக்கொள்வது எப்போதாவது உபயோகப்படும்.

ஜெயக்குமார் கட்டம் போட்ட முழுக்கைச் சட்டை போட்டு கால்சட்டைக்கு உள்ளே நுழைத்திருந்தான். ஒல்லியாக விபூதி எல்லாம் வைத்துக்கொண்டு நல்ல மாணவன் போல கையில் ஜிப் வைத்து பெருத்திருந்த ஃபைலை வைத்திருந்தான். முன்னர் பார்த்திருந்த ஆள் மாதிரி தெரியவில்லை. இந்த பத்துக்குப் பத்து ஊரில் நமக்குத் தெரியாமல் ஒரு தமிழன் மாஸ்டர்ஸ் படிக்க வந்து தீஸிஸ் அளவுக்கு முன்னேறியிருக்கிறான். கை குலுக்கினான்.

"ஐம்பது க்ரெடிட் வந்துடும் சார், தீஸிஸ் பண்ணலாம் இல்லையா?" என்றான் ஆரம்பத்திலேயே. "இந்த சார் எல்லாம் வேண்டாம். நானும் உன்னை மாதிரி மாணவன்தான். தீஸிஸ் கொடுத்துவிட்டேன், மூன்று மாதம் மட்டும் மூத்தவன், அவ்வளவுதான். ராஜேஷ் என்று சொல்லு, போதும்."

ஐம்பது க்ரெடிட் இருந்தால் தீஸிஸ் - அப்படித்தான் இவனும் ஆரம்பத்தில் நினைத்தான். ஆனால் நூற்றிருபதை நோக்கிய ஓட்டத்தில் அந்த முதல் ஐம்பதுக்கு இருக்கும் முக்கியத்துவத்தை உணரவே இரண்டு செமஸ்டர்கள் ஓடிவிட்டன.

"எத்தனை கோர் மாட்யூல் முடிச்சிருக்கே ஜெய்?" இங்கே ஆரம்பிப்போம். "பிஸிக்ஸ்லயே நாலு கோர் எழுதப்போறேன். முதல் செமஸ்டர்ல ரெண்டு எழுதி பாஸ் ஆகலை, மறுபடி எக்ஸாம் கேட்டிருக்கேன், இப்ப வேற ரெண்டு எடுத்திருக்கேன்."

சாரா ராஜேஷா என்று குழம்பி ஒன்றும் சொல்லாமல் இழுத்தான் ஜெயக்குமார்.

“நாலு தேவையில்லை. ரெண்டே போதும். ஆனா தீஸிஸ் என்ன பண்ணப் போறே?” ஜெயக்குமார் தன் தீஸிஸ் சாராம்சத்தை விளக்கினான். பொறுமையாகக் கேட்ட ராஜேஷ், “இதற்கும் நீ படித்த கோர்-கும் என்ன சம்பந்தம்?” என்றான். பெட்ராவிடம் கற்ற இரக்கமில்லா நேர்மையைத் தானும் பிரயோகிக்கக் கிடைத்த வாய்ப்பை வீணாக்காமல். ஜெயக்குமார் எப்படியோ இழுத்து வந்து சம்பந்தப்படுத்தியதைக் கேட்டு “இதெல்லாம் வேலைக்காகாது. சரி, முதல் செமஸ்டர்ல ஏன் பாஸ் ஆக முடியலை? யோசிச்சியா?” என்றான் ராஜேஷ். தான் யோசித்ததெல்லாம் நினைவுக்கு வந்தது.

“தெரியல சார்.” மீண்டும் சார். “நல்லாத்தான் படிச்சேன். எக்ஸாம் எழுதும்போது சீட் ஷீட் எல்லாம் எடுத்துக்கிட்டுப் போகலாம்னு சொன்னாங்க. அதைத் தயார் பண்ணவே அஞ்சு நாள் உட்கார்ந்தேன். நல்லா எழுதினேன்னுதான் நினைச்சேன், ஆனா மார்க் வரலை.”

“அதான் இங்கே விசேஷம் ஜெய். பாடம் படிச்சு மனப்பாடம் பண்றவனையும், புரிஞ்சு படிக்கறவனையும் துல்லியமா அடையாளம் கண்டுபிடிச்சுடுவாங்க, பரீட்சைன்னு வச்சா எங்கே இருந்து கேள்வி வரும்னே தெரியாது, எப்படி கேப்பாங்கன்னே தெரியாது. பாடத்தை அனுபவிச்சுப் படிச்சா மட்டும்தான் ஒழுங்கா எழுத முடியும். உனக்கு எந்த சப்ஜெக்ட்ல நிஜமாவே இண்டரஸ்ட் இருக்கோ, அந்தப் பாடத்தை மட்டும் எடுத்துக்கோ. அதை நல்லாப் படி. தீஸிஸ் எழுதத் தயார்ன்னு சொல்லிட்டா அதுக்கே ஆயிரம் கேள்வி வரும். இந்தப் பாடத்தை எடுத்துட்டு, அந்தப் பாடத்துல ஏன் தீஸிஸ் பண்றே, இந்த தீஸிஸ் பண்ண இந்த மாட்யூல் எடுத்திருக்கணுமே - இப்படியெல்லாம் கேட்பாங்க. அந்த இண்டர்வியூக்கே 6 க்ரெடிட். தெரியும்தானே?”

ஜெயக்குமார் குழப்பமாக இருந்தான். “இந்த தீஸிஸ்க்கே இவ்ளோ கஷ்டம்ன்னா, பி எச் டி?”

“அது இன்னும் கஷ்டம். இதுக்கும் பி எச் டிக்கும் என்ன வித்தியாசம் தெரியுமா உனக்கு?” தான் கற்றதை விற்க ஒரு ஆள் கிடைத்தான் என்ற மகிழ்ச்சியில் ராஜேஷ் பிரகாசமானான்.

“இந்த தீஸிஸ், ஒரு செய்முறைல, ஒரு பகுதியை எடுத்துக்கிட்டு அதுல உனக்கு எவ்ளோ புரிஞ்சிருக்குன்னு காட்டறதுதான். ஆனா பி எச் டியோ, ஒரு செய்முறையையே புதுசா உருவாக்கறது. அதனாலதான் மாஸ்டர்ஸ் நீ காசு தந்து படிக்கறே, பி எச் டி பண்றதுக்கு அவங்க காசு தர்றாங்க.”

ஜெயக்குமார் கிளம்பும்போது வந்ததை விட அதிகக் குழப்பத்தோடு போனதைக் கவனித்தான். ஏதோ என்னாலானது. என்னை எத்தனை பேர் குழப்பியிருப்பார்கள்? இன்னும் எனக்கே பி எச்டி செய்ய என்ன தேவை, யாரைப் பிடிக்க வேண்டும் என்றெல்லாம் சரியாகப் புரியவில்லை. முதல் செமஸ்டர்களில் எடுத்த பாடம் எல்லாம் தேவையே இல்லை என்று கழட்டிவிடவேண்டியிருந்தது. தேர்வு அன்று இந்தப் பாடத்தை எழுதவேண்டாம் என்றெல்லாம் முடிவெடுத்திருக்கிறான். ஒருவேளை எழுதி, குறைந்த மார்க் வாங்கினால் அது பின்னால் பிரச்சினையை உருவாக்கும் என்று ஆறு மாதம் உயிரைவிட்ட பாடத்தை ஒருநொடி முடிவில் வெட்டியிருக்கிறான்.

டிராம் ஏறி வீடு திரும்பும் வழியில் பெட்ராவ் அழைத்தார். அவசரமாக எடுத்தான்.

“ராஜ். வழக்கம்போலத்தான். உன் தீஸிஸ் பார்த்தேன். என்ன குப்பையைக் கொட்டி வைத்திருக்கிறாய்?”

அத்தியாயம் 13

*ரா*ஜேஷ் பெட்ராவின் ஆராய்ச்சிக் கூடத்துக்கு மலையேறும்போதே சாலை வித்தியாசமாக இருந்ததைக் கவனித்தான். எப்போதும் கும்பலாக எல்லாம் இருக்காதுதான் என்றாலும் வாக்கிங் போகும் ஆசாமிகள்கூடக் கண்ணில் படவில்லை. இன்று ஞாயிற்றுக்கிழமைகூடக் கிடையாதே. இந்த அமைதி உறுத்தலாகத் தெரிந்தது. பாதி மலை ஏறியபின் தெரிந்த கீழிருந்த சாலையைக் கவனித்தான். உயரத்தில் இருந்தும்கூட ஒரு ஒரு வாகனம் கூடத் தெரியவில்லை. எதாவது ஊரடங்கு உத்தரவா? என்ன ஆகிவிட்டது இந்த ஊருக்கு? திடீரென ஒரு ஆம்புலன்ஸும் போலீஸ் வண்டியும் ஹாரன் அடித்துக்கொண்டு சாலையைக் கடந்தன. விபத்து எதாவதா? அப்போதுகூட இவ்வளவு காலியாக இருக்குமா?

பெட்ராவ் இருக்கும் கட்டடத்தைப் பார்த்தவுடன் இந்த நினைவுகள் எல்லாம் போய் ஆராய்ச்சிக் கவலைகள் முன்னுக்கு வந்துவிட்டன.

பெட்ராவ் அவருடைய அலுவலகத்தில் காத்திருந்தார். “வா ராஜேஷ். உனக்காகத்தான் காத்திருந்தேன். வீட்டில் இருந்து அவசரமாகக் கிளம்பிவரச் சொல்லி போன் வந்தது. உன்னை வரச்சொல்லியிருக்கிறேன் என்று சொல்லி தாமதப்படுத்தியிருக்கிறேன்.”

ராஜேஷுக்கு தீஸிஸ் பற்றிக் கேட்பதா, என்ன அவசரம் என்று கேட்பதா எனப் புரியவில்லை. அமைதியாக நின்றான்.

“தீஸிஸ்… என்ன எழுதியிருக்கிறாய்?” அவனுடைய தீஸிஸ் காகிதங்களை எடுத்தார். அவர் திருத்தம் செய்திருந்த பல பக்கங்களில் மஞ்சள் போஸ்ட் இட் ஸ்டிக்கர்கள் துருத்திக்கொண்டு தெரிந்தன. அதில் ஒன்றில் விரலை வைத்துப் பிரித்துப் படித்தார். “இந்த இடத்தில் கணக்கைத் தப்பாகப் போட்டிருக்கிறாய். இருந்தாலும் விடை மட்டும் சரியாக இருக்கிறது. எப்படி?”

“இல்லை சார். தவறான கணக்கு இல்லை. என் வழிமுறை இப்படி” போர்டில் மார்க்கரை வைத்துப் போட்டுக் காட்டினான். பெட்ராவ் முதலில் சுருங்கிய புருவத்தோடு இருந்தவர் கொஞ்சம் கொஞ்சமாக சுருக்கம் நீங்கி “ஆஹா… இப்படியும் போடலாமா… நல்ல வழிதான். மன்னித்துக் கொள்… நான்தான் அவசரப்பட்டுவிட்டேன்” மன்னிப்பெல்லாம் கேட்கிறார். பெரிய மனுஷன்.

“அப்படியென்றால் இங்கேயும் நான் குறித்து வைத்தது தவறுதான்.” இன்னும் இரண்டு மூன்று மஞ்சள் போஸ்ட் இட்களை புத்தகத்தில் இருந்து எடுத்துக் கிழித்துப் போட்டார். ராஜேஷுக்கு போன் சிணுங்கியது. கண்டுகொள்ளாமல் பெட்ராவையே பார்த்தான்.

“ஆனால் என்னதான் சொன்னாலும் இந்த முடிவுக்கு நீ எப்படி வந்தாய் என்பதற்கு விளக்கம் போதவில்லை.” கடைசிப் பக்கத்துக்கு வந்துவிட்டார். இவன் விளக்கினாலும் அவர் தலையை ஆட்டினார். “இன்னும் கொஞ்சம் எழுதி எனக்கு விளக்கு. முதல் பக்கத்தையும் மாற்று.”

“ஆராய்ச்சிப் பக்கத்தின் முதல் பக்கம் எப்படி இருக்க வேண்டும் தெரியுமா? உன் பிசிக்ஸ் தெரியாத பாட்டிக்குப் படித்துக் காட்டினாலும் புரியவேண்டும். எனக்கே புரியாமல் எழுதாதே. கொண்டு போ. முதல் பக்கம் கடைசிப் பக்கம் இரண்டையும் மாற்றிக்கொண்டு வா, க்ரேட் போட்டு அனுப்பி விடுகிறேன். “ராஜேஷுக்குப் போன உயிர் திரும்பி வந்தது. இரண்டு பக்கம் டைப் செய்ய, ப்ரிண்ட் செய்ய பைண்ட் செய்ய “நாளைக்குக் காலை கொடுத்துவிடலாமா சார்?” பெட்ராவ் சிரித்தார். “அவசரமில்லை. ஒரு வாரம் கழித்துக் கொடுத்தால் கூடப் போதும். வாழ்த்துகள், நீ மாஸ்டர்ஸ் முடித்துவிட்டாய்.”

ஏறத்தாழ மூன்று வருடங்கள். இந்த ஊருக்கு வந்து, தகுதியில்லை என்று சொல்லி, ஜெர்மன் மொழியில் கணக்குப் போட்டு, எடுத்த பாடங்களில் தேறாமல் போய் எதைச் செய்தாலும் ஆசிரியர்களிடம் திட்டுவாங்கி ஒருவழியாக என்ன தேவை என்பதைக் கண்டுபிடித்து... ராஜேஷுக்கு இதுதான் மகிழ்ச்சியா என்று புரியவில்லை. மாஸ்டர்ஸ் முடித்துவிட்டது தெரிந்த நொடியில் மேலுக்கும் கீழுக்கும் குதிப்போம் என்றுதானே நினைத்திருந்தோம். ஏன் அந்த மகிழ்ச்சி வரவில்லை? ஒருவேளை காலம் தாழ்த்திக் கிடைத்தால் மகிழ்ச்சிக்கும் மரியாதை இல்லையோ?

பெட்ராவ் தன் புத்தகங்களை அடுக்க ஆரம்பித்தபோது அவருடைய போன் அடித்தது. அவர் எடுத்துப் பேசும்போதுதான் தன் போனும் சிணுங்கியது நினைவுக்கு வந்தது. எடுத்துப் பார்த்தான். ராகுல். வழக்கமாகப் பகலில் கூப்பிட மாட்டானே? கொஞ்சம் வெளிப்புறமாக வந்து போன் அடித்தான். "ராஜேஷ்? எங்கே இருக்கே? எத்தனை முறை போன் பண்றது?" அவன் குரலில் வழக்கத்துக்கு மாறாக ஒரு பதட்டம் தெரிந்தது.

"மலைமேல இருக்கேன். பெட்ராவ் ஆஃபிஸ். என்னாச்சு?"

"ப்ளடி ஃபூல். என்னாச்சு தெரியாதா? ரோடெல்லாம் பார்க்கலியா?"

"பார்த்தேனே. காலியா இருந்தது?" பெட்ராவ் வெளியே வந்து இவனைப் பார்த்து உள்ளே வரச் சொல்லி சைகை காட்டினார். அவர் முகத்திலும் பதட்டம்.

"எவனோ ஒரு ஸ்டூடண்ட். டிப்ரஷன்ல இருந்தானாம். துப்பாக்கி எடுத்துக் கண்டவனை எல்லாம் சுடறானாம். குறிப்பா வெளிநாட்டுக் காரங்களை."

பெட்ராவ் உள்ளே அழைத்தவர் "ராஜேஷ்... எனக்கும் இப்பத்தான் விஷயம் தெரியும். என் மனைவி நிலவரம் சரியாகும் வரை வீட்டுக்கு வராதே என்று சொல்லியிருக்கிறாள். கதவை உள்பக்கமாகத் தாழ் போட்டுக் கொள்ளலாம்."

உள்ளே சென்று அமர்ந்தார்கள். பெட்ராவ் கதவைக் கவனமாகத் தாழ் போட்டார். திரைச் சீலைகளை அவிழ்த்துவிட்டு அறையை இருட்டாக்கினார். தன்னுடைய நாற்காலியில் அமராமல் கதவில்

இருந்து தெரியாததுபோல் ஜன்னலுக்கு அருகில் போட்டிருந்த பெஞ்ச்சில் உட்கார்ந்தார். பயந்திருக்கிறாரா? நான்தான் இவரைப் பார்த்துப் பயப்படுவேன். இவருக்கும் பயம் வருமா? நாமும் பயப்படவேண்டுமா? ராஜேஷுக்கு மகிழ்ச்சி வராதது போலவே பயமும் வரவில்லை. எங்கோ திரியும் பைத்தியக்காரன் இவர்களைத் தேடிக்கொண்டுதான் வரப்போகிறானா?

பெட்ராவ் விட்டத்தைப் பார்த்துக்கொண்டு பேசினார். "சின்ன வயதில் ஓடிய ஓட்டம். இன்றும் தொடர்கிறது. இதற்கெல்லாம் முடிவே கிடையாதா?" இவனிடம் பேசியது மாதிரித் தெரியவில்லை. ராஜேஷ் பொதுவாக "யார் என்று தெரிந்துவிட்டதா சார்?"

அப்போதுதான் இவனைக் கவனித்ததுபோல, "ஹா... ராஜேஷ். நீயும் ஜாக்கிரதையாக இரு." என்னவோ இவரைக் கொல்லவே கிளம்பியிருக்கிறான் போல நினைத்துக் கொண்டிருக்கிறாரோ?

"பயப்படாதீர்கள் சார். அவன் லா காலேஜ் பக்கம்தான் போனதாகக் கேள்விப்பட்டேன்." வாய்க்கு வந்ததை ஆதரவாகச் சொன்னான். சட்டென்று ஒரு பயம் கிளம்பியது. லிஸா? அவள் ஜாக்கிரதையாக இருக்கிறாளா? என்னவோ டெலிபதி போல போனில் குறுஞ்செய்தி வந்தது. "நான் வீட்டில் இருக்கிறேன். நீ ஜாக்கிரதையாக இருக்கிறாயா? - லிஸா" எந்த அவசரத்திலும் பெயர் போட மறக்க மாட்டாள் இங்கிலீஷ்காரி.

"என் அப்பா அம்மாவைப் போலந்தில் இருந்து ரஷ்யாவுக்குத் துரத்தினார்கள் ஆரியர்கள். ரஷ்யாவில் இருந்த அப்பா அமெரிக்காவுக்கு ஆதரவு எனச் சொல்லி கேஜிபி துரத்தியது. இப்போது நான் எங்கேதான் போவது" ராஜேஷுக்குப் பெட்ராவின் இன்னொரு முகம் தெரிந்தது வித்தியாசமாகத் தோன்றியது. ஹிட்லர் காலத்தில் இருந்து ஊர் ஊராகச் சுற்ற விதிக்கப்பட்டிருக்கிறார். எல்லாவற்றையும் மீறி இரட்டை டாக்டரேட், பிசிக்ஸின் முக்கியமான முகம். நாமெல்லாம் என்ன பெரிதாகக் கஷ்டப்பட்டுவிட்டோம்?

"என் மனைவி பயந்திருக்கிறாள். அவளுக்கு ஆதரவு சொல்லக்கூட அருகில் இருக்க முடியவில்லை." ராஜேஷுக்கு என்ன சொல்வது என்று தெரியவில்லை. "கவலைப்படாதீர்கள் சார். போலீஸ் அவனைப் பிடித்துவிடும்."

“இல்லை ராஜேஷ். இந்தப் பையன் செய்வதற்கு நியாயம் சொல்ல பலர் காத்திருக்கிறார்கள். அது தெரியுமா உனக்கு?” இதென்ன கூத்து? பைத்தியக்காரன் செயலுக்கு நியாயம் சொல்வார்களா?

“உலகத்தில் எல்லாச் சண்டைகளும் உள்ளூர்க்காரனுக்கும் வெளியூர்க்காரனுக்கும் என்றுதான் ஆரம்பிக்கும். வந்தேறி என்று சொல்லி ஆரம்பிப்பார்கள். நீ வந்ததால்தான் எனக்கு எல்லாப் பிரச்சினையும் என்று தொடர்வார்கள். உன்னை ஒழித்தால் எல்லாப் பிரச்சினையும் தீர்ந்துவிடும் என்று பிரச்சாரம் செய்வார்கள். ஹிட்லர் அன்று செய்த பிரச்சாரம் இதுதானே? அவனைத் தொடர்கிறோம் என்று வெளிப்படையாகச் சொல்லாவிட்டாலும் இன்னும் எத்தனையோ பேர் உள்ளே கமுக்கமாக இதே நாட்டில் இருக்கிறார்கள்தானே.” என்ன குண்டைப் போடுகிறார்? இதுபோன்றெல்லாம் கேள்விப்பட்டதுகூடக் கிடையாதே.

அம்மாதான் ஏஜண்ட்டிடம் கேட்டாள், “அந்த ஊர்ல ஹிட்லர் இருந்தப்ப வெளியூர்க்காரர்களையெல்லாம் கொன்னாங்களாமே?” “சும்மா இரும்மா. உள்ளூர்க்காரங்களைக்கூடத்தான் கொன்னாங்க. அதெல்லாம் அந்தக்காலம்” ஏஜெண்டும் சேர்ந்து சிரித்தானே.

“பல நாடுகளில் வெளிநாட்டு மாணவர்கள் என்றால் இரண்டு மடங்கு ட்யூஷன் பீஸ் வாங்குவார்கள் தெரியுமா? அதில் ஒரு நியாயம் இருக்கத்தான் செய்கிறது. பல்கலைக்கழகத்துக்கு ஆகும் செலவை அரசாங்கம்தான் ஏற்கிறது. நீ கொடுக்கும் கல்விக் கட்டணம் எல்லாம் இந்த பிரம்மாண்டக் கட்டடங்கள், உபகரணங்கள், கட்டமைப்பு - இதற்கெல்லாம் உரைபோடக் காணுமா? அரசாங்கம் உள்ளூர்க்காரர்களிடம் வரி வசூலிக்கிறார்கள். வெளியூர்க்காரனுக்கு அந்த வரியில் படிக்க வைக்க முடியுமா? அதனால் இரட்டைக் கட்டணம். ஆனால் இங்கே? உள்ளூர்க்காரனிடமும் குறைந்தபட்ச கட்டணம். வெளிநாட்டுக்காரனுக்கும் அதேதான் என்றால் உள்ளூர்க்காரன் வயிறெரிகிறான். அதைப் பையனிடம் சொல்கிறான். கிறுக்குப் பையன்கள், வெளிநாட்டுக்காரனைச் சுடுகிறேன் என்று துப்பாக்கி எடுத்துக்கொண்டு கிளம்பிவிடுகிறான்கள்.”

ராஜேஷுக்கு இப்போதுதான் பயமே கிளம்பியது. “பொதுவாக அமெரிக்காவில்தானே இந்தக் கிறுக்குப் பையன்கள் ஸ்கூலுக்குத் துப்பாக்கி எடுத்துக்கொண்டு போகும் கலாச்சாரம் எல்லாம்

கேள்விப்பட்டிருக்கிறேன்? இந்த ஊரிலுமா?"

"இங்கே இதுவரை நான் கேள்விப்பட்டதில்லைதான். ஆனால் இதற்கான அறிகுறிகளைப் பார்த்து வருகிறேன்." பெட்ராவ் வெறுமையாகச் சொன்னார். ராஜேஷுக்கு இவர் பொதுவாகவே எப்பவும் அதிக உணர்ச்சிவசப்படுபவர் என்று எல்லாரும் பேசிக்கொள்வது நினைவுக்கு வந்தது. எது உண்மையோ. நம் மக்களிடம் பேசினால்தான் தெரியும்.

"அந்த மேஜைக்குப் பக்கத்தில் கெட்டில் இருக்கிறது, ஒரு காபி போட்டுத் தருகிறாயா? எத்தனை நாள் இந்த அறையில் மாட்டிக்கொண்டு இருக்கப் போகிறோமோ? வெறும் காபியில்தான் ஓட்டியாகவேண்டும்." என்னது?

அத்தியாயம் 14

அந்தத் துப்பாக்கிச் சூடு நடந்து இரண்டு நாட்கள் முடிந்துவிட்டன. ஆனால் எல்லாரும் அதைப் பற்றியேதான் பேசிக்கொண்டிருந்தார்கள். யாரிடம் பேசினாலும் "நீ அப்ப எங்கே இருந்தே? எப்படி தெரிய வந்தது?" "நல்லவேளை நான் அங்கே இல்லை" அல்லது "பத்தடி தூரத்துலதான் அவன் சுத்திக்கிட்டிருந்தானாம்."

தொலைக்காட்சி ஒரு மாணவன் இறந்ததாகச் சொன்னது. அதை யாரும் நம்பியதாகத் தெரியவில்லை. "இருபதாவது இருக்கும்", "முப்பத்திரண்டு பேராம்..." என்று அவரவர் வாய்க்கு வந்த எண்ணைச் சொல்லிக்கொண்டிருந்தார்கள். "அரசாங்கம் உண்மையையா சொல்லும்?"

அரசாங்கம் ஏன் பொய் சொல்ல வேண்டும் என்று கேட்டால் "கலவரம் வந்துரக்கூடாதில்ல?" என்பார்கள். இவர்கள் வாய்க்கு வந்த எண்ணைச் சொல்வது கலவரம் வந்துவிட வேண்டும் என்பதற்காகவா?

ராஜேஷ் மலையுச்சி ஆராய்ச்சிக்கூடத்தில் மாலைவரை இருந்தபோதே ஓரளவு தெளிவாகிவிட்டான். பெட்ராவும் செய்தி வந்த அதிர்ச்சியில் வழக்கத்துக்கு மாறாக நிறையப் பேசினாரே ஒழிய கொஞ்ச நேரத்தில் அவரும் வேலைகளைக் கவனிக்க ஆரம்பித்துவிட்டார். "போன் வந்தால் தகவல் வரும். தகவல் வரும்வரை அதைப்பற்றியே பேசிக்கொண்டிருப்பது நேர விரயம். வேலையையாவது பார்க்கலாம்."

மூன்று மணிநேரத்துக்குப் பிறகு அந்தக் கிறுக்கனைச் சிறைபிடித்தாகி விட்டது என்ற தகவல் கிடைத்தும் அவர் வேலையை நிறுத்தவில்லை. "நான் அப்புறம் போய்க்கொள்கிறேன், நீ கிளம்பு" என்றார். இருளில் மலை இறங்கும்போது தன்னை மிஞ்சிக் கால்கள் வேகம் எடுத்ததை நிறுத்தாமல் அறை வரை வந்தான். லியம் காத்திருந்தான். "ஒரு போன் செய்திருக்கலாம் இல்லையா? எனக்குக் கவலையாக இருந்தது" ஏன் நீகூடப் பண்ணியிருக்கலாமே.

அடுத்த நாள் காலையே செல்வன் அழைத்துவிட்டான். "நீ காபிக் கடைக்கு வா. அங்கே எல்லாரையும் வரச் சொல்லியிருக்கிறேன்" அப்போது ஆரம்பித்து ஆளாளுக்கு அதைப் பற்றியே பேசி ராஜேஷுக்கு அலுப்பே தட்டிவிட்டது. பயோ கெமிஸ்ட்ரி படித்துக்கொண்டிருந்த மாணவனாம். நான்கு வருடம் ஆகியும் பாடத்தில் தேறும் வழி தெரியவில்லையாம். அவனுடைய சித்தப்பாவுக்கு மிலிட்டரியில் வேலையாம், அவர் வைத்திருந்த துப்பாக்கியை எடுத்துக்கொண்டு வந்துவிட்டானாம். வெளிநாட்டுக்காரர்கள் இங்கே வருவதையும் படித்து முன்னேறுவதையும் பற்றி எப்போதுமே கோபமாகத்தான் பேசுவானாம். இத்தனை தகவல்கள் இவ்வளவு விரைவாக எப்படிக் கிடைத்தன?

ராஜேஷ் செல்வனைக் கேட்டான். "நீ மூணு வருஷத்துக்கு மேலே இங்கே இருக்கே இல்ல? இது மாதிரி எப்பவாவது நடந்திருக்கா?" செல்வன்

"இல்லைதான். ஆனால் இந்த மனோபாவம் பயத்தைக் கிளப்புதில்ல? இத்தனை வருஷம் இங்கேகூட இப்படி ஆகும்னு எல்லாம் நினைச்சுக்கூட பார்த்ததில்லை."

ஃபரான் சொன்னான். "இதெல்லாம் என்றோ ஒரு நாள் நடக்கும் அபூர்வமான விஷயம் ராஜேஷ். இதற்கெல்லாம் மரியாதை கொடுக்காதே என்று செல்வனிடம் சொல்லிச் சொல்லி அலுத்துவிட்டது."

செல்வன் உடனே "இதுவரை நடக்கவில்லை. ஆனால் அவன் சொன்ன காரணம் - என் தாத்தா பாட்டியில் இருந்து கட்டிய வரியில் பல்கலைக்கழகம் நடத்துவார்கள், நீங்கள் நோகாமல் வந்து படித்துவிட்டுப் போய்விடுவீர்களா - என்று கேட்கிறான். இந்தக் கேள்வியை இன்னும் எத்தனை பேர் ஆரம்பிக்கப் போகிறார்களோ."

லிஸா வந்தாள். நேராகக் காபிக்காரனிடம் சென்று “லாத்தே” சொல்லிவிட்டு இவர்களுடன் வந்து அமர்ந்தாள். செல்வன் பேசியதைக் கேட்டாள். “நீ சொல்வது தவறு செல்வன். வேறு நாடுகளில் அது நடக்கலாம். இங்கே நடப்பதற்கு வாய்ப்புக் குறைவு.” என்றாள். “கலெக்டிவ் கில்ட் என்ற பதத்தைக் கேள்விப்பட்டிருக்கிறாயா? இரண்டாம் உலகப் போரில் அளவுக்கதிகமாக அநியாயங்கள் நடந்தது இங்கேதானே? ஹிட்லரையும் எஸ் எஸ் ஐயும்தான் உலகம் முழுக்குற்றவாளிகள் ஆக்கியது, என்றாலும் பொதுமக்கள் மேலும் நிறையக் குற்றச்சாட்டுகள் வரத்தான் செய்தன. குற்ற உணர்ச்சி நேரடியாகக் கொலை செய்தவர்களுக்கு மட்டும் அல்ல, உதவி செய்த பொதுமக்களுக்கும்தான் என்று கிளம்பியதுதான் இந்த கலெக்டிவ் கில்ட் சித்தாந்தம். போர் முடிந்து, தகவல்கள் எல்லாம் வந்த நேரத்தில் நிறைய ஜெர்மானிய பொதுமக்கள் அந்தக் குற்ற உணர்வில் இருந்தார்கள். அந்தக் குற்ற உணர்வுதான், ஐரோப்பா முழுக்க வெளிநாட்டுக்காரர்களுக்கு இரட்டைக் கட்டணம் வசூலிக்கும் காலத்திலும் இங்கே கட்டணம் இல்லாமல் கல்லூரிகளை நடத்துவதற்கான காரணங்களில் ஒன்று என நான் நினைக்கிறேன்.”

ராஜேஷ் பெட்ராவ் சொன்ன கதைகளைச் சொன்னான். “பாதிக்கப்பட்டவர்கள் எப்போதும் பயத்தில்தான் இருப்பார்கள் லிஸா. ஏதோ ஒரு சம்பவம் இதை அவராலோ எங்களாலோ கடந்து போய்விட முடியாது.”

“அப்படிப் பார்த்தால் எனக்கும்தான் பாதிப்பு ஏற்பட வாய்ப்பிருக்கிறது. வெள்ளைத் தோல் இருப்பவர்கள் எல்லாரையும் நாஸி சிந்தனை சமமாக ஏற்றுக்கொண்டுவிடுமா என்ன? நானும் அந்தக் கிறுக்கனுக்கு வெளிநாட்டுக்காரிதானே?” அவள் சொல்வதில் இருந்த உண்மை எல்லோரையும் கொஞ்சம் அமைதியாக்கியது.

ஃபரான் அந்த அமைதியை உடைத்தான். “நீ சொல்வதெல்லாம் சரிதான் லிஸா. ஆனால் ஜெர்மன் அரசாங்கம் வெளிநாட்டுக்காரர்களுக்குக் கல்விக்கட்டணம் போட முடிவு செய்துவிட்டார்கள் தெரியுமா? இனிமேல் ஒவ்வொரு செமஸ்டருக்கும் நாம் பணம் கட்டவேண்டியிருக்கும்.”

“இது தெரிந்திருந்தால் அவன் துப்பாக்கியே எடுத்திருக்க மாட்டான் இல்லையா?” ராகுல் சிரித்தான். சூழ்நிலைக்குப் பொருந்தாததால் அரைநொடியில் உறைந்தது அந்தச் சிரிப்பு.

“இவ்வளவு நேரம் இதைப் பற்றிப் பேசிக்கொண்டிருக்கிறோம், இறந்தவன் யார்? அவன் எந்த ஊர்? யாருக்காவது தெரியுமா?” ராஜேஷ் கேட்டதற்கு “நீயும் உன் ஆணாதிக்கமும்... இறந்தவ‘ள்’ ஆகக் கூட இருக்கலாம் இல்லையா?” லிஸா சுட்டிக்காட்ட “நீயும் உன் பொலிடிகல் கரெக்ட்னஸும்....” ராஜேஷ் மனதுக்குள் நினைத்துக்கொண்டான்.

“தெரியவில்லை. ஒன்றுதானா என்றே தெரியவில்லை.” சரிதான். செல்வன் மறுபடி முதலில் இருந்து ஆரம்பிக்கிறான். “பல்கலைக்கழகத்துக்கு நேற்று ஒருநாள்கூட விடுமுறை இல்லை. இப்படி ஒரு சம்பவம் நடந்ததாகவே யாரும் காட்டிக்கொள்ளக் கூட விரும்பவில்லை.”

“நாம் மட்டும் ஊருக்குச் சொல்லவா போகிறோம்?” என்றான் ராஜேஷ். ராகுல் “என் அப்பா செய்தித்தாளின் ஒரு பக்கம் விடாமல் படிப்பார். ஐரோப்பாவின் எந்த மூலையில் எதாவது சாலைவிபத்து நடந்தால்கூட உன் ஊர்தானே, கவனமாக இரு என்பார். ஸ்வீடனுக்கும் ஜெர்மனிக்கும்கூட அவருக்கு வித்தியாசம் தெரியாது. நிச்சயம் நாளை போனில் பிரச்சினை இருக்கிறது.” பேசி என்னவாகப் போகிறது என்று எல்லாருக்கும் புரிந்திருந்தது. ஆனாலும் பேசாமல் இருக்க முடியவில்லை. ஒவ்வொருவராகக் கிளம்ப ஆரம்பித்தார்கள்.

லிஸா “வாழ்த்துகள் ராஜேஷ். எத்தனையோ பிரச்சினைக்கு நடுவில் மாஸ்டர்ஸ் முடித்துவிட்டாய் போலிருக்கிறதே” அந்தப் புன்னகை ராஜேஷுக்கு வழக்கமாகத் தரும் மகிழ்ச்சியை இன்று தரவில்லை. படிப்பு முடிந்துவிட்டது. ஊருக்குக் கிளம்பவேண்டும். இவளும் திரும்பப் போகிறாள். அவ்வளவுதானா? வாழ்க்கையின் ஒரு அத்தியாயமாக இந்தக் காதலும் முடிந்துவிடப் போகிறதா? ராஜேஷ் இதுவரை யோசிக்காமல் இப்போது திடீரென்று தோன்றியதால் அடிவயிற்றில் ஒரு பந்து உருண்டது.

“கவலைப்படாதே. இதையும் சமாளிப்போம்” லிஸா தனியாக இருந்ததால் இவன் இருந்த நாற்காலிக்குப் பக்கத்தில் வந்து அமர்ந்து ஆறுதல் சொல்லிவிட்டு “எனக்கு லா காலேஜ் போகவேண்டும். சாயந்திரம் சந்திப்போம்” என்று கிளம்பிவிட்டாள்.

எவ்வளவு நேரம் அப்படியே இருந்தானோ தெரியவில்லை. திடீரென்று

விழிப்பு வந்து செய்யவேண்டிய வேலைகள் ஞாபகம் வந்தன. லேப்டாப்பைத் திறந்து தீஸிஸின் முதல் பக்கத்தைத் திருத்தினான். கடைசிப் பக்கத்திலும் பெட்ராவ் சொன்ன மாற்றங்களையெல்லாம் செய்தான். பக்கத்தில் இருந்த புத்தகக் கடையில் முதல் கடைசிப் பக்கங்களை மட்டும் அச்சடித்து, பைண்டிங்கை மாற்றித் தரச் சொன்னான்.

மலையுச்சிக்கு மீண்டும் நடந்து பெட்ராவ் ஆராய்ச்சிக்கூடத்துக்குச் சென்றால் அவர் அங்கு இல்லை. அவர் மேஜையில் ஒரு மஞ்சள் காகிதத்தில் "நீங்கள் சொன்னதெல்லாம் செய்துவிட்டேன், இனியும் என்னை ஏமாற்ற முடியாது" எழுதி புத்தகத்தின்மேல் ஒட்டி வைத்துவிட்டுத் திரும்பும்போது ஒரு பல்கலைக்கழக உதவியாள் ஆராய்ச்சிக்கூட வாசலில் ஒரு காகிதத்தை ஒட்டிக்கொண்டிருந்ததைப் பார்த்தான்.

ஜெர்மன் மொழியில் இருந்ததை எழுத்துக்கூட்டிப் படித்தான். பல்கலைக்கழக டீன் இடம் இருந்து வந்த செய்தி. "நம் பல்கலைக்கழகம் நான்கு நூற்றாண்டுகள் பாரம்பரியம் கொண்டது. இங்கே படிக்க வரும் ஒவ்வொரு நபரும் எங்கிருந்து வந்தாலும் இங்கு வந்து சேர்ந்தவுடன் பல்கலைக்கழக மாணவர் என்பதுதான் அவர்களுடைய அடையாளம். இனம், மொழி, நிறம் என்று எந்தப் பிரிவினையும் பார்ப்பவர்களுக்கு இந்தப் பல்கலைக்கழகத்தில் இடம் கிடையாது." சரிதான், இதையா இவ்வளவு கஷ்டப்பட்டுப் படித்தோம்? இது இங்கே சேர்ந்தவுடன் கொடுத்த விதிப்பட்டியலில் இருந்த அதே வாசகங்கள்தானே.

அடுத்த பத்தியைக் கூட்டிப் படித்தான். "தக்க சமயத்தில் உதவி செய்து, சமூக விரோத சக்தியை உடனடியாகக் கைது செய்த காவல்துறைக்கு நன்றி." ஓ, அப்போதும் பேர் சொல்ல மாட்டீர்களா? "இந்தக் கோர சம்பவத்தில் உயிரிழந்த ஜெயக்குமார் வல்வெட்டித்தம்பியின் குடும்பத்துக்கு எங்கள் ஆழ்ந்த அனுதாபங்களைப் பல்கலைக்கழகம் தெரிவித்துக் கொள்கிறது"

ஜெயக்குமார்? அந்தப்பையனா?

விபத்து சாவு என்பதெல்லாம் எங்கோ நடக்கும்வரை எண்ணிக்கை மட்டும்தான். தெரிந்தவருக்கு நடக்கும்போது மட்டும்தான் சோகம். ராஜேஷுக்கு அப்போதுதான் அந்த சோகம் தாக்கியது.

அத்தியாயம் 15

விமானநிலையம் பரந்து விரிந்திருந்தது. பலமுறை வந்த இடம்தான் என்றாலும் எல்லா முறையும் ரயிலில் வந்து நேராக விமானநிலையத்துக்கு உள்ளேயே சென்றுவிடுவதுதான் வழக்கம். டாக்ஸி வந்து நிற்கும் இடத்தை இதுவரை பார்த்ததில்லை என்பதே அப்போதுதான் ராஜேஷுக்கு உரைத்தது. நான்கு வழிச்சாலையில் கார்கள் ஊறி ஊறிச் சென்றன. கோட்டில் நிறுத்தி இறங்கிக் காசுபோட்டு ட்ராலியை எடுத்து பெட்டிகளை அடுக்கும் நேரத்துக்குள் ஐந்து முத்தங்கள் கொடுத்துக்கொள்ளும் ஜோடிகள். இன்னும் எத்தனை நேரம் கழித்து அடுத்த சிகரெட்டோ என்று அவசர அவசரமாக ஒன்றின் முனையில் அடுத்ததைக் கொளுத்தும் புகைஞர்கள். டாக்சியில் இருந்தே பார்த்து “பிரிட்டிஷ் ஏர்வேஸ் - இந்த வாசல்தான்” உறுதிப்படுத்திக்கொண்டு இறங்கி உள்ளே சென்றார்கள் ராஜேஷும் லிஸாவும்.

ஒன்றும் பேசிக்கொள்ளாமல் கவுண்டருக்குச் சென்றாள். ராஜேஷ் வெறுமையாக அவளையே பார்த்துக்கொண்டு நின்றான். ஒரு மணிநேரப் பயணத்தில் ஒருவார்த்தை கூடப் பேசவில்லை. கண்ணுக்கு மிக அருகில் கனமாகக் கண்ணீர் தேங்கி இருப்பதை உணர முடிந்தது. எதைப் பேசினாலும் உடைவதைத் தவிர்க்க முடியாது என்று இருவருக்குமே புரிந்து இருந்தது.

பெட்டிகளையெல்லாம் துறந்துவிட்டு கைப்பை மட்டும் கொண்டுவந்தவள், "*So, this is it.*" என்றாள். எப்போது ஊருக்குப் போனாலும் பத்து நாள் ஒரு மாதம் என்று மறுபடி பார்க்க ஒரு கணக்குடன்தான் கிளம்புவாள். இருவருக்குமே எதிர்காலம் நிச்சயம் இல்லாதது இதுதான் முதல் முறை.

விமானநிலையத்தின் குளிரை விட்டு வெளியே வந்தார்கள். "பதினைந்து நிமிடம்... அவ்வளவுதான் இருக்கிறது" என்றாள் லிஸா.ராஜேஷ் பதில் சொல்லவில்லை.

"அப்புறம்..." என்றான் ராஜேஷ். இதுவரையே ஒன்றும் பேசவில்லை. என்ன அப்புறம் வாழ்கிறது?

"உனக்கு சென்னைக்கு என்று டிக்கட் போட்டிருக்கிறாய்? சனிக்கிழமைதானே?" தெரியாமல் கேட்டால் பதில் சொல்லலாம். தலையை மட்டும் அசைத்தான். "என்னதான் சொல்கிறார் பெட்ராவ்?" அடுத்த விடை தெரிந்தே கேட்கப்பட்ட கேள்வி.

"இப்போதைக்கு அவரிடம் பிஎச்டி சேர முடியாது என்று சொல்லிவிட்டார். இரண்டு வருடமாவது ஆகுமாம்." பல்கலைக்கழகத்தில் பி எச் டி என்பது ஏறத்தாழ வேலை வாய்ப்பு மாதிரிதான். படிப்புதான் என்றாலும் அவர்கள் மாதாமாதம் பணம் தரவேண்டும். ஆராய்ச்சி மாணவர்களைத் தேர்ந்தெடுப்பது பேராசிரியர்கள்தான், என்றாலும் அவர்களுக்குத் துறை சார்ந்து கொடுக்கப்படும் பணத்தின் அளவு கட்டுப்படுத்தப்பட்டது. அதை மீறிச் செலவழிக்க முடியாது. கண்மண் தெரியாமல் அவர்கள் உதவியாளர்களைச் சேர்த்துக்கொண்டுவிடமுடியாது. பெட்ராவின் துறையில் ஏற்கனவே நான்கைந்து ஆராய்ச்சியாளர்கள் மாதச் சம்பளம் வாங்கிக்கொண்டு படித்துக்கொண்டும் ஆராய்ச்சி செய்துகொண்டும் இருக்கிறார்கள். ராஜேஷ் ஆராய்ச்சி செய்ய விருப்பம் தெரிவித்தவுடன் ஒப்புக்கொண்டவர் அந்தத் தகவலை பல்கலைக்கழகத்துக்கு அனுப்பினார். அங்கிருந்துதான் பதில்தகவல் வந்தது - உங்களிடம் காசில்லை, இவனை நீங்கள் சேர்த்துக் கொள்ள முடியாது என்று.

"வேறு பேராசிரியர்களிடம் கேட்க முடியாதா? இவரிடம் நிதி இல்லை என்றாலும் மற்றவர்களிடம் இருக்கும் அல்லவா?" அதையும்தான் முயன்று பார்த்தான். கடந்த இரண்டு மாதங்களாக வேறென்ன

வேலை? நீ ஆராய்ச்சி செய்யும் துறைக்கு பெட்ராவ்தான் தலைவர், அவரையே கேள் என்றார்கள் சிலர். மீண்டும் முதலில் இருந்து கேள்வி கேட்டு, இது எனக்குப் பிடிக்கவில்லை, வேறு எதாவது சொல் என்றார்கள் சிலர். ஆராய்ச்சியை மாற்ற வேண்டுமென்றால் அதற்கான பாலபாடங்களைப் பயில வேண்டும். ஏறத்தாழ மீண்டும் முதலில் இருந்து மாஸ்டர்ஸ் படிக்க வேண்டும். பெட்ராவை மட்டுமே நம்பி ஆரம்பித்துவிட்ட தவற்றைப் புரிந்து கொண்டாலும் சரிசெய்ய நேரமும் வழியும் இல்லை.

இதெல்லாம் தெரியாதா இவளுக்கு? ஒவ்வொரு நாளும் ஒவ்வொரு பேராசிரியரைச் சந்தித்து, திரும்ப வந்தவுடன் கதை கதையாகச் சொல்லிவிட்டேன். ஆனாலும் கேட்கிறாள். அந்த விஷயத்துக்குள் போகப் பயப்படுகிறாள். இன்னும் ஒரு ஆறுமாதம் இருந்தால் எதாவது ஒரு பேராசிரியரைப் பிடித்துவிடலாம். இந்தப் பல்கலைக்கழகம் இல்லாவிட்டாலும் பெட்ராவ் ஒரு அறிமுகக் கடிதம் கொடுத்தால் இந்த நாட்டில் மட்டுமல்ல, ஸ்விட்சர்லாந்து, ஆஸ்திரியா, ஸ்வீடன் எந்த நாட்டிலாவது போய் ஆரம்பித்துவிடலாம். பி எச் டி ஆரம்பிப்பது கடினம்தான், ஆனால் முடியாத காரியம் இல்லை, ஆனால் ஆறு மாதங்களாவது இதே வேலையாக அலைய வேண்டும். அதற்கு சூழ்நிலை ஒத்துப் போகவில்லையே.

“அம்மா இன்னும் பிடிவாதமாகத்தான் இருக்கிறார்களா?” இந்தக் கேள்வியைத்தான் எதிர்பார்த்திருந்தான் என்றாலும் பதில் சொல்லத் தயாராகவும் இல்லை. அம்மாவிடம் பேசுவதே ஒரு கொடுமையாகப் போய்விட்டிருந்தது. ஜெயக்குமார் மரணத்தைத் தெரிந்துகொண்ட பிறகு தினம் தினம் “உனக்கு ஏண்டா அந்த ஊர், திரும்பி வந்துவிடு” என்று சொல்லிக்கொண்டிருந்தாள். அதே அம்மா பயாப்ஸி ரிப்போர்ட் வந்தவுடன் குரலை மாற்றிப் பேச ஆரம்பித்தாள். “உன் வாழ்க்கைதாண்டா முக்கியம். நீ அங்கேயே இரு. வந்தா திரும்பிப்போக முடியாதுன்னு வேற சொல்றே” உண்மைதான். அதற்காக அம்மாவை இந்த நிலையில் ஊரில் தனியாக விட்டுவிட்டு இருக்கமுடியுமா?

லிஸா தன்னையே பார்த்துக்கொண்டிருப்பதைக் கவனித்தான். “ஆமாம். விசா பிரச்சினைக்காக இங்கேயே இரு என்கிறாள். பிரச்சினைதான். இல்லையென்று சொல்லவில்லை. இங்கேயே இருந்தால் எதாவது

வகுப்பைக் காட்டி நவம்பரில் விசாவை புதுப்பித்துக் கொள்ளலாம். ஊருக்குப் போய்விட்டால் ஆராய்ச்சிக்காக புது விசா விண்ணப்பம் செய்து அது கிடைத்த பிறகுதான் வர முடியும். குறைந்தபட்சம் ஆறுமாதம் இந்த நடைமுறைக்கே போய்விடும். அதுவும் முதலில் பேராசிரியர் ஒப்புதல் வழங்கவேண்டும், பல்கலைக்கழகம் ஒப்புக்கொள்ள வேண்டும். அதற்குப் பிறகுதான் விண்ணப்பத்தை ஆரம்பிக்கவே முடியும். ஆனால் இதை எல்லாம் பார்க்கும் நிலை இப்போது இல்லையே. இந்த ஊரில் படிப்பதைவிட, ஆராய்ச்சியைவிட முக்கியமானது அம்மா உடல்நிலைதானே?" கண்ணின் விளிம்புவரை கண்ணீர் வந்துவிட்டது.

லிஸா ஆதரவாக, "ஹேய்... கவலைப்படாதே. அத்தனை ரிப்போர்ட்டையும் ஜெமைமாவும்தானே பார்த்தாள். ஆரம்ப நிலையில்தான் இருக்கிறது என்றுதானே சொன்னாள். சர்ஜரியில் சரியாக எண்பது சதவீதம் வாய்ப்பிருக்கிறது. இதெல்லாம் இப்போது சர்வ சாதாரணமாக நடக்கிறது. சென்னையிலேயே நிறைய சர்ஜரி நடக்கிறது என்று டாக்டர் சொன்னாரே... சும்மா அதையே நினைத்து மனதைக் குழப்பிக் கொள்ளாதே." அவள் வாய்தான் ஆதரவாகப் பேசியது. குரலில் கவலை இருக்கத்தான் செய்தது.

ஓவரியன் கேன்சர். செய்தி தெரிந்த நாளின் கலவரம் இன்னும் குறையாமல் அவன் மனதில் நின்றுகொண்டிருந்தது. டாக்டர் சொல்லும்போதே "நல்லவேளை சீக்கிரம் கண்டுபிடித்துவிட்டோம், சிகிச்சைக்கு நிச்சயம் பலன் இருக்கும்" என்று நம்பிக்கை கொடுத்தார். "அரசாங்க வேலை. இன்ஷ்யூரன்ஸ் இருக்கிறது, செலவுக்கெல்லாம் கவலைப்படவேண்டாம்" என்று சேர்த்து வேறு சொன்னார்.

மருத்துவச் செலவுக்குக் கவலை இல்லை என்பது உண்மையாகவே இருந்தாலும், வீட்டை நடத்துவதற்கு? மருத்துவமனை போக வர ஆட்டோவுக்கு? கல்விக்கடன் இன்றுவரை பதினைந்து லட்சத்தைத் தாண்டிவிட்டது. வங்கிக் கணக்குப்படி படிப்பு முடிந்து மூன்று மாதங்களில் வட்டி கட்ட ஆரம்பிக்கவேண்டும். அதற்கு இன்னும் இரண்டு மாதம்தான் இருக்கிறது. பி எச் டி கிடைத்தாலும் படிப்பு முடியவில்லை என்று கணக்குக் காட்டலாம். இங்கே எதாவது வேலை கிடைக்குமா என்று பார்க்கலாம்தான். ஆனால் அதிலும் விசா பிரச்சினைகள். அம்மாவுக்காக ஊர் போயே ஆகவேண்டும். உடனே

ஏதாவது வேலை தேடவேண்டும். இயற்பியல் படித்தவனுக்கு என்ன வேலை கிடைக்கும்? டேட்டா எண்ட்ரி? அதற்காகவா இவ்வளவு கஷ்டப்பட்டேன்? இந்த மூன்று வருடங்களுமே வீண்தானா?

லிஸா கைப்பையில் இருந்து அலாரம் அடித்தது. “பேசுவதற்கு நிறைய இருக்கிறது என்று நமக்குத் தெரிகிறது. ஆனால் நேரத்துக்குத் தெரியவில்லையே.” இப்போது அவள் கண்ணிலிருந்து நீர் வழிவதைப் பற்றி அவள் கவலைப்படவில்லை. இவ்வளவு நேரமும் என்னைப் பற்றி மட்டுமே யோசித்துக் கொண்டு இருந்திருக்கிறேன். இவள் வாழ்க்கையில் என்ன என்ன நடக்கப் போகிறதோ? புதிய கம்பெனி, புதிய வேலை. நல்ல சம்பளம்தான் என்றாலும் அப்பா சொன்னது ஞாபகம் வந்தது. “அளவா சம்பளம் கொடுத்தா நாம வேலை செய்யறோம். அதிகமா கொடுத்தா அடிமை ஆகிறோம்” இவளுக்கு இனி பேசக்கூட நேரம் கிடைக்குமா தெரியவில்லை.

“எப்போது முடியுமோ சொல். நான் அழைப்பு அனுப்புகிறேன், விசா வாங்கு. நேராக லண்டன் வா. நான் அடுத்த ஆகஸ்டில் நிச்சயமாக இந்தியா வருகிறேன்.” அவள் கண்ணீரின் உப்பு உதடு வரை வந்திருந்தது தெரிந்தது. இந்தத் திட்டமிடலுக்கு எல்லாம் அர்த்தம் இருக்கிறதா என்ன? இந்த மூன்று வருடங்களில் நடந்த எதாவது ஒருவிஷயம் நான் திட்டமிட்டபடி நடந்திருக்கிறதா? ஏதோ விதியின் கைகள் எழுதிச் செல்கின்றன.

தன் கலங்கிய கண்ணை யாரும் பார்த்துவிடக்கூடாது என்ற கவனத்துடன் அவள் வேகமாக வரிசையில் முன்னேறினாள். ராஜேஷ் அவள் அணிந்திருந்த கருப்புக் கோட்டை விட்டுக் கண்ணை நகர்த்தவேயில்லை. இம்மிக்ரேஷன் வரிசையில் முன்னேறி பாதுகாப்புச் சோதனை தாண்டி ஒரு வினாடி திரும்பும்போது இவனைக் கவனித்தாள். இன்னுமா இங்கேயே நிற்கிறாய் என்பது போல பார்த்து ஒரு பறக்கும் முத்தம் கொடுத்தாள். பின் காணாமல் போனாள்.

அத்தியாயம் 16

தெருவின் முனையில் நின்று கொண்டிருந்தான் ராஜேஷ். கார்க்காரன் கூட்டு ரோடு வழியாக வருவானா இல்லை பஸ் போகும் சாலை வழியாக வருவானா என்று தெரியாததால் இரண்டு வழிகளையும் பார்ப்பது போல ஓரிடத்தைத் தேர்ந்தெடுத்து நின்றுகொண்டிருந்தான். அம்மா வீட்டு வாசலில் நின்றுகொண்டிருந்தது தெரிந்தது. நான் தான் சொல்லியிருக்கிறேனே, கார் வந்தால் வீட்டுக்கு அழைத்து வருகிறேன் என்று. அங்கு வந்து அவன் நின்றால் அதிகக் காசு கேட்பான் என்றாள். என்ன பத்து ரூபாய் அதிகம் கேட்பானா? அதற்காக இந்த வெயிலில் வந்து நிற்கவேண்டுமா? சொன்னால் கேட்கமாட்டாள்.

இன்று கீமோதெரபியின் இறுதிநாள். அம்மாவைப் பார்ப்பதையே தவிர்த்துக்கொண்டிருந்தான் ராஜேஷ். முகம் வற்றி முடி கொட்டி, ஆறு மாதங்களில் பத்து வயது அதிகமானது போல் இருந்தாள். "என்ன இருந்தாலும் விஷத்தைத்தானேடா உடம்புல ஏத்தறான்? அது வேலையைக் காட்டாம விடுமா?" குரலும் ஹீனமாகிவிட்டிருந்தது. சர்ஜரி செய்வதற்கு ஒரு வாரத்தில் நாள் குறித்தாகிவிட்டது. அந்த பயம் வேறு அவளுக்கு அழுத்தத்தை ஏற்றிக்கொண்டிருந்தது. இருந்தாலும் "என்னடா கொத்தவரங்கா பண்ணிவச்சிருக்கே. கொஞ்சம் வேகவிட்டால்தான் என்ன?" நாக்கு நீளம் குறையவில்லை.

கார் காலைநேர மக்களுடன் உறவாடிக்கொண்டு ஊர்ந்தது. கடிகாரத்தைப் பார்த்தான். “பன்னிரண்டு மணிக்குள்ள போயிடலாமில்ல?” ஓட்டுநரிடம் கேட்டதற்கு “எனக்கு என்ன சார் தெரியும்? ஊர் முழுக்க ரோட்லதான் இருக்கு.”

போனை எடுத்துப் பார்த்தான். இணையவசதி இப்போது போனிலேயே வந்துவிட்டது. என் கணக்கில் பணம் இல்லை என்பதை பேங்குக்குப் போய்ப் பார்க்கவேண்டியதில்லை. இங்கேயே பார்த்து அழலாம். “உங்களுக்கு ஆசிரியர் பயிற்சிப் படிப்பு இல்லாத காரணத்தால் தற்போது உங்களுக்குத் தகுந்த வேலை எங்கள் கல்வி நிறுவனத்தில் இல்லை” என்ற மன்னிப்புக் கடிதங்களைப் படிப்பதற்காக கணினியைத் திறக்கவேண்டிய அவசியமில்லை.

ஃபேஸ்புக்கில் ஏதோ தகவல் வந்திருப்பதாகத் தெரிந்தது. லிஸா காலை வணக்கம் போட்டிருந்தாள். “இன்று ஒரு வேலையாக சஸெக்ஸ் பல்கலைக்கழகம் போகப் போகிறேன், முடிந்தால் பிசிக்ஸ் ஆராய்ச்சி வாய்ப்பு இருக்கிறதா என்று பார்த்துச் சொல்கிறேன்.” அவளுக்கு இப்போது அதிகாலை இல்லையா? ஆல்டன்பர்க்கில் பதினோரு மணிக்கு முன்னால் எழுந்துகொள்ளவே யோசிப்பாள். வேலை என்று வந்துவிட்டால் வெள்ளைக்காரி. இல்லாவிட்டாலும் வெள்ளைக்காரிதான். சிரிப்பு வந்தது.

அம்மா பார்த்தாள். “என்னடா, எதாச்சும் நல்ல தகவலா?” நம்பிக்கை.

“இல்லைம்மா. ப்ரெண்டு, ஒரு ஜோக் அனுப்பியிருக்கான்” “ன்”னை அழுத்திச் சொன்னான். அம்மாவிடம் சொல்லும் வேளை இன்னும் வரவில்லை. “இது காதலிக்கற வயசா, நாங்க எல்லாம் அந்தக்காலத்துல” அம்மா எந்நேரமும் அறிவுரை சொல்லும் ஆளில்லை என்றாலும் சந்தர்ப்பத்தைத் தவறவிடமாட்டாள்.

நேரத்துக்குச் சென்றுவிட்டாலும் பொதுமருத்துவமனையில் ஒரு மணிநேரம் காத்திருந்தபிறகுதான் பெயரை அழைத்தார்கள். ஊசி குத்தும்போது முகத்தை அனிச்சையாகத் திருப்பிக்கொண்டான். மஞ்சள் நிற திரவம் கொஞ்சம் கொஞ்சமாக அம்மா உடலுக்குள் ஏறத்தொடங்கியது. கையில் எடுத்துவந்திருந்த புத்தகத்தைப் பிரித்தான். *Quarks Bosons* என்று தொடங்கிய முதல் கட்டுரைக்குள் மனம் போகவில்லை. ஏன் இதை எடுத்துவந்தேன்? ஒரு விகடன் குமுதம் எடுத்துவந்திருக்கலாம். மக்களையாவது வேடிக்கை பார்க்கலாம்.

பொதுவாகவே நம்மூர் மக்கள் சிரிக்காதவர்கள். வெளிநாட்டுக்குப் போனபோது முதலில் யாரைப் பார்த்தாலும் அவர்கள் மரியாதையாகச் சிரிப்பது அவனுக்கு அந்நியமாகவே தெரிந்தது. திரும்ப இங்கே வந்தவுடன் தெருவில் ஒருவர் இவனையே பார்த்ததும் ராஜேஷ் புன்னகை செய்ததற்கு, “என்னைத் தெரியுமா உனக்கு?” என்று விரோதமாக அருகே வந்தார். சிரிப்பதற்கே காரணங்கள் தேவைப்படும் சமூகத்தில் மருத்துவமனைகளில் அந்தக் காரணங்கள் எதுவும் கிடைக்காது. அதிலும் கான்சர் வார்டில். சோகங்களைப் பல படிநிலைகளில் காட்டிக்கொண்டிருக்கும் மக்கள்தான் இங்கே இருப்பார்கள். முகத்தில் கைக்குட்டையை வைத்து விட்டம் பார்த்துக்கொண்டிருப்பவர்கள், ‘என்னத்தச் சொல்ல... நம்ம விதி இப்படி இருக்கு’ என்று அழத் தயாராக இருப்பவர்கள், என்னவோ நினைத்துக்கொண்டு திடீரென வெடித்து அழுபவர்கள்... நல்ல மனநிலையோடு இங்கே வந்தால்கூட தாழ்வு மனப்பான்மை வந்துவிடும். சீக்கிரம் கிளம்பவேண்டும்.

அம்மா கையில் இணைத்திருந்த பாட்டிலைப் பார்த்தான். முடியும் நேரம்தான். இப்போது போய் நர்ஸைக் கூப்பிடலாமா? இந்த விஷயம் எப்போதும் ராஜேஷுக்கு ஒரு பிரச்சினைதான். சில நேரங்களில் “இவ்ளோ இருக்கு, இப்பவே வந்துட்டியே” என்பார்கள். சில நேரங்களில் “என்னப்பா, முன்னயே கூப்பிட்டிருக்கக்கூடாதா... இது காலியானதும் வால்வை மூடலைன்னா டியூப்ல ரத்தம் ரிவர்ஸ் ஆகும். இவங்களுக்கு ஏற்கனவே அனிமியா வேற!” என்பார்கள்.

போன் அடித்தது. சேமித்து வைக்கப்படாத எண். எடுத்தான். “நான் பேங்க்ல இருந்து பேசறேன். மாசிலாமணி. ராஜேஷ் தானேப்பா?”

வங்கிக்குக் கடன் தவணை கட்ட வேண்டிய நாள் இன்னும் வரவில்லையே? இப்போது என்ன?

“அம்மாவுக்கு எப்படி இருக்கு?” சாதாரண விசாரணைதானா. “பரவாயில்லை சார். அடுத்த வாரம் சர்ஜரி.”

“பார்த்துக்கப்பா. அப்புறம்... உனக்கு வேலை கிடைச்சிருச்சா?”

“எங்க சார்... இன்னும் இல்லை. எந்த காலேஜுக்குப் போனாலும் பி எட் கேக்கறாங்க. நானும் ட்ரை பண்ணிக்கிட்டேதான் சார் இருக்கேன்.”

“அந்த விஷயமாத்தான்ப்பா போன் பண்ணேன். உனக்கு மகாலட்சுமி இன்ஸ்டிட்யூட் ஆஃப் டெக்னாலஜி தெரியுமா? மேடவாக்கம் தாண்டி...” கேள்விப்பட்டது கூட இல்லை.

“அந்தக் காலேஜோட அக்கவுண்டண்ட் என் ப்ரண்டுதான். உன்னைப் பத்திப் பேசினேன். அப்ளிகேஷனை நேர கொண்டுவந்து கொடுக்கச் சொன்னார். லேப் அசிஸ்டண்ட் வேலை கிடைக்க வாய்ப்பிருக்காம்” மாஸ்டர்ஸ் ஆஃப் பிஸிக்ஸ் ஃப்ரம் ஆல்டன்பர்க், லேப் அசிஸ்டண்ட்டா? ஆனால் பாவம் உதவி செய்ய விரும்புகிறார். எந்த உதவியையும் உதறித்தள்ளும் நிலையிலும் நான் இல்லை.

“ரொம்ப தாங்க்ஸ் சார். அந்த அக்கவுண்டண்ட் பேர் சொன்னீங்கன்னா...”

சோர்ந்து போயிருந்த அம்மாவைக் கைத்தாங்கலாக அழைத்துக்கொண்டு கார் பிடித்து வீடு வந்து சேர்ந்து கொஞ்சம் சாதத்தை அள்ளிப் போட்டுக்கொண்டான். ஃபைலில் பயோடேட்டா இருக்கிறதா என்று பார்த்துக்கொண்டு அம்மாவிடம் சொல்லிக் கொண்டு பஸ் பிடித்தபோது மணி நான்கு. கல்லூரி மூடுவதற்குள் போய்ச் சேர முடியுமா?

மேடவாக்கத்தில் இறங்கி விசாரித்தபோது ஒவ்வொரு ஊர் பஸ்ஸும் அது வரும் சாலை முடிவில் நின்றுவிடும், இன்னொரு ஊருக்குச் செல்ல அந்தச் சாலை முடிவுக்குச் செல்லவேண்டியிருக்கும் எனத் தெரிந்துகொண்டான். இத்தனை மக்கள் ஒரு சாலையில் இருந்து இன்னொரு சாலைக்குச் செல்லவேண்டியதைத் தங்கள் வாழ்வாதாரமாக மாற்றிக்கொண்டிருந்த ஷேர் ஆட்டோக்காரர்களைத் தவிர்த்து வேகமாக நடந்தான். அந்த பஸ்ஸைல் கண்டுபிடிப்பதில் பெரிய சிரமம் இருக்கவில்லை. எம் ஐ டி என்றது பஸ்ஸின் பலகை. ஓ, சென்னையில்கூட மஸாசூஸட்ஸ் இன்ஸ்டிட்யூட் இருக்கிறதா? சிரிப்புத்தான் வந்தது.

பஸ் காலியாக இருந்தது. கண்டக்டர் டிக்கட்டின் பின்னால் பத்து என எழுதி மிச்சத்திற்குக் கடன் சொன்னான். கிளம்பியவுடனே ஊர் தீர்ந்துவிட்டிருந்தது. வயல்வெளிகளைக் கடந்து சென்றபோது ஜில்லென்ற காற்று முகத்தில் வீசி, காலையில் இருந்து ஒருநிமிடம் கூட அனுபவிக்காத ஒரு புத்துணர்ச்சியைத் தந்தது. எதிர்ப்பக்கம்

காக்கிச்சட்டை மாணவர்கள் தொங்கிக்கொண்டு சென்ற வண்டிகள் அபாயகரமாக வலதுபக்கம் சாய்ந்து தரையைத் தேய்த்துக்கொண்டு சென்றதைக் கவனித்தான். வகுப்புகள் முடிந்துவிட்டனவா? இப்போது போய்ப் பிரயோஜனமில்லையா?

கண்டக்டரிடம் மிச்சத்தை வாங்கிக்கொண்டு இறங்கியவுடன் பார்த்தான். இடதுபக்கம் அதே வயல்வெளிகள்தான். தெருவோரத்தில் ஒரு பம்ப்செட் கட்டடத்தில் ஜவுளிக்கடல் விளம்பரம், இன்றே கடைசி திரைப்படம். சென்னைக்கு இவ்வளவு பக்கத்தில் இப்படி ஒரு கிராமமா?

வலதுபக்கம் ஒரு பிரம்மாண்டமான வரவேற்பு வளையம் மகாலட்சுமி இன்ஸ்டிட்யூட் ஆஃப் டெக்னாலஜி என்று வரவேற்றது. இரண்டு தூண்களைத் தவிர வேறு சுவர்கள் இல்லாமல் கம்பி வேலி வெகுதூரத்துக்கு நீண்டது. வளையத்தில் இருந்து ரொம்ப தூரத்தில் நான்கைந்து கட்டடங்கள் அஸ்பெஸ்டாஸ் கூரையுடன் இருந்தன. அதுவரை செம்மண்ணில் சாலை, ஓரங்களில் செங்கல்கள் வருங்கால மரங்களை அடைகாத்துக் கொண்டிருந்தன. வளையத்துக்கு அருகில் இருந்த சிறு பாலத்தில் இளைஞர்கள் புகைபிடித்துக் கொண்டிருந்தார்கள். புகைவராத தூரத்தில் சில பெண்கள் பஸ்ஸுக்குக் காத்துக்கொண்டிருந்தார்கள்.

நேரம் ஆகிவிட்டது. ராஜேஷ் வேகமாக செம்மண் சாலையில் நடந்தான். கட்டடங்களை அடையும்போது பல வழிகாட்டி அறிவிப்புகள் மெகானிகல் பிசிக்ஸ் என்று வருபவர்களைப் பிரித்துவிட்டன. நிர்வாகம் என்று போட்டிருந்த கட்டடத்தின் உள்ளே நுழைந்து “அக்கவுண்ட்ஸ் டிபார்ட்மெண்ட் எங்கேங்க?” அக்கவுண்ட்ஸ் டிப்பார்ட்மெண்ட் எட்டு மேஜைகள், பொதுவான ஒரு விசிறிக்குக் கீழே எல்லாப் பக்கமும் காகிதங்களாக இருந்தது. “ராமபத்ரன்?” ராமபத்ரன் மாலைவரை கலையாத நாமத்தோடு இவனைப் புதிர்ப்பார்வை பார்த்தார்.

“மாசிலாமணி சார் சொன்னார். பேங்க்ல இருந்து...”

“ஓ நீதான் அந்த எம் எஸ் சியா? இன்னிக்கே வந்துட்டியா? சரி வா.” முதல் பார்வையிலேயே ஒருமையில் பேசும் தைரியம் எப்படித்தான் இவர்களுக்கு வருகிறதோ?

அவர் அடுத்து இருந்த நவீனமான கட்டடத்துக்கு அழைத்துச் சென்றார். பெரிய வாசல், நுனி வரை கார் வரும் ஏற்பாடு, காரில் இருந்து இறங்கியதும் மேலேறிச்செல்லும் படிகளைச் சுற்றி வண்ண வண்ணமான பூக்களுடன் செடிகள், உள்ளே நுழைந்ததும் இன்னொரு தாழ்வாரத்தில் ஒரு பெரிய மரம், குளிர்சாதனம் செய்யப்பட்டிருந்த வரவேற்பறை. பிரம்மாண்டமாக மகாலட்சுமி அம்மையார் என்று மாலைசாற்றிய படத்துக்குக் கீழே கோட் அணிந்த ஆட்கள் என்று இடத்தின் தரமே மாறிவிட்டிருந்தது. ராமபத்ரன் “கரெஸ்பாண்டண்டைப் பார்க்கணும்” என்று பொதுவாக அங்கிருந்த காவலாளிடம் சொல்லி மாடியேறினார். மாடியில் வரிசையாக ஏழெட்டு இளைஞர்கள் காத்திருந்தார்கள். எல்லாரும் என்னைப்போலத்தான் இருக்கிறார்கள், வேலை தேடி வந்திருப்பார்களோ?

விஸ்வநாதன், தாளாளர் என்று போட்டிருந்த கதவு திறந்து ஓர் இளைஞன் கலக்கத்துடன் வெளியே வந்தான். உள்ளிருந்து குரல் சத்தமாகக் கேட்டது “சும்மாவா தரேன் சம்பளம்? பேரு போட்டுக்கற இல்ல ப்ரொஃபசர்ன்னு? மாசமானா வாங்கிக்கத் தெரியுதில்ல? அந்த ஒனக்கை வேலை செய்யறதிலயும் இருக்கணும்.”

அத்தியாயம் 17

இருட்டத் தொடங்கிவிட்டது. விஸ்வநாதன் இன்னும் அழைக்கவில்லை. நான் இருப்பதாவது அவருக்குத் தெரியுமா? ராமபத்ரனும் உட்காரச் சொல்லிவிட்டுக் கிளம்பிவிட்டார். அம்மாவிற்குச் செய்தி அனுப்பினால் பார்ப்பாளா? அம்மாவின் கவலையை நினைத்து ஆச்சரியமாக இருந்தது. மூன்று வருடங்கள் ஜெர்மனியில் எத்தனை மணிக்கு வீட்டுக்கு வந்தேன் எங்கே சென்றேன் என்றெல்லாம் தெரியாது. ஆனால் இங்கே இருட்டிவிட்டால் ஆயிரம் கேள்வி கேட்பாள். "ஏன் இன்னும் வரவில்லை? போன் செய்தால் என்ன? இங்கே ஒருத்தி கவலைப்பட்டுக்கிட்டு இருப்பேன்னு தெரியாதா?"

அவர் அறைக்குள் காத்திருந்த ஒவ்வொருவராகச் சென்று கொஞ்ச நேரம் பேசிவிட்டு, திரும்பி வந்துகொண்டிருந்ததைக் கவனித்தான். எல்லாரும் ஆசிரியர்கள். எல்லாரும் திட்டு வாங்கிக் கொண்டிருக்கிறார்கள். வெளியே வருபவர்கள் அந்தக் கதவைக் கடக்கும்வரை முகத்தை மன்னிப்புக் கேட்பது போல் வைத்திருந்து இவன் உட்கார்ந்திருந்த நாற்காலியைத் தாண்டும்போது சாதாரணமாகி சிரிக்கக் கூடச் செய்கிறார்கள். இது ஒரு தினப்படித் திட்டுத் திருவிழா போலத் தெரிந்தது. எல்லா முகத்தையும் நட்பாகப் பார்க்க இவன் முயன்றாலும் அவர்கள் யாருமே அதைக் கண்டுகொள்ளவில்லை. இவன் உருவம் கல்லூரி மாணவன் போல இருப்பதால் அவர்கள் ஆசிரியர்கள் ஆகிப் பீடத்தில் அமர்ந்துவிடுகிறார்கள். இவனும் ஆசிரியராகி விட்டால் ஒருவேளை சிரிப்பார்களோ என்னவோ.

அதுவும் அந்த அலுவலக வாயிலில் நடக்க வாய்ப்பிருப்பதாகத் தெரியவில்லை.

வாசலில் இருந்த வரிசை தீர்ந்துவிட்டபிறகு வெளியே ஒரு காலை மட்டும் வைத்து "நீதான் ராமபத்ரன் சொன்ன ஆளா?" இவனைப் பார்த்துத்தான் கேட்டார்.

இவ்வளவு நேரம் குரல் மட்டும்தான் கேட்டுக்கொண்டிருந்தது. இவர்தான் விஸ்வநாதனா? காபிக் கலரில் ஒரு சபாரி சூட் அணிந்து அறுபது அறுபத்தைந்து வயது சொல்லலாம். அறை விசாலமாக இருந்தது. பெரிய கண்ணாடி அலமாரியின் உள்ளும் வெளியும் கோப்பைகள், அலங்காரத்தட்டுகள். பின் பக்கம் பிரம்மாண்டமாக சுவரை அடைத்துக்கொண்டு மகாலட்சுமி அம்மையார் கலர் கலர் விளக்குகள் நெட்டி மாலைகளோடு தொங்கிக்கொண்டிருந்தார். தோற்றம் மறைவு எல்லாம் எழுதிச் சுற்றிப் போட்டிருந்த கறையின் வண்ணங்கள் விஸ்வநாதனின் அரசியல் பின்புலத்தைச் சொன்னது. பிரம்மாண்டமான மேஜையில் மூன்று போன்கள் - எல்லாவற்றிலும் பேசுவாரா? ஒரு திரையில் 16 பாகங்களில் கல்லூரியின் வெவ்வேறு பகுதிகள் தெரிந்தன. அது தவிரவும் ஒரு லேப்டாப் திறந்திருந்தது. உள்ளே வந்தவனைக் கவனிக்காமல் லேப்டாப்பில் எதையோ தட்டிக்கொண்டிருந்தார். அமரவெல்லாம் சொல்லவில்லை. ராஜேஷ் எதிர்ப்பக்கம் போட்டிருந்த நாற்காலிகளில் ஒன்றைத் தேர்ந்தெடுத்து அமர்ந்தான். லேப்டாப்பில் இருந்து நிமிர்ந்து பார்த்தார். ஒன்றும் சொல்லவில்லை என்றாலும் 'நான் உட்கார அனுமதிக்காமல் உட்கார்வாயா?' தெரிந்தது.

"என்ன படிச்சிருக்கே?"

"மாஸ்டர்ஸ் இன் பார்ட்டிகிள் பிசிக்ஸ் சார், ஆல்டன்பர்க், ஜெர்மனி" ராஜேஷுக்கு இவர்களைக் கவரும் சாதுர்யம் கொஞ்சம் கொஞ்சமாகக் கைவர ஆரம்பித்திருக்கிறது. வேகமான ஆங்கிலத்தில் ஆரம்பித்தாலே போதும். எதிர்பார்த்தது போலவே விஸ்வநாதன் புருவம் உயர்ந்தது.

"மேலே அங்கேயே படிக்கலையா? அங்கேயே வேலை பார்த்திருக்கலாம் இல்ல? ஏன் வந்துட்டே?"

"அம்மாவுக்குக் கொஞ்சம் உடல்நலம் சரியில்லை சார். அதுக்காக..."

"உனக்கு எப்படி வேலை தர்றது சொல்லு? அம்மாவுக்குச் சரியாயிடுச்சுன்னா கிளம்பிப் போயிடுவே." நிச்சயம். ராஜேஷ்

மனதுக்குள் நினைத்துக்கொண்டான். ஒரு நொடி கூடத் தாமதிக்க மாட்டேன்.

ஆனால் சத்தமாகச் சொல்லும்போது "இல்லை சார். எனக்கு இங்கே ஆராய்ச்சி பண்ணனும்னுதான் ஆசை. எல்லாரும் வெளிநாட்டையே தேடி ஓடினா எப்படி சார்?" விஸ்வநாதன் இவனை நிஜமாகத்தான் சொல்கிறானா என்று எடை போடுவது போலப் பார்த்தார்.

இவன் கொடுத்த பேப்பர்களைப் புரட்டி "பி எட் இல்லையா?"

"வாங்கிடறேன் சார்." ஆசிரியர் வேலைக்குச் சேர்ந்தபிறகுதான் பாதிப்பேர் பி எட் ஆரம்பிக்கிறார்கள். அதுவும் அதே வேலையில் தொடரும் ஆசை இருந்தால்தான்.

"உனக்கு சூட்டபிளா இப்ப ஒண்ணும் வேலை இல்லையேப்பா. லேப் அசிஸ்டண்ட் வேலைக்கு நீ ஓவர் குவாலிபைட். லெக்சரர் கொடுக்க பி எட் இல்லை... என்ன பண்ண சொல்லு?" மீண்டும் அவர் கண் ராஜேஷை ஊடுருவியது. கவனமாகப் பதில் சொல்லவேண்டிய தருணம். எந்த வேலையாயிருந்தாலும் பரவாயில்லை என்று சொன்னால் ரொம்பக் கீழிறங்கி விட்டதாக நினைத்துக்கொள்வார். சரி என்று பைலை அடுக்கினால் போகிறது என்று விட்டுவிடுவார்.

யோசித்துக்கொண்டிருந்தபோதே அவர் தொடர்ந்தார். "இப்ப லேப் அசிஸ்டண்ட்டா எடுத்துக்கலாம், பி எட் முடிச்சாதான் கன்பர்ம் பண்ணுவேன், ஓக்கேவா?" வேலை கொடுத்துவிட்டாரா? இவ்வளவு சுலபமாகவா?

"ஒண்ணாந்தேதி வந்து ஜாயின் பண்ணிக்க. உன் சர்ட்டிபிகேட் ஒரிஜினல் எல்லாம் இங்கேதான் பத்திரமா இருக்கும். மினிஸ்ட்ரில இருந்து ஆடிட் வந்தா காட்டணுமில்ல? டெம்பரரி பொஸிஷந்தான். கன்சாலிடேட்டடா பதினெட்டாயிரம் கொடுப்பேன்." விஸ்வநாதன் நிபந்தனைகளை அடுக்கிக்கொண்டே போனார். ராஜேஷ் தனக்குள் நினைத்துக்கொண்டான். இவருக்கு என்னைப் பார்த்ததும் ஏனோ பிடித்துவிட்டிருக்கிறது. இவ்வளவு நேரம் எல்லாரையும் திட்டிக்கொண்டிருந்தவர் இவ்வளவு விரைவாக என்னை முடிவு செய்திருக்கிறார். என்ன சரியாகச் செய்தோம்? அமைதியாகத்தானே இருந்தேன். ஒருவேளை அதுதான் இவருக்குத் தேவையோ?

வெளியே வந்தபோது நன்றாகவே இருட்டிவிட்டிருந்தது. வரவேற்பு வளைவு வரை நிலா வெளிச்சம்தான் துணைகாட்டியது.

வயல்வெளிகளில் தவளை சத்தம் கேட்கத் தொடங்கிவிட்டிருந்தது. பஸ் நிற்கும் இடம் காலியாக இருந்தது. சாலையில் எந்த வண்டியுமே போகவில்லை. என்ன செய்வது இப்போது? அம்மாவுக்குத் தகவல் சொல்லிவிடலாமா? போனை எடுத்துப் பார்த்தான். கடைசியாக எப்போது சார்ஜ் செய்தது? செத்துவிட்டிருந்தது.

கல்லூரியின் உள்ளிருந்து ஒரு பைக் உறுமிக்கொண்டு வந்தது தெரிந்தது. இவனருகே வந்து நிறுத்தி "நீங்கதானே ராஜேஷ்?" என்ற ஆளுக்கு இவன் வயதுதான் இருக்கும். இவனை விஸ்வநாதன் அறை வாசலில் பார்த்தானே.

"நான் ஜெகன். பிசிக்ஸ் டிபார்ட்மெண்ட். இப்போதுதான் கரஸ் உங்களைப் பத்திச் சொன்னார். அடுத்த வாரம் சேரப்போறீங்களா?" பைக்கை நிறுத்திவிட்டுக் கை குலுக்கினான். "இந்த நேரத்தில இங்கே பஸ் எல்லாம் வராது. நான் வேளச்சேரி போகணும்... உங்களை எங்கயாவது டிராப் பண்ணிடட்டுமா?" தெய்வமே பைக்கில் வந்திருக்கிறது.

பைக் வெளிச்சத்தில்தான் சாலை தெரிந்தது. காற்று வேகமாக அடித்ததில் சில்லென்றது. ஒரு கிராமத்தைத் தாண்டும்போது "இங்கே டீ நன்றாக இருக்கும்" என்று ஒரு டீக்கடையில் நிறுத்தினான் ஜெகன்.

"ஜெர்மனியில் படித்தீர்களாமே? பார்ட்டிகிள் பிசிக்ஸ்?" ராஜேஷ் ஆமோதிக்க ஜெகன் தொடர்ந்தான். "ஊர் நல்லாருக்கும்ல? ஏன் திரும்பி வந்தீங்க?" இந்தக் கேள்விக்கு நிறையமுறை பதில் சொல்ல வேண்டியிருக்கும் போல. டீ வருவதற்குள் தன் வாழ்க்கைச் சுருக்கத்தைச் சொல்லி முடித்தான்.

"கான்சரா சொன்னீங்க?" ஜெகன் கேட்டான். ராஜேஷுக்கு அடுத்து என்னவரப் போகிறது என்று புரிந்துவிட்டது. கேன்சருக்கு இருக்கும் ஆயிரம் சிகிச்சைகளில் ஒன்றைச் சொல்லப் போகிறான். எந்த ஒருவரிடம் கேன்சர் என்றாலும் "திருத்துறைப்பூண்டி பக்கத்தில ஒரு சாமியார்" என்றோ "குளத்துநெல்லின்னு ஒரு மூலிகை" என்றோ ஆரம்பிக்கிறார்கள். ஆனால் ஜெகன் அதைத் தொடரவில்லை.

டீயைக் குடித்துக்கொண்டே ஜெகன் தன் கதையைச் சொல்லும் போதுதான் அவனுடைய நகைச்சுவை உணர்வு தெரிந்தது. "என்னை

என் அப்பா ஒரு டாக்டரா எஞ்சினியரா ஆக்கணும்னு பார்த்தார். அதெப்படி ஒரே ஆள் எல்லாம் ஆகமுடியும்? பர்ஸ்ட் க்ரூப் எடுக்கச் சொன்னார் எடுத்தேன். படிக்கவும் சொன்னா? ஆர்ட்ஸ் காலேஜ் சீட்டுக்குதான் உன் மார்க் லாயக்குன்னு சிங்கிள் விண்டோல சொல்லிட்டாங்க. அதுலதான் முதல்முறையா சாய்ஸ் கொடுத்தாரு அப்பா பிஸிக்ஸா கெமிஸ்ட்ரியான்னு. கூடப் படிச்சவனெல்லாம் காம்பஸ்ன்றான் பத்து லட்சம் சம்பளம்ன்றான் அமெரிக்கான்றான். அதையெல்லாம் நான் என்ன கண்டேன். எம் எஸ்சி முடிச்சேன், அதே அப்பா இங்கே கொண்டுவந்து சேத்துட்டாரு. வக்கத்தவனுக்கு வாத்தியார் வேலை.''

எதிர்ப்பக்கம் வேறொரு பைக் வந்து நின்றது. அதில் இருந்து இறங்கியவன் அதிகாரமாக டீக்கடைக்காரனை நோக்கி ''நாகு. ஃபில்ட்டர் ரெண்டு கொட்றா'' என்றான். ஜெகன் அவனைப் பார்த்ததும் அனிச்சையாக அமைதியானதை ராஜேஷ் கவனித்தான். சின்னப்பையன் போலத்தான் இருக்கிறான். கிட்டார் படம் போட்ட கருப்புச் சட்டை, ஜீன்ஸ், வெள்ளி செயின் - அந்தக் கிராமத்துக்கு வித்தியாசமாகத் தெரிந்தன. ஜெகனைப் பார்த்துவிட்டான். ''ஜெகனா? என்ன இவ்ளோ லேட்டு?'' சிகரெட்டைக் கொளுத்திக்கொண்டே கேட்டான்.

''இல்ல செந்தில். வேலை இருந்தது.''

''விசு கிட்ட திட்டு வாங்கிக்கிட்டு இருந்தேன்னு கேள்விப்பட்டேன்...'' செந்தில் சிரித்தான். ''அதெல்லாம் ஒண்ணும் இல்லை... நான் வரேன்'' என்று பொதுவாகச் சொல்லிவிட்டு ஜெகன் வண்டியைக் கிளப்பினான்.

மேடவாக்கத்தில் இறங்கும்வரை எதுவும் பேசவில்லை. ''இங்கே உங்களுக்கு பஸ் கிடைக்கும் இல்ல?'' ராஜேஷ் பொறுத்துக்கொள்ள முடியாமல் ''யார் சார் அந்த கிட்டார் சட்டை?'' கேட்டே விட்டான்.

''அவன் பேர் செந்தில்.நீங்க இந்தக் காலேஜ்ல சேர்ந்தா கிட்டே கூட நெருங்கக் கூடாத முதல் ஆசாமி.''

''ஓ... ஊர் ரௌடியா?''

''இல்லை. ஸ்டூடண்ட்.''

அத்தியாயம் 18

“இன்னும் எவ்வளவு நேரம்டா ஆகும்?” அம்மா தள்ளு படுக்கையில் படுத்துக்கொண்டிருந்தாள். ஆஸ்பத்திரியின் பச்சை கவுனைச் சுற்றி விட்டிருந்தார்கள். கலக்கமாக இருந்தாள் என்பது சந்தேகத்துக்கு இடமில்லாமல் தெரிந்தது. ரத்த அழுத்தம் பரிசோதித்த நர்ஸ் “பயப்படாதீங்கம்மா” என்றது கலவரத்தை அதிகப்படுத்தத்தான் செய்தது. அவள் கிளம்பியே பத்து நிமிஷத்துக்கு மேல் ஆகிவிட்டது. யாரிடம் கேட்பது என்று தெரியாமல் அறையில் இருந்து வெளிவந்து வராந்தாவைப் பார்த்தான். நிறையப் பேர் பெஞ்சுகளில் உட்கார்ந்து காத்துக்கொண்டிருந்தார்கள். யாரும் இவனுக்கு பதிலளிக்கக் கூடியவர்கள் போலத் தோன்றவில்லை. சுவாதீனமாக நடந்துகொண்டிருந்த ஒரு காக்கிச்சட்டையைப் பிடித்துக் கேட்டதற்கு “வருவாங்க, வெயிட் பண்ணுங்க”.

கடந்த ஒரு மாதத்தில் இந்த சர்ஜரி பற்றி நிறையப் படித்துவிட்டான். நவீன மருத்துவ முறைகளில் தொண்ணூற்றைந்து சதவீதம் வெற்றி வாய்ப்புள்ள சர்ஜரி. ஆனால் வெற்றிவாய்ப்பு என்பது என்ன? சினைப்பைகள், கர்ப்பப்பை தவிர வயிற்றுக்குள் புற்றுநோய் எங்கெல்லாம் பரவி இருக்கிறது என்று கண்டுபிடித்து அதை அகற்றுவதுதான் இந்த சர்ஜரி. அகற்றுதல் வெற்றிகரமாக முடியும். கீமோதெரபியும் இந்த சர்ஜரியும் சேர்ந்து புற்றுநோயை முழுவதுமாக குணப்படுத்துமா என்பதற்கான உறுதி கிடையாது. நல்ல வாய்ப்பிருக்கிறது. சிகிச்சை முடிந்த பின் பல மாதங்கள் கண்காணிப்பு

வேண்டும். வேறு வழி இல்லை. அதைப்பற்றியெல்லாம் இப்போது நினைக்காதே குரங்கு மனமே.

ஒருவழியாக இரண்டு காக்கிச்சட்டை ஆட்கள் வந்து படுக்கையில் இருந்த அட்டையைச் சரிபார்த்துவிட்டு தள்ளத் தொடங்கினார்கள். ஒரு டாக்டர் பெண்மணி வந்து இணைந்து கொண்டாள். "ஆபரேஷன் ரூம் ஆறுதானே? அட்டெண்டண்ட் யாரு?" ராஜேஷ் அவரைப் பவ்யமாகப் பார்க்க "காலைல ஒண்ணும் சாப்பிடலை இல்லை?" உறுதி செய்துகொண்டு அட்டையைப் பார்த்துக்கொண்டே நடந்தாள். சிவப்பு விளக்கு எரியத் தொடங்கிவிட்ட ஆப்பரேஷன் அறைக்குள் நுழைய முற்படும்போது ஒரு நர்ஸ் வந்து "நீங்க வெளிய வெயிட் பண்ணுங்க. சர்ஜன் வந்துட்டார், மூணு மணிநேரம் கழிச்சு வந்தீங்கன்னா போதும்" வெளியே வந்தவுடன் தான் தோன்றியது அம்மாவிடம் ஒரு வார்த்தைகூடப் பேசவில்லை என்பது.

பசித்தது. மருத்துவமனையை விட்டு வெளியே வந்தான். வளாகத்தை ஒட்டியிருந்த உணவுக் கடைகளைத் தவிர்த்துக் கொஞ்சதூரம் நடந்தான். உடுப்பி ஹோட்டல் ஒன்று கண்ணில் பட்டது. போதும். "மினி டிபன் கொடுங்க" ஒவ்வொன்றாகத் தேர்ந்தெடுக்கும் வேலை மிச்சம். சர்க்கரைப் பொங்கலைச் சாப்பிட்டான். அம்மாவை சர்ஜரிக்கு அனுப்பிவிட்டு இனிப்பு சாப்பிடுகிறேன். என்ன மகன் நான்?

போனைத் திறந்து பார்த்தபோது மகாலட்சுமி இன்ஸ்டிட்யூட் ஆப் டெக்னாலஜி மின்னஞ்சல் அனுப்பியிருந்தார்கள். ஒன்றாம் தேதி இணையவேண்டும், பதினெட்டாயிரம் எல்லாம் சேர்த்த சம்பளம் அதில் இன்னன்ன பிடித்தம் இதைச் செய்யக்கூடாது அதைச் செய்யக்கூடாது என்று ஏழு பக்கங்களுக்கு நீண்டது. பதினைந்தாயிரம் கையில் கிடைக்குமா? கல்விக்கடன் வட்டிக்குச் சரியாகப் போய்விடும். மற்ற செலவுகளுக்கு அம்மாவே துணை. இதைக் குறை சொல்லிப் பலனில்லை. இந்த அளவுக்காவது வருகிறதே என்று மகிழ்ச்சிதான் அடைய வேண்டும். பி எச்டிக்கு முயலவேண்டும். பெரும்பாலும் அதுவே வேலை போலச் சம்பளம் கிடைக்கும். அதற்கான வழிமுறைகளைத் தேட வேண்டும். அதற்கு வேறெங்கும் வேலை செய்வதைவிட ஒரு கல்லூரியில் வேலை செய்வது நல்லது.

சாட்டில் லிஸா நிறையத் தகவல் அனுப்பியிருந்தாள். பொதுவாக "கவலைப்படாதே, சர்ஜரி பயமில்லை"தான். அதை நியாயப்படுத்த

போட்டோக்கள், லிங்குகள். எல்லாம் பார்த்ததுதான். என்னிடமும் கூகுள் இருக்கிறது காதலியே. தேடக்கூட எனக்குத் தெரியாதா? "அம்மா இப்போது சர்ஜரியில்" தகவல் அனுப்பிய அடுத்த நொடியில் போன் வந்தது.

"நீ ஒரு முட்டாள். எவ்வளவு சொன்னேன்? சர்ஜரிக்கு முன் அம்மாவிடம் பேசக் கொடு என்று?" லிஸா கோபமாக இருந்தாள். அவளுக்கு எப்படி புரியவைப்பது? அம்மாவுக்கு இன்னும் இந்த விவகாரத்தைச் சொல்லக்கூட இல்லை. அதுவும் சர்ஜரிக்கு முன்னால் சொன்னால் ஏற்கனவே ஏறியிருக்கும் ரத்த அழுத்தம் இன்னும் ஏறி சர்ஜரி செய்யவே அனுமதிக்காது என்று?

இவன் அமைதியின் காரணத்தை அவளே ஊகித்துக்கொண்டு "சரி, காதலி என்று சொல்லவேண்டாம். ஒரு தோழி என்று சொல்லலாம் இல்லையா? உனக்குத் தோழிகள் கூட இருக்கக்கூடாதா உங்கள் கலாச்சாரத்தில்?" கலாச்சாரத்தைக் கிண்டல் செய்கிறாளா என்ன? சேச்சே இருக்காது.

பேச்சு மாற்றும் விதமாக வேலை கிடைத்த விவரத்தைச் சொன்னான். "வாவ். வாழ்த்துகள். இவ்வளவு சீக்கிரமாகவா? உடனே பி எச் டி ஆரம்பித்துவிடு. முடித்தவுடன் நான் லண்டனில் வேலை வாங்கித்தருகிறேன்" நான்கைந்து ஆண்டு வருங்காலத்தை நாலு வார்த்தையில் சுருக்குகிறாள். அவ்வளவு சுலபமா வாழ்க்கை?

மறுபடி ஆப்பரேஷன் தியேட்டர் வாசலுக்கு வரும்போது ஒரு மணிநேரம் கூட முடிந்திருக்கவில்லை. யாராவது வெளியே வருகிறார்களா என்று பார்த்துக்கொண்டிருந்தபோது நர்ஸ் பரபரப்பாக வெளியே வந்தாள். அவள் முகத்தை ஆவலுடன் பார்த்துக்கொண்டிருந்த இவனைப் புறக்கணித்துவிட்டுப் பக்கத்து அறையில் நுழைந்து கைநிறைய சாதனங்களை எடுத்துக்கொண்டு திரும்பினாள். அவளை நிறுத்தி "எல்லாம் ஓக்கேதானே சிஸ்டர்?" என்றதற்கு "சரியாத்தான் போயிட்டிருக்கு" என்று பரபரப்பு குறையாமல் சொல்லிவிட்டு உள்ளே காணாமல் போனாள்.

குறுஞ்செய்தி ஒன்று வந்திருந்தது. "எல்லாம் நல்லபடியாக நடக்கிறது என்று நம்புகிறேன் - ஜெகன்" ராஜேஷ் நெகிழ்ச்சியாக உணர்ந்தான். வெளிநாட்டில் இந்தியன் என்றாலே ஒரு குறைந்தபட்ச நட்பு வந்துவிடும், மிகச் சில விதிவிலக்குகளைத் தவிர, குறைந்தபட்சமாகவே தொடரும். உள்ளூரில் அதெல்லாம் சாத்தியமில்லை என்றுதான்

நினைத்திருந்தான். ஆனால் ஒரு நாள் பார்த்த ஆள், ஞாபகம் வைத்துக்கொண்டு தகவல் அனுப்புகிறான். நட்புகளைப் பேணுவது என்பது ஒரு கலை. அது இந்த ஜெகனுக்குக் கைவந்திருக்கிறது. தானும் ஒரு பதிலாவது அனுப்பி நட்பைத் தொடங்கலாம். "மிக்க நன்றி, இப்போது சர்ஜரிக்குள் சென்றிருக்கிறார். இன்னும் இரண்டு மணிநேரம்." என்று பதில் தகவல் எழுதி உடனே அழித்தான். போன் பேசி விடலாம். அழைத்தான்.

"எப்படி இருக்கீங்க ராஜேஷ்? அம்மாவுக்கு எப்படி இருக்கு?"

"இப்பதான் சர்ஜரிக்குள்ள போயிருக்காங்க. ப்ளான் பண்ண மாதிரி எல்லாம் ஓடிக்கிட்டிருக்கு" புதிதாய்ப் பார்த்தவனைப் போல அல்லாமல் எவ்வளவு அழகாகப் பேசுகிறான். ராஜேஷுக்கு ஒரு மகிழ்ச்சியான உணர்வு தோன்றியது. இந்தக் கல்லூரியில் குறைந்தபட்சம் ஒரு நண்பனோடு சேரலாம்.

"என்னிக்கு ஜாயின் பண்றீங்க? இங்கே எல்லா வேலையையும் உங்க தலைல கட்டக் காத்திருக்கோம். ரெகார்டு நோட்டுங்களை மலை மாதிரிக் குவிச்சு வச்சிருக்கோம். வாங்க பாஸ் நீங்க காலி." கிண்டல்தான் என்பதை உறுதிசெய்யும் தொனி இருந்தது அவன் பேச்சில்.

"ஒண்ணாந்தேதி ஜாயின் பண்றேன்." ராஜேஷ் ஒரு நொடி நிதானித்துவிட்டு, "ஒரு விஷயம் கேட்டா தப்பா நினைச்சுக்க மாட்டீங்களே."

"சொல்லுங்க பாஸ்..." இவன் தெலுங்கா? ஆல்டன்பெர்க்கில் பார்த்த தெலுங்குக்காரர்கள் அனைவரும் மற்றவரை பாஸ் என்றுதான் அழைப்பார்கள்.

"லேப் அஸிஸ்டண்ட் வேலைன்னா, க்ளாஸ் எல்லாம் எடுக்க முடியாதா? எனக்கு அதுலதான் ஆர்வம்..."

"அடப்போங்க பாஸ். இங்கே பேருக்கும் வேலைக்கும் சம்பந்தமே கிடையாது. டெசிக்னேஷன் எல்லாம் பி எட் முடிச்சியா, பி எச்டி முடிச்சியான்றதை வச்சுத்தான். வேலை எல்லாருக்கும் ஒண்ணுதான். உங்க பேர்ல ஒரு வாரத்துக்கு 15 பீரியட் புக் பண்ணி வச்சிட்டோம்." அட்டவணை வேலைகளை எல்லாம் இவ்வளவு விரைவாக முடித்துவிட்டார்களா? விஸ்வநாதனைப் பார்த்து ஒரு வாரம்கூட முடியவில்லையே.

“அப்பாடா... இப்பதான் நிம்மதி. லேப் அசிஸ்டண்ட்ன்னா ப்ராக்டிகல்ஸ் வேலை இருக்கும்ன்னு நினைச்சு பயந்திட்டேன்...”

“அதுவும் உண்டு ராஜேஷ். வாரம் 4 ப்ராக்டிகல்ஸ் இருக்கும். கொடுக்கற காசை நூத்துக்கு நூறு வசூல் பண்ணிடுவார் விசு. சும்மா வருவாளா சுகுமாரி?” ஜெகன் சொன்னதைக் கணக்கு போட்டுப் பார்த்தான் ராஜேஷ். அப்போது நாள் முழுக்க ஏதாவது வேலை இருந்துகொண்டே இருக்கும். ஆனால் படிப்புக்கு உதவும்தானே. அந்த வகையில் நிம்மதி.

“டெய்லி ப்ராக்டிகல்ஸ் இருக்குமா?” ராஜேஷ் ஆர்வமாகக் கேட்டான். பி எச்டிக்குப் போகும்முன் கொஞ்சம் ஆராய்ச்சியைச் செய்து வைத்துக்கொள்ளலாம்.

“டெய்லி எல்லாம் இல்லை. ஆனால் இருக்கற நாலு டொக்கு மெஷின்ல எல்லாரையும் கணக்குக் காட்டணுமில்ல. அதுக்காக ரெண்டு மூணு பேருன்னு வந்துட்டுப் போவாங்க. அதுவும் ஸ்டூடன்ட்ஸ் மனசு வச்சா...”

“அவங்க யார் சார் மனசு வைக்கறதுக்கு? டீச்சர் சொன்னா கேட்டுத்தானே ஆகணும்?”

“எந்த ஊர்ல இருக்கீங்க ராஜேஷ்? நாம டீச்சரே இல்லை. ஸ்டாஃப். அதை மனசுல ஏத்திக்கிட்டு இங்க வந்து சேருங்க. நிறையக் கத்துக்கணும் பாஸ் நீங்க.”

போனை வைத்துவிட்டு கொஞ்சம் வெளியே அலைந்துவிட்டு திரும்பி வந்தபோது “எங்கே போயிட்டீங்க” என்றாள் ஒரு நர்ஸ். ஒரு மருந்துப் பட்டியலைக் கொடுத்து வாங்கி வரச் சொன்னாள். “அம்மாவை வார்டுக்குக் கூட்டி வந்துடறோம். ஆப்பரேஷன் நல்லபடியா முடிஞ்சுது.”

மருந்தை வாங்கிக்கொண்டு வார்டுக்கு வந்தபோது அம்மாவுக்கு மயக்கமருந்தின் வீரியம் குறையத் தொடங்கிவிட்டிருந்தது. இருந்தாலும் பேச்சில் குளறல் இருந்தது. சம்பந்தமே இல்லாமல் பேசிக்கொண்டிருந்தாள்.

“டாக்டர் சாப்பிட்டாரா? ஏன் அந்த யானை உள்ளே வந்தது? யாருடா லிஸா?”

அத்தியாயம் 19

இயற்பியல் ஆய்வகத்தில் உள்ள ஆய்வுப்பொருட்களைக் கணக்கெடுத்துக் கொண்டிருந்தான் ராஜேஷ். ஆய்வகத்தின் இன்னொரு கோடியில் போடப்பட்டிருந்த பெரிய மேஜையைச் சுற்றி 4 நாற்காலிகளில் சக ஆசிரியர்கள் சோற்று மூட்டையைப் பிரித்துக்கொண்டிருந்தார்கள். ஜெகன் “ராஜேஷ்... வாடா, மத்தியானம் ஃபர்ஸ்ட் ஹவர் என்னோட இருக்கில்ல?” என்று கத்தினான். வேலையை அப்படியே போட்டுவிட்டு அந்த நாற்காலியை அடந்து தயிர்சாதத்தைப் பிரித்தான்.

“இன்னிக்கும் தயிர்சாதம்தானா? கொஞ்சம் வெரைட்டியா கொண்டுவாயேன்ப்பா...” வளர்மதி தயிர்சாதப் பாத்திரத்தின் மூடியில் ஒரு மீன் வறுவலை வைத்தார். “இல்லை மேடம். அம்மா பண்றேன்னுதான் சொன்னாங்க. ஆனா இன்னும் ஆபரேஷன்ல இருந்து முழுசா குணம் ஆகலை. அதுவரைக்கும் சமையல் ரூம் பக்கம் வராதேன்னு சொல்லிவச்சிருக்கேன்.”

ஜெகன் ராஜேஷைப் பார்த்து, “டேய். இவ்ளோ நல்லவனா இருக்காதே. அப்புறம் எனக்கெல்லாம் கெட்ட பேர் வருதில்ல...”

“இன்னிக்கு எஸ்ஸார் வரலையா?” ராதாகிருஷ்ணன் கேட்டார். எல்லாரையும் இனிஷியல் வைத்துதான் அழைப்பது ராஜேஷுக்கு இரண்டு மாதமாகியும் பழக்கமாகவில்லை. எம்மார் என்று அழைத்தால் திரும்பிக் கூடப் பார்க்கமாட்டான். ஆனால்

ராதாகிருஷ்ணனை எஸ்ஸார்க்கே என்றுதான் அழைக்கவேண்டும் என்றே எதிர்பார்ப்பார். அந்த இளைஞர் வட்டத்துக்குப் பொருந்தாத நாற்பதுகளின் ஆரம்பத்தில் இருப்பவர். ஏற்கனவே வேறு கல்லூரிகளில் வேலை செய்தவர், "அவர்கிட்ட எந்நேரமும் பிஸியா இருக்கறதாவே காட்டிக்கோ. கொஞ்சம் கேப் விட்டா பழங்கதை பேச ஆரம்பிச்சுடுவார்" ஜெகன் அறிவுரைத்திருந்தான். விஎம் மேடம் என்னும் வளர்மதி அவருடைய மனைவி. இருவரும் ஸ்கூட்டியில் அண்ணாநகரில் இருந்து இருபத்தைந்து கிலோமீட்டர் வந்து போகிறார்கள். பழைய கல்லூரியின் காதல் திருமணமாகித் தொடர்கிறது.

எஸ் ரமேஷ் என்னும் எஸ்ஸார் அவர்களுடைய துறைத் தலைவர்.. "அவருக்கு இன்னிக்கு ஆடிட் லஞ்ச். மெயின் பில்டிங்ல..." வளர்மதி பதில் சொன்னார். வருடம் இருமுறை நடக்கும் கல்வித்துறை ஆடிட். "இங்கே வருவாங்களா?" என்று களேபரமாக இருந்த ஆய்வு மேஜையைப் பார்த்தான் ராஜேஷ். "அதெல்லாம் வரமாட்டாங்க. ஆனா எதுக்கும் நீ சாப்டவுடனே அதையெல்லாம் க்ளீன் செஞ்சுரு" ராதாகிருஷ்ணன் துறைத் தலைவர் இல்லாதபோது துணைத் தலைவர்.

ராஜேஷ் கையில் கொண்டு வந்திருந்த சுற்றறிக்கையைப் பார்த்துக் கொண்டே சாப்பிட்டான். "ஆய்வகங்கள் சுத்தமாக வைக்கப்பட வேண்டும். ஆய்வுக் கருவிகளின் எண்ணிக்கை சரிபார்க்கப்படும் - போட்டிருக்கே..." என்று சத்தமாகப் படித்துக் காட்டினான். ஜெகன் சிரித்து, "சரி, எண்ணிக்கை சரிபார்க்கறாங்க, அப்புறம்?"

ராஜேஷுக்குப் புரியவில்லை. "அப்புறம் என்ன? ஆடிட்டே அதுக்குத்தானே? கல்வித்துறை நிர்ணயிச்சிருக்கற அளவுல லேப் இருக்கா, அதுல எல்லா உபகரணமும் இருக்கா, தேவையான அளவுல இருக்கா - இதை செக் பண்றதுக்குதானே ஆடிட்? அதனாலதானே இந்த சர்குலர் பாத்தவுடனே நானும் லேப் எக்யுப்மெண்டை கணக்கு பார்க்க ஆரம்பிச்சேன்?"

"லேப் எக்யுப்மெண்ட் கணக்கு பார்க்கட்டுமான்னு கேட்டீங்க, ஏதோ புதுசா வந்திருக்கீங்க, எல்லாம் செக் பண்ணி வச்சுக்கறதுக்காக கேக்கறீங்கன்னு நினைச்சு சரி, பாருங்கன்னு சொன்னேன். இந்த சர்குலர்க்காகன்னு எனக்குத் தெரியாதே?" ஏதோ ஜோக் சொன்னது போல மூன்று பேரும் சிரித்ததில் ராஜேஷ் சுருங்கினான்.

“சரி ஆரம்பிச்சே, ஏதாவது ஒழுங்கா இருந்ததா?” சிரிப்பை நிறுத்தாமல் வளர்மதி கேட்டார். “ப்ராக்டிகல் நடத்தும்போது, 1:2 விகிதத்துல உபகரணங்கள் இருக்கணும்னு போட்டிருக்குமே. பார்த்தியா? ஒவ்வொரு பிஸிக்ஸ் லேபுக்கும் குறைந்தது 60 பேர் வருவாங்க. அப்ப ஒவ்வொரு எக்யுப்மெண்டும் 30 இருக்கணுமில்ல? சரி பத்து? அட மூணு? விடு... ரெண்டாச்சும் இருக்குதா? எல்லாத்துக்கும் அதோ பார் பிஸிகல் பேலன்ஸ், இதோ பாரு ஸ்பெக்ட்ராமீட்டர்ன்னு காட்டறதுக்கு ஒண்ணே ஒண்ணுதான் இருக்கும். அதுவும் வேலை செஞ்சா அதிசயம்.”

“அப்புறம் எதுக்கு ஆடிட்?”

“ஆடிட்டர்ங்க சாப்பிட வேணாமா?” ஜெகன் சிரித்தான். “நம்ம டிபார்ட்மெண்ட் எவ்வளவோ தேவலை. மெக்கானிகல் பக்கம் போய்ப் பாத்தியா? ஒரு லேத், ஒரு மில்லிங் மெஷின். பொம்மை மாதிரி வச்சிருப்பாங்க. சிங்கிள் ஃபேஸ் கனெக்‌ஷன்தான் இருக்கு லேபுக்கு. ஓட்டிக்காட்டுன்னு சொன்னாக்கூட ஓட்ட முடியாது. வருஷக் கடைசில எக்ஸாமுக்கு மட்டும் வயரை இழுத்து த்ரீ ஃபேஸ் கொடுப்பாங்க, அதுவும் திருடன் மாதிரி ராத்திரி ரெண்டு மணிக்கு.”

ஆல்டன்பர்க்கின் விஸ்தாரமான ஆய்வகங்கள் நினைவுக்கு வந்தது. வளர்மதி சொன்ன விகிதத்துக்கும் அதிகமாக உபகரணங்கள் கொட்டிக் கிடக்கும். பாதுகாப்பை மட்டும்தான் ஆய்வக உதவியாளர்கள் பார்த்துக்கொள்வார்கள். மற்றபடி மாணவர்கள் எதை வேண்டுமானாலும் எடுத்து பயிற்சி எடுத்துக்கொள்ளலாம். இங்கேயும் அதே கணக்கு காகிதத்தில் இருக்கத்தான் செய்கிறது, வருடத்துக்கு இரண்டு முறை அதைப் பரிசோதித்து உறுதி செய்தும் கொள்கிறார்கள். காகிதத்தில்.

ஜெகன் சாப்பாட்டுப் பாத்திரங்களைக் கழுவி பையில் வைத்துவிட்டு பச்சை போர்டுக்கு அருகில் ஆணியில் தொங்கிக்கொண்டிருந்த கழுத்துப்பட்டையை எடுத்து மாட்டிக்கொண்டான். “எஸ்ஸார்க்கே சார். என்னை ஆசிர்வாதம் பண்ணுங்க... தர்ட் இயர் க்ளாஸ் எடுக்கப் போறேன்” என்றான்.

எஞ்சினியரிங் மாணவர்களுக்கு முதலாண்டு மட்டும்தான் இயற்பியல் இருக்கும். மற்றபடி சயன்ஸ் அண்ட் டெக்னாலஜி என்று பெயர்

போட்ட பாவத்துக்காக ஒரே ஒரு வகுப்பு மட்டும் மூன்று ஆண்டுகள் இயற்பியல் இளங்கலை.'' இந்தக் காலேஜ் எஞ்சினியரிங்குக்கே தேறாத கூட்டத்தை அதுல தள்ளி விட்டுருவாங்க. இதுல ஒரு பையன், சொன்னா நம்ப மாட்டே, எல்லாப் பாடத்திலும் கரெக்டா பாஸ் மார்க் வாங்கியிருக்கான். ஒரு மார்க் மேலே இல்லை, ஒரு மார்க் கீழே இல்லை. 420/1200. இது எதாச்சும் உலக சாதனையாத்தான் இருக்கணும்'' ஜெகன் முன்பே சொல்லியிருந்தான். ''ஒரு வாரம் ஜெகன் கூட க்ளாஸுக்குப் போய் பார்த்துக்க'' என்று எஸ்ஸார்க்கே சொல்லியிருப்பதால் இந்த வகுப்புக்கு ஜெகன்கூடப் போக வேண்டும்.

''செந்தில் இருப்பானில்ல? இன்னிக்குக் காலைல வாசல்ல டீக்கடைல பார்த்தேன். மூஞ்சு மேலேயே புகை விட்டான். பாத்து நடந்துக்க ஜெகன்.'' வளர்மதி ஆதரவாகச் சொன்னார். ராஜேஷுக்கு இன்னும் இந்த வினோதமான ஆசிரியர் மாணவர் உறவு பிடிபடவில்லை. மாணவனைப் பார்த்து ஆசிரியர் ஏன் பயப்பட வேண்டும்? ''நாம ஏன் ஸ்டூடண்டுக்கு அடங்கிப் போகணும் மேடம்?'' கேட்டே விட்டான்.

வளர்மதி போர்டுக்கு மேல் இருந்த கடிகாரத்தைப் பார்த்தார். இரண்டடிக்க இன்னும் பத்து நிமிடம் இருக்கிறது. ''பத்து நிமிஷத்துல எல்லாம் உனக்குக் கதை சொல்லி முடிக்க முடியாது. இந்தக் காலேஜ் வரலாறுல இருந்து ஆரம்பிக்கணும்.'' ஆனாலும் சொன்னார். ''விஸ்வநாதன் இந்தக் காலேஜுக்கு ஓனர்ன்னு நினைச்சுக்கிட்டிருக்க இல்ல? அவர் மட்டும் இல்லை. ஊர்ல இன்னும் பத்து பேரு ஷேர் போட்டு ஆரம்பிச்சிருக்க காலேஜ் இது. இவரு கொஞ்சம் படிச்சவரு. மத்தவங்க எல்லாம் அரிசி மண்டி, புண்ணாக்கு வியாபாரம் பண்றவங்க. அதுல ஒருத்தன் பையன்தான் இந்த செந்தில். அவனைக் கண்டிக்கவும் முடியாது, தண்டிக்கவும் முடியாது. அவன் மட்டும் இல்லை, அவன்கூட இருக்கற கும்பலையும் நாம ஒண்ணும் கேக்க முடியாது. அவங்களா பெரிய மனசு பண்ணி காலேஜ் வந்தாங்கன்னா ஏத்துக்கணும். இல்லையா... அட்டெண்டன்ஸ் போட்டுட்டு அமைதியா இருக்கணும்.''

வகுப்பறைக்குள் இருவரும் சென்றபோது சில மாணவர்கள் மட்டுமே எழுந்து நின்றார்கள். நுழையும் இடத்தில் சங்கிலி பிணைத்த அழுக்கான டம்ளருடன் ஒரு பானை. வசவசவென்று இருந்தது

வகுப்பறை. மூன்றடிச் சுவருக்கும் ஆறடிக் கூரைக்கும் இடையில் திறந்த வெளியில் வெயில் வகுப்பறையின் ஒரு பக்கத்தை வாட்டிக் கொண்டிருந்தது. மையத்தில் ஒரு ஃபேன் யாரையும் தொந்தரவு செய்யாமல் விசிறி விசிறியாகக் காட்டிச் சுற்றிக்கொண்டிருந்தது. மர பெஞ்சுகளில் பல்வேறு லவ் யூக்கள் செதுக்கப்பட்டிருந்தன. போர்டில் பழைய பாடம் அழிக்கப்படாமல் வெள்ளை தட்டிக் கிடந்தது. ஓரிரு மாணவர்கள் எந்தக் கூச்சமும் இல்லாமல் தூங்கிக் கொண்டிருந்தார்கள். “நீங்க பின் சீட்ல உக்காந்திருங்க, நான் கூப்பிடறேன்” என்று மாணவர்கள் பார்ப்பதால் மரியாதையாகச் சொன்னான் ஜெகன்.

வருகைப் பதிவேட்டின்போது கூட தூங்கியவர்கள் அசையவில்லை. ஜெகன் பெயரை அழைத்தவுடன் பக்கத்தில் இருக்கிறவர்கள் உலுக்கியதைப் பார்த்து குறிப்பெடுத்துக்கொண்டான். அவர்கள் வகுப்பில் பங்கேற்றதாகக் கணக்கு. ராஜேஷ் தன்னையறியாமல் சிரித்தான்.

“இன்று முதல்முறையாக உங்களுக்கு வகுப்பெடுக்க திரு ராஜேஷ் அவர்களை அழைக்கிறேன். திரு ராஜேஷ் ஜெர்மனியில் இயற்பியல் முதுகலை முடித்தவர், இந்தக் கல்லூரியில் இரண்டு மாதங்களாக இருந்தாலும் உங்கள் வகுப்புக்கு முதல் முறையாக வருகிறார்” சம்பிரதாயமான அறிமுகத்துக்கு ஓரிரண்டு மாணவர்கள் சோகையாகக் கை தட்டினார்கள்.

ராஜேஷ் போர்டுக்கு அருகில் சென்று பழையதை அழிக்க முற்பட்டான். துடைக்கக் கொஞ்சம் கந்தல் துணிதான் இருந்தது. சாக் தூள் பட்டு அதுவும் வெள்ளையாகி அழிக்கவில்லை. ஒரு வார்த்தையும் பேசாமல் வகுப்பின் பின்முனை வரை வந்து பானைத் தண்ணீரில் துணியை நனைத்துக் கொண்டு சென்று போர்டைப் பொறுமையாக அழித்தான். அந்த அதீத அமைதி அவர்களுக்கு ஆர்வத்தை ஏற்படுத்தும் என்று ஜெகன் சொல்லியிருந்ததைச் செயல்படுத்த நினைத்திருந்தான். கொஞ்சம் கூட அவசரம் இல்லாமல் போர்டில் *OPTICS* என்று எழுதி அடிக்கோடிட்டான். மாணவர்களைப் பார்த்தான்.

“க்ளாஸ் எடுடா பாடு. சம்பளம் வாங்கறே இல்ல... பேசாம இப்படியே ஓபி அடிக்கப் போறியா?” தூங்கிக்கொண்டிருந்த செந்தில் எழுந்து கத்தினான்.

அத்தியாயம் 20

ஐந்து நிமிடம். அடுக்கடுக்காக எத்தனை விளைவுகளை உண்டாக்கி விட்டது? "இன்னிக்கு நீங்கதான் மோட்டார் ஆஃப் பண்ணனும்" தொட்டி நிரம்பித் தண்ணீர் கொட்டக் காத்திருந்த அந்த ஐந்து நிமிடங்களால் வழக்கமாகப் பிடிக்கும் பஸ் கிளம்பிவிட்டது. அடுத்த பஸ்ஸில் எப்படியோ நுழைந்து டிக்கட் வாங்குவதற்காகப் பையை கீழே வைத்தபோதுதான் சாம்பார் சாத டப்பா பிளந்துகொண்டிருக்கவேண்டும். அந்தப் பையைப் பார்ப்பதற்கே பயமாக இருந்தது. நேராகக் கல்லூரிக்குச் செல்லும் பஸ் கிடைக்காமல் வேறு வண்டியில் ஏறி இரண்டு கிலோமீட்டர் ஓட்டமும் நடையுமாக நடந்து வந்து சேரும்போது ரமேஷ் முறைத்துப் பார்த்தார். "உனக்கு பத்து மணிக்கு க்ளாஸ் இருக்கில்ல? நேரத்துக்கு வரவேண்டாம்?" கழுத்துப் பட்டையைக் கட்டிக்கொண்டு ஓடி க்ளாஸில் நின்றபோது மூச்சு வாங்கியது. நல்ல வேளையாக இன்று டெஸ்ட் வைத்திருந்தான். கேள்வித்தாள்களை மாணவர்களிடம் வினியோகித்தவுடன் கொஞ்ச நேரம் அமைதி. நாற்காலியில் அமர்ந்தான்.

"கேள்வி புரியலை" என்று இரண்டாவது பெஞ்ச்சில் இருந்து ஒரு குரல் எழுந்தது. சாதாரணமான கேள்விதானே? இதில் புரியாமல் போக என்ன இருக்கிறது? ராஜேஷ் அந்த மாணவனிடம் சென்று விளக்கம் சொன்னான். உடனே அடுத்த மாணவன் அதற்கடுத்த

மாணவன் - கேள்விகளை விளக்கி முடிப்பதற்குள்ளாகவே மணி அடித்தது. கெமிஸ்ட்ரி வரலட்சுமி வாசலில் காத்திருக்க அவளிடம் போய் "இந்த ஹவரையும் நானே எடுத்துக்கறேன்... 12 மணிக்கு வரீங்களா ப்ளீஸ்?" அவள் சொத்தை எழுதிக் கேட்டதுபோன்ற முகபாவத்துடன் திரும்பிச் சென்றாள். தேர்வு தொடர்ந்தது.

தண்ணீர் குடிக்கப் போகும்போது முதல்வரிசையின் சலசலப்பைத் திரும்பிப் பார்க்காமலே உணரமுடிந்தது. கீச்சுக் குரலில் "புக்கையை எடுத்திட்டியாடா?" கேட்டது. ராஜேஷ் திரும்பி சிரித்துக்கொண்டே சொன்னான். "நேற்றைய வகுப்பில்தான் சொன்னேன். மெதுவாகப் பேசுவதற்கும் ரகசியம் என்று நினைத்துக்கொண்டு கிசுகிசுப்பதற்கும் உள்ள அலைவரிசை வித்தியாசத்தை. மெதுவாகப் பேசினால் எனக்குக் கேட்காமல்கூடப் போகலாம். ஆனால் கிசுகிசுத்தால் நிச்சயம் தெரிந்துவிடும். என்ன பிரச்சினை முதல் வரிசையில்?"

"இவன் புக்கை எடுத்துப் பாக்கறான்" பொறாமை கொண்ட மாணவி சகமாணவனைப் போட்டுக் கொடுத்தாள். "நீயும் பார்க்கலாமே? நான் இந்தத் தேர்வுத்தாளைக் கொடுக்கும்போது புத்தகத்தைப் பார்க்காமல் எழுதவேண்டும் என்று சொன்னேனா என்ன?"

நீலவேணி உருப்போட்டுக்கொண்டு வந்திருந்தாள் போல. "அதெப்படி? அப்ப படிச்சவங்க படிக்காதவங்களுக்கு வித்தியாசம் இல்லையா? அப்புறம் என்ன பரீட்சை?" கோபமாகவே கேட்டாள். "இந்தக் கேள்வித்தாளை நான் செட் பண்ணியிருக்கறது உங்க ஞாபக சக்தியை செக் பண்றதுக்கு இல்லை. எப்படி கான்சப்டை அப்ளை பண்றீங்கன்னு தெரிஞ்சுக்க. உண்மையா சொல்லப்போனா, முதல்ல புக்கை எடுத்துப் பார்த்தவனுக்கு ஒரு மார்க் எக்ஸ்ட்ரா கொடுக்கவே நினைச்சிருக்கேன்." சலசலப்பு அதிகமாகி எல்லாரும் புத்தகத்தை எடுத்துப் புரட்டத் தொடங்கினார்கள்.

விடைத்தாள்களைச் சேகரித்துக் கொண்டு ஆய்வகத்துக்குத் திரும்பினான். மேஜைக்கு அருகில் சாப்பாட்டுப் பை. உள்ளே என்ன நடந்திருக்கிறதோ. இன்னும் பார்க்காமல் இருக்க முடியாது. நல்லவேளை முழுவதும் கொட்டிவிடவில்லை. ஒரு மாதிரி சரிசெய்து பையை மூடி வைத்துவிட்டு மதியம் ப்ராக்டிகல்ஸ்க்குத் தேவையான முன்னேற்பாடுகளில் இறங்கியிருக்கும்போது ரமேஷ் குரல் கேட்டது.

“ராஜேஷ்... இங்க வாய்யா.”

இந்த இரண்டு மாதங்களில் ரமேஷ் இவனிடம் அதிகம் பேசியதில்லை. அவர் வாயில் நிறையத் திட்டு வார்த்தைகள் புழங்கும் என்று கேள்விப்பட்டிருந்தான். இருந்தாலும் ராஜேஷை நீங்க வாங்க போங்க என்றுதான் பேசுவார். இன்று எடுத்த எடுப்பில் வாய்யா போய்யாவா?

“என்னாச்சு சார்?”

“என்ன கொஸ்டின் பேப்பர் செட் பண்ணியிருக்கே? நீலவேணி நேரா ப்ரின்ஸிபால் ரூமுக்கே போயிட்டா.” இந்தக் கேள்வித்தாளில் என்ன பிரச்சினை இவளுக்கு?

“ஒண்ணுமே சொல்லித் தரலைன்னு சொல்றா. புக்கை வச்சு டெஸ்ட் எழுதச் சொன்னியாம். ஒரு கேள்வியும் புரியலையாம்... எங்கே அந்த கொஸ்டின் பேப்பரைக் கொடு...” இந்தக் கோபத்தை எப்படி எதிர்கொள்வது என்று ராஜேஷுக்குப் புரியவில்லை. அவன் கேட்டிருந்த கேள்விகள் பெரும்பாலும் உயர்நிலைப்பள்ளிக் கேள்விகள். இயற்பியலின் ஆதாரமான சித்தாந்தங்களைப் பற்றிய கேள்விகள்.

“என்ன கேள்வி இது? இதுக்கு என்ன பதில் எதிர்பார்க்கறே?” இவர் ஒருமையில் தொடர்கிறார். இதுவரை தனியாக இருந்தபோது பரவாயில்லை. மதிய உணவு இடைவெளி என்பதால் ஜெகனும் வளர்மதியும் நுழைந்து இந்தத் திட்டை வேடிக்கை பார்க்கிறார்கள். ராஜேஷ் அவமானமாக உணர்ந்தான்.

ராதாகிருஷ்ணன் வந்தார். கேள்வித்தாளை வாங்கிப் பார்த்தார். “என்கிட்ட ஒரு முறை காட்டிட்டு அப்புறமா டெஸ்ட் வச்சிருக்கலாமே ராஜேஷ்...”

“இதெல்லாம் பேஸிக் இல்லையா சார்? அதுவும் ஓப்பன் புக் பரவாயில்லைன்னுதான் சொன்னேன்.”

“ஓப்பன் புக் எல்லாம் சரிப்பா. இவங்க படிச்சுட்டு வர ஸ்டைலையும் கொஞ்சம் கவனிக்கணும் இல்லையா? இந்தக் கேள்விக்கு எந்த புக்குல விடை இருக்குன்னு குறிச்சுக் கொடுத்துட்டு, அப்புறமா ஓப்பன் புக் வைக்கலாம். 2+3 சொல்லிக்கொடுத்துட்டு 3+2 கேட்டாலே

கேள்வி கஷ்டம்னு சொல்றவங்ககிட்ட இப்படியெல்லாம் கேள்வி கேட்டா?" ராதாகிருஷ்ணனும் இந்தக் கேள்விகளுக்குத் திணறுகிறார் என்பது ராஜேஷுக்கு ஆச்சரியமாக இருந்தது. இத்தனை வருடங்களாக இயற்பியல் ஆசிரியராக இருக்கிறார்.

"உன் ஜெர்மனி புத்தியையெல்லாம் உன்னோட வச்சுக்க. என்ன கேள்வி கேக்கணும், எப்ப டெஸ்ட் வைக்கணும்ன்றதை எல்லாம் பெரியவங்ககிட்ட கேட்டுத் தெரிஞ்சுக்க. சாயங்காலம் கரஸ் கேப்பார். அதுக்கும் பதிலைத் தயார் பண்ணி வச்சுக்க..." ரமேஷ் கிளம்பிப் போய்விட்டார். ராஜேஷ் யாரையும் பார்க்காமல் வெறித்தான்.

வளர்மதி "அட விடுப்பா... ஏதோ நடந்தது நடந்துபோச்சு. சாப்பிட வா" என்று சாப்பாடுக் கடையைத் திறந்தார்.

விஸ்வநாதன் ஆசிரியர்களைப் பொரிந்து தள்ளுவதை முதல் நாளிலேயே பார்த்த ஞாபகம் வந்தது. என்ன பதில் தயார் செய்து வைக்க?

ஜெகன் அனுபவத்தைப் பகிர்ந்தான். "அவர் கேப்பார். நீ அமைதியா யார்கிட்டயோ யாரோ பேசற மாதிரி நின்னுடு. விட்டுறுவார்." அதைப் பற்றி ராஜேஷ் யோசிக்கவில்லை. இதைத் தவறு என்று எப்படிச் சொல்கிறார்கள்? மாணவர்கள் சொன்னால்கூடப் பரவாயில்லை. ஆசிரியர்களுமா?

வளர்மதி, "இதெல்லாம் ஆரம்ப வேகம்ப்பா. நாங்ககூட நிறைய மாத்தணும்னு ஆசைப்பட்டோம். ஆனா நாம மட்டும் மாறிப் பிரயோஜனம் இல்லை. நம்மைச் சுத்தி நிறைய மாற வேண்டியிருக்கு. அதெல்லாம் மாறாம யார் எதைச் செஞ்சாலும் பலன் கிடையாது." அவர் சொல்வது உண்மை மாதிரி தெரிந்தாலும் ராதாகிருஷ்ணன் கேள்வித்தாள் பார்த்துத் திணறியது ஞாபகம் வந்தது. இவர்களுடைய சோம்பேறித்தனத்துக்கு அமைப்பைக் குறை சொல்கிறார்கள்.

"என்ன மாறணும்ன்றீங்க மேடம்? நாம மாத்தாம எது மாறும்னு நினைக்கறீங்க?" ராஜேஷ் கோபம் குறையாமலே கேட்டான்.

"உனக்குத் தெரிஞ்சிருக்கும், இருந்தாலும் சொல்றேன். இந்த காலேஜ்ல ரெண்டு விதமான ஸ்டூடண்ட்ஸ் இருக்காங்க. பாதி பேர் ஒற்றைச் சாளரத்துல கவுன்சலிங்ல வேற காலேஜ் கிடைக்கலைன்னு இங்க வந்து மெரிட்ல சேர்ந்தவங்க. மீதி பேர் மேனேஜ்மெண்ட்

கோட்டா. இந்த மெரிட் பசங்களுக்கு இந்த காலேஜ்ல வந்து மாட்டிக்கிட்டோம்னு வருத்தம் - மத்த காலேஜ்ல என்னவோ பாலாறும் தேனாறும் ஓடற மாதிரி. நம்மையெல்லாம் பார்த்தா ஒரு இளக்காரம். போன வருஷம் வரைக்கும் நீயும் படிச்சுக்கிட்டு இருந்தவன் தானேன்னு. எந்த சான்ஸ் கிடைச்சாலும் நம்மை வறுக்க நேரம் பார்த்துக்கிட்டு இருப்பாங்க இந்த நீலவேணி மாதிரி.'' வளர்மதி மேஜையில் புத்தகங்களை அடுக்கினாள்.

''மேனேஜ்மெண்ட் கோட்டால வந்தவனுக்கு, எது மேலேயும் எவன் மேலேயும் மரியாதை இல்லை. இதுல மட்டும் ரெண்டு பேருக்கும் ஒத்துமை.''

ராதாகிருஷ்ணன் தொடர்ந்தார். ''பத்து வருஷம்கூட இல்லை ராஜேஷ். அதுக்கு முன்னால, நாங்க செய்யாறு பக்கத்துல ஒரு காலேஜ்ல வேலை பார்த்துக்கிட்டிருந்தோம். அப்பகூட ஸ்டூடண்ட்ஸ்க்கு டீச்சர்ன்னா ஒரு பயம் இருக்கும். ஆனா இப்ப, டீச்சர்ன்னு யாரும் சொல்றது கூட இல்லை. ஸ்டாஃப்- தான். குப்பை அள்றவனும் ஸ்டாஃப், மணி அடிக்கறவனும் ஸ்டாஃப், பாடம் சொல்லிக் கொடுக்கறவனும் ஸ்டாஃப். நான் காசு கொடுத்துப் படிக்கறேன், நீ காசு வாங்கிகிட்டு சொல்லிக் கொடுக்கறே. அவ்ளோதான். உனக்கு என்ன மரியாதை வேண்டிக் கிடக்கு? இவனுங்க படிக்காட்டி கரஸ்கிட்ட திட்டு வாங்கறதும் நாமதான்.''

படிப்பது என்பதன் பொறுப்பு யாருக்கு இருக்கிறது? படிக்கவேண்டிய மாணவர்களுக்கா, சொல்லித்தரும் ஆசிரியர்களுக்கா? ஒவ்வொரு மாட்யூலுக்கும் தேடித்தேடி பாடத்தைப் படித்து ஆசிரியர் கைகாலில் விழுந்து சந்தேகம் போக்கிக் கொண்ட ஜெர்மன் நாட்கள் நினைவுக்கு வந்தன. ஏன் இங்கே இப்படி அபத்தமாகப் பொறுப்பு கைமாறி இருக்கிறது?

சாயங்காலம் விஸ்வநாதன் அறை வாசலில் நிற்கும்போது என்ன பேசுவது என்று புரியவில்லை. நிச்சயம் கேள்வி வரும்.

விஸ்வநாதன் இயல்பியல் துறையில் எல்லாரையும் சேர்த்தே உள்ளே வரச் சொன்னார். ''ராஜேஷ்... என்ன உன்னைப்பத்தி புகார் எல்லாம் வருது?'' எதிர்பார்த்த அளவு கோபமாக இல்லாதது கொஞ்சம் ஆறுதலாக இருந்தது. ''நீங்க எல்லாம் என்னய்யா பண்றீங்க?

புதுப்பையன்னு தெரியாது? இவன் கேள்வி செட் பண்றான்னா பார்க்க வேணாம்?'' இவன் மேல் பெரிய கோபம் இல்லைதான், ஆனால் இவனை ஆதரிக்கவும் இல்லை.

“ஏற்கனவே என் பதவிக்கு எப்ப உலை வைக்கலாம்னு காத்திருக்கானுங்க. நாம கேர்ஃபுல்லா இருக்கணும்யா...'' நாம? ராஜேஷுக்குப் புரியவில்லை.

பஸ்ஸுக்காகக் காத்திருக்கும்போது செந்தில் பைக்கில் அவனைச் சீறிக்கொண்டு கடந்தான். கொஞ்ச தூரம் போய் நின்று திரும்பிப் பார்த்து, “என்னப்பா ஜெர்மன் ரிட்டர்ன்? எங்கூருக்குத் தகுந்தாப்பல கேள்வி கேக்க மாட்டியா? நீ இங்கே ரொம்ப நாள் தாங்க மாட்டே பாத்துக்க'' உறுமியதில் கரும்புகை ராஜேஷ் முகத்தை மறைத்தது.

அத்தியாயம் 21

"என்னதான் பண்ண உத்தேசம் உனக்கு ராஜேஷ்? எம் ஐ டியிலேயே காலத்தை ஓட்டத் தீர்மானமா?" லிஸா கேட்டாள். வீட்டின் ஒற்றைப் படுக்கையறையில் கதவைச் சாத்திக்கொண்டு படுக்கையில் உட்கார்ந்து லேப்டாப்பை விரித்து வைத்திருந்தான் ராஜேஷ். அம்மா துணிகளை மெஷினில் இருந்து எடுத்து மாடிக்குச் சென்று காயப்போடச் சென்றிருந்தாள். வீட்டு வேலைகளை வேண்டாம் என்றாலும் செய்கிறாள். ஆரம்பத்தில் தடுத்துப் பார்த்தான். ஆனால் 'பொழுது போக வேண்டாமாடா?'வுக்குப் பதில் இல்லை. ஆறு மாதங்களுக்குப் பிறகு வெட்டியான ஞாயிறு மதியம் அம்மா வேலை செய்யும் குற்ற உணர்ச்சியையும் மீறிய புத்துணர்ச்சி. இணையம் எல்லா இடத்துக்கும் வர ஆரம்பித்துவிட்டது. கதவைச் சாத்திக்கொண்டு வீடியோ பேசலாம்.

"பார்க்கலாம். இப்போதைக்கு அம்மாவை விட்டுக் கிளம்ப முடியாது. இங்கேயே பி எச்டி பண்ண முடியுமான்னு பார்க்கப் போறேன். ராத்திரி ஒரு ப்ரொஃபஸரைப் பார்க்கப் போகிறேன்." லிஸா கம்ப்யூட்டருக்கு முதுகைக் காட்டிக் கொண்டு சமையலறைப் பாத்திரங்களை எடுத்துக் கொண்டிருந்தாள். திரும்ப வந்து இவனைப் பார்த்த போது முகத்தில் கோபம் தெரிந்தது.

“எந்தத் திட்டமும் இல்லாமலேயேதான் இருக்கிறாயா? கடன் தவணை கட்ட சம்பளம் போதும், ஏதோ ஒரு வேலை போதும் என்று இழுத்த போக்கில் போய்க்கொண்டு இருப்பாயா? அடுத்த வருடம், அடுத்த ஐந்து வருடங்கள் என்று தோராயமான திட்டம்கூட வைத்திருக்கமாட்டாயா?”

அவள் கேள்விகளில் இருந்த நியாயம் உறுத்தியது. இயற்பியல்தான் வாழ்க்கை என்ற முடிவை முன்பே எடுத்துவிட்டேன். அதைத்தவிர வேறு எதை நான் திட்டமிட்டு நடத்தியிருக்கிறேன்? ஆசிரியர் சொன்னார் என்று ஜெர்மனி போக முடிவெடுத்தேன். அங்கே ருபாலி என்னவெல்லாம் சொன்னாளோ அதைச் செய்தேன். கிடைத்த கல்லூரியில் வேலைக்குச் சேர்ந்தேன். இப்போது செந்தில்களுடன் மாரடித்துக்கொண்டிருக்கிறேன். இவற்றுள் எது என் முன்னெடுப்பு? எது என் செயல் திட்டம்?

“செய்கிறேன் லிஸா. எப்படியும் இந்த ஆண்டு முடிவுக்குள் பி எச் டிக்கு என்ன செய்வது என்று முடிவெடுத்துவிடுவேன். ஆனால் சென்னையில்தான் பார்க்கவேண்டும். அதை முடித்த பிறகுதான்...”

“அப்போது அடுத்த மாதம் கிளம்பி லண்டனுக்காவது வா. இந்த கிருஸ்துமஸ் புத்தாண்டை இங்கே கொண்டாடலாம்.” சரிதான்.

“ஒரு ஞாயிற்றுக்கிழமை வெட்டியாக இருப்பதற்கே குற்ற உணர்ச்சி வருகிறது. அம்மாவை விட்டுவிட்டு லண்டனுக்கு மாதக்கணக்கில் போவதையெல்லாம் நினைத்துக்கூடப் பார்க்க முடியாது. புரிந்துகொள் லிஸா.”

லிஸா கோபமாகி, “நீ எதற்கும் சரிப்பட்டு வரமாட்டாய். என் கம்பெனியில் ஒரு சீனியர் பார்ட்னர் என்னை முறைத்துப் பார்த்துக்கொண்டே இருக்கிறான். ஒருநாள் ப்ரபோஸ் செய்துவிடுவான். ஓக்கே சொல்லிவிடுகிறேன்.” என்றாள்.

“சீனியர்... பார்ட்னரா? தாத்தாவாக வேண்டுமானால் தத்தெடுத்துக்கொள்.” சிரித்தான். “கொஞ்ச நாள் போகட்டும். எல்லாவற்றிற்கும் ஒரு தெளிவு வரும். கவலைப்படாதே. உனக்கு எப்போது ப்ரோபேஷன் முடிகிறது?”

“மார்ச் ஏப்ரலில். அதற்குப் பிறகுதான் விடுமுறை எல்லாம் எடுக்க முடியும்.”

“மார்ச் ஏப்ரலில் இங்கே வெயில் பிளந்துவிடும். ஜூன் மாசம் இங்கே வா. எனக்கும் விடுமுறை இருக்கும்.”

“அப்போதும் நான் ஹோட்டலில் தங்க வேண்டும். நீ வந்து பார்த்துவிட்டுப் போவாய். அவ்வளவுதானே?” வேறென்ன செய்ய முடியும்?

கோபம் குறையாமலே “லிஸா, ஐ லவ் யூ” என்று சொன்னதைக் கண்டுகொள்ளாமல் துண்டித்தாள். கதவு திறந்தது.

அம்மா எதையும் கண்டுகொள்ளாததைப் போல “வேற ஏதாச்சும் துவைக்கத் துணி இருக்கா? இன்னொரு முறை போட எனக்குத் துணி சேரலை. சும்மா சும்மா மெஷின் போட முடியாது” என்றாள். அவள் பார்வை நிச்சயம் கவனித்துவிட்டாள் என்பதை உணர்த்தியது. சொல்லிவிடலாமா? வேண்டாம். அவளே கேட்கட்டும்.

ஜெகன் வந்ததும் அம்மா காப்பி கொடுத்தாள். கிளம்ப நினைத்தபோது அம்மா “ஆறடிக்க இன்னும் அஞ்சு நிமிஷம்தாண்டா இருக்கு. கொஞ்சம் உக்காந்துட்டுக் கிளம்பு” ஓ... ராகுகாலமா? அறிவியல் ஆராய்ச்சி பற்றிப் பேசக் கிளம்பும்போது ராகுகாலம் என்பது முரணாக இருந்தாலும் அம்மா பேச்சைக் கேட்டுவிட்டுத்தான் கிளம்பினார்கள்.

ஜெகன் பைக்கில் “அவனவன் சண்டே ஈவனிங்னா காதலியைக் கூட்டிகிட்டு பெசண்ட் நகர் போவான். நானும் பெசண்ட் நகர்தான் போறேன். ஆனா தலையெழுத்தைப் பாரு...” என்றான். இவனிடம் லிஸா பற்றிச் சொல்லலாமா? பொறாமைப் படுவானா?

“*Dr. K.* ராஜகணபதி *M.Sc, Ph.D*, பேராசிரியர்” போர்டு காட்டிய வீடு நகருக்கு அருகில் தனி வீடாக இருந்தது. நகருக்கு இவ்வளவு அருகில் விஸ்தாரமான வீடு. பேராசிரியர் பெரும் பணக்காரர்தான் போல. “நாய் ஜாக்கிரதை” கிரில்லில் தொங்கிக்கொண்டிருந்தது. அழைப்பு மணியை அடிக்கும்போதே உறுமல் கேட்டது. “ஜெகன்?” கேள்விக்குறியோடு கேட்டு, “வாங்கப்பா...” என்றார் லுங்கியோடு உள் கதவைத் திறந்த ராஜகணபதி. “ப்ரஷாந்த்... சுப்பியக் கட்டிப் போடு” நல்லவேளை நாயைக் கட்டிப் போடச் சொல்லிவிட்டார். இருந்தாலும் வீட்டுக்குள் நுழைந்தபோது வெளியாட்கள் வாசம்பட்டதால் குரைத்த சத்தம் அடிவயிற்றைக் கலக்கியது.

காபியை மறுத்தாலும் பிஸ்கட் வந்தது. ராஜகணபதி காபியைக் குடித்துக்கொண்டே இவர்கள் அறிமுகத்தைக் கேட்டுக்கொண்டார். “எம்எஸ்சி எங்கே முடிச்சீங்க?” கழுத்தில் தொங்கிய கனத்த சங்கிலியை பனியனுக்குள் எடுத்து விட்டுக்கொண்டே கேட்டார்.

ஜெகன் கல்லூரி பெயரைச் சொல்ல இவன் பொதுவாக “ஜெர்மனி” என்றான். அவர் புருவம் உயர்ந்தது. அடுத்த கேள்வியும் ராஜேஷ் எதிர்பார்த்ததுதான்.

“அப்புறம் ஏன் தம்பி இங்கே பிஎச்டி பண்ண ஆசைப்படறீங்க? அங்கேயே பண்ண வேண்டியதுதானே?”

“அம்மாவுக்கு உடம்பு சரியில்லை சார். வீட்ல வேற யாரும் இல்லை...”

ராஜகணபதி அவனைக் கொஞ்சம் அனுதாபமாகப் பார்த்துவிட்டு, “நிறைய வித்தியாசம் இருக்கு தம்பி இங்கைக்கும் அங்கைக்கும். இங்கே காலேஜ்ல வேலை பாக்கறீங்க. உங்களுக்கே தெரிஞ்சிருக்கும்.” ராஜேஷ் ‘பக்கம் பக்கமாகச் சொல்வேன்’ என்று நினைத்துக்கொண்டாலும் அமைதியாகக் காத்திருந்தான்.

“டாக்டரேட்தான் வேணும்னா ரொம்பச் சுலபம். நீங்க ஒண்ணுமே பண்ண வேண்டியதில்லை. அதுக்கெல்லாம் ஆளிருக்கு. ஆனா... செலவாகும்.”

“செலவாகுமா? அவங்க சம்பளம் தருவாங்கன்னுதானே நினைச்சேன்...” ராஜேஷின் அப்பாவித்தனத்தைப் பார்த்து அவர் சிரித்தார். “தருவாங்கதான் தம்பி. ஆனா இங்க ரெண்டு மாதிரி டாக்டரேட்டும் இருக்கு. உங்க காலேஜ்ல ரெண்டு மாதிரி ஸ்டூடண்ட் இல்ல? அதே போலத்தான்.”

என்ன சொல்கிறார்? இவன் குழப்பத்தைப் பார்த்த ராஜகணபதி, “உங்க காலேஜ்ல மெரிட் ஸ்டூடண்ட் வராங்க, மேனேஜ்மெண்ட் ஸ்டூடண்ட் வராங்க. படிச்சு முடிச்சா ரெண்டு பேருக்கும் ஒரே டிகிரிதானே? அது மாதிரிதான்,” விளக்கினார்.

“ஆனா ரெண்டு ஸ்டூடண்டும் ஒரே பரீட்சை எழுதித்தானே சார் பாஸ் பண்றாங்க?” இப்போது ஜெகன் சிரித்தான்.

“சார் இவர் புதுசு. காலேஜ்ல சேர்ந்தே ஆறுமாசம்தான் ஆகுது.”

“அப்படியா... சரி விடுங்க. உங்களுக்கு அந்த உதாரணம் சரிவராது. டாக்டரேட் வாங்க, இங்கே வழிமுறை என்னன்னு சொல்றேன்... முதல்ல ஒரு டாக்டரைப் பிடிக்கணும். அவர் உங்களுக்கு ஆராய்ச்சி பண்றதுக்கு கைட் பண்ணுவார். அப்புறம் உங்க ஆராய்ச்சியை நீங்க ஒரு பேப்பரா பப்ளிஷ் பண்ணனும். அதுக்கு முன்னாடி ரெவ்யூ. இதான் நம்மூர் ப்ராஸஸ். அந்த ஊர்ல எப்படி?” ராஜகணபதி கேட்டார்.

“இதேதான் சார். ஒரு மாற்றமும் இல்லை.” பெட்ராவிடம் இதைப் பற்றிப் பேசியிருக்கிறான்.

“அதெல்லாம் ஒரு மாற்றமும் இருக்காது. பேப்பர்ல எல்லாம் சரியாத்தான் இருக்கும். அதை எப்படி நடைமுறைப் படுத்தறாங்கன்றதுலதான் விளையாடிடுவாங்க.”

“நீங்க ஆராய்ச்சி பண்றீங்க. அதுக்கு உபகரணம், நேரம்னு செலவு ஆகும், உங்களுக்கு ஸ்டைபெண்ட் கொடுக்கணும். உங்களுக்கு உங்க ஆராய்ச்சி சம்பந்தமா விஷயம் தெரிஞ்ச ஒரு டாக்டரை கைடா நியமிக்கணும். இதெல்லாம் அரசாங்கத்துக்கு நிறைய செலவு பிடிக்கற வேலை, இல்லையா? சரியான ஆளைக் கண்டுபிடிச்சு, அந்தச் சரியான ஆளுக்காக மட்டும்தான் செலவு பண்ண முடியும். அதுவும் பட்ஜெட்டுக்கு உள்ள இருக்கணும். எவ்ளோ யோசிக்க வேண்டியிருக்கு?”

“ஆமாம் சார். இந்தக் காரணத்துனாலதான் என் ப்ரொஃபசர்கூட என்னை எடுத்துக்க முடியாம போயிருச்சு” ராஜேஷ் சொன்னதைக் கேட்டு ராஜகணபதி ஒருகணம் குழம்பினார். “ஓ... ஜெர்மனில சொல்றீங்களா? அங்க எல்லாம் ப்ரொஃபசர்க்கு ஃபண்ட் அலாட் ஆகும். அவங்க இஷ்டப்படி ஸ்டூடண்ட்ஸைத் தேர்ந்தெடுத்துப்பாங்க, இல்லையா?”

“அவருக்கு என்னை எடுத்துக்கறதுல ப்ராப்ளம் இல்லை. ஆனா ஃபண்டிங் இல்லைன்னு டிபார்ட்மெண்ட் சொல்லிருச்சு.”

“ஆனா, இங்கே கவர்மெண்ட் யூனிவர்சிடில அப்படி இல்லை. செண்ட்ரல் ப்ராசஸ்ல டாக்டரேட்டுக்கு மாணவர்களை எடுக்கறாங்க. ப்ரொஃபசர் ஒண்ணும் சொல்ல முடியாது. மான் மயில் குயில்ன்னு யாரைக் கொண்டுவந்துவிட்டாலும் அவர் கைடா இருந்துதான்

ஆகணும். அவன் டாக்டரேட் முடிக்கலைன்னாலும் கைடுக்குத்தான் தலைவலி. ஸ்டூடண்ட் ஆராய்ச்சி பண்ணி பேப்பர் எழுதினா, அவன் அந்த பேப்பருக்கு லீட் ஆத்தர், கைட் ப்ரொஃபஸர் கரஸ்பாண்டிங் ஆத்தர், இல்லையா? இந்த ப்ரொஃபஸர் பேர்ல வருஷத்துக்கு இத்தனை பேப்பர்ன்னு கணக்கு வச்சிருக்காங்க. அது வரலைன்னா ஏன் பேப்பர் வரலைன்னு இவர் இங்கிரிமெண்ட்ல கைய வச்சுருவாங்க. அதனால ரெண்டு மூணு வருஷம் பார்த்துட்டு ஸ்டூடண்ட் ஒண்ணும் பண்ணலைன்னாலும் இவரா ஏதாச்சும் பண்ணித்தான் ஆகணும்... ஆராய்ச்சி குவாலிட்டியா குவாண்டிட்டியா? இப்படிப் பார்த்தா எப்படி ஆராய்ச்சி வரும்?"

நீண்ட நேரம் பேசிக்கொண்டிருந்தார்கள். ராஜேஷ் பேப்பரில் குறிப்பெடுத்துக்கொண்டே வந்தான். கிளம்பும் நேரத்தில் ஜெகன் கேட்டான்.

"சார்... கவர்மெண்ட் யூனிவர்சிடி பத்திச் சொன்னீங்க... இந்த செலவாகும்னு ஒரு மெத்தட் சொன்னீங்களே, அது?"

"நினைச்சேன். லோக்கல் காலேஜ்தானே நீ? விஸ்வநாதன்கிட்ட இங்க்ரிமெண்ட் கேக்க பிஎச்டி வேணுமா? நான் அதுக்குன்னு இருக்கற ஆளோட காண்டாக்ட் டீடெய்ல்ஸ் அனுப்பறேன். அவன்கிட்ட பேசிக்க."

வெளியே வந்ததும் ராஜேஷ் மூளை முழுக்க, "இது சாத்தியம்தானா? எத்தனை யூனிவர்சிட்டி ஏறி இறங்க வேண்டுமோ?" ஓடிக்கொண்டிருந்தது.

இறக்கிவிடும்போது ஜெகன் சொன்னான். "நாளைக்கு காலேஜ் சீக்கிரம் வந்துரு. ரெண்டு மூணு தலை உருளும்னு பேசிக்கறாங்க..."

அத்தியாயம் 22

ஜெகன் குசுகுசுப்பாகப் பேசிக் கொண்டிருந்தான். "பிரின்சிபல் ஆஃபீஸ்ல ஒரே ரகளை. எலக்ட்ரிகல் டிபார்ட்மெண்ட் மொத்த ஸ்டாஃபும் கூடிட்டாங்க..." பிரின்சிபல் மோகனசுந்தரம் அமைதியான நபர். வழுக்கைத்தலை காரணமாக அகன்றிருந்த நெற்றியில் பட்டை அடித்துக்கொண்டு பழைய அம்பாஸடர் காரில் அவருண்டு, அவர் அலுவலகம் உண்டு என்றிருக்கும் சாது. நிறையப் படித்தவர், வாரம் ஒரு முறை மெக்கானிகலில் ஒரு பாடம் எடுப்பார் என்பதைத்தவிர அவரைப் பற்றி அதிக விவரம் தெரியாது. அப்பாயிண்ட்மெண்ட் ஆர்டரில் கையெழுத்துப் போட்டிருந்தார். சேர்ந்தபிறகு 'ஆல் த பெஸ்ட்' சொன்னார். மற்றபடி அவரிடம் பேசத் தேவை ஏற்பட்டதில்லை. துறைத் தலைவர் என்ற முறையில் ரமேஷ் அவ்வப்போது பார்த்துவிட்டு வருவதோடு சரி. ஆனால் அனைத்து ஆசிரியர்களும் கரஸ்பாண்டண்ட்டை ஏறத்தாழ தினமும் சந்திக்க வேண்டும். இது என்ன சிஸ்டம் என்று ராஜேஷுக்கு புரியவில்லை.

"ஜெயலட்சுமி ஒரே அழுகையாம். அடுத்த வாரம் என்னைப் பொண்ணு பார்க்க வராங்க சார்-ன்னு அழறாங்களாம்" ராஜேஷுக்கு ஜெகன் என்ன சொல்கிறான் என்றே புரியவில்லை. வம்பு பேசுவதில் உள்ள பிரச்சனையே இதுதான். தொடர்ச்சியாகக் கேட்டுக்கொண்டே இருக்க வேண்டும். ஒரு நாள் கேட்கத் தவறினாலும் மொத்தமுமே புரியாமல் போய்விடும்.

“நீங்க பார்த்தீங்களா ஜெகன்? செந்தில் கையெழுத்துதானா?” ராதாகிருஷ்ணன் கேட்டவுடன் ராஜேஷுக்குக் கொஞ்சம் புரிய ஆரம்பித்தது. காலை ஆய்வகத்திற்கு வருவதற்கு முன்னால் தூரத்தில் எலக்ட்ரிகல் லேப் வாசலில் கூடியிருந்த கூட்டம். சுவரில் என்னவோ எழுதியிருக்கிறார்கள் போலிருக்கிறது. கையெழுத்து ஆராய்ச்சி வேறு செய்யத் தொடங்கிவிட்டார்களா?

கொஞ்சம் கொஞ்சமாக விஷயம் புரிபடத் தொடங்கியது. இயந்திரவியல் துறைக்கான செய்முறைத் தேர்வுகள் நடக்கும் நேரம். த்ரீ ஃபேஸ் கரெண்ட் ராத்திரியில் மட்டும்தான் வரும் என்பதால் தேர்வை இரவு நேரத்தில் வைத்திருக்கிறார்கள். பகலில் அத்தனை பேர் இருக்கும்போதே ஆட்டம்போடும் மாணவர்கள் இரவில் சும்மா வருவார்களா? மதுவும் போதை மருந்துகளும்கூட வந்திருக்கிறது. அப்போது சுவரில் கிறுக்கியிருக்கிறார்கள். ஜெகன் போட்டோ எடுத்திருந்தான். அவன் போனில் காட்டினான். “ஜெயலட்சுமி வாயில் எச் ஓ டி குழதை கொட்டுறான்” என்று ஒரு படம் வேறு போட்டிருந்தது. சந்தர்ப்பம் புரியாமல் அதில் இருந்த எழுத்துப்பிழை ராஜேஷுக்குக் கண்ணில் பட்டது.

“சிசிடிவில எதுவும் இல்லையாமா?” ராஜேஷ் தானும் இந்தக் குழுவின் ஒரு அங்கம்தான் என்று நிரூபிப்பதற்காகவே பேசினான். “இல்லை. முதல்ல கேமராவை உடைச்சிருக்கானுங்க” உடைப்பதற்குக் கிட்டே வந்திருக்க வேண்டுமே. அந்தப் படம் போதாதா?

வேலைகள் வழக்கம்போல நடப்பதுபோலவே இருந்தாலும் அங்கங்கே மாணவர்கள் ஆசிரியர்கள் கூட்டம் கூடி இதைப் பற்றியே பேசிக்கொண்டிருந்தார்கள். எலக்ட்ரிகல் ஆய்வகத்துக்கு மட்டும் அவசரமாகப் பெயிண்ட் அடிக்கப்பட்டுக் கொண்டிருந்தது.

மதியம் பிரின்ஸிபால் இருப்பதிலேயே பெரிய அரங்கத்துக்கு எல்லா ஆசிரியர்களையும் வரச்சொன்னதாக சுற்றறிக்கை வந்தது. “பிரின்சிபாலா கூப்பிட்டிருக்காரு? கரஸ் இல்லையா?” ராதாகிருஷ்ணன் கேட்டதன் அரசியல் ராஜேஷுக்குப் புரியவில்லை. “ஏதாச்சும் ஆக்ஷன் எடுக்கறதா இருந்தா விஸ்வநாதன்தான் எடுப்பார். பிரின்ஸிபால் பொதுவாத்தான் ஏதாச்சும் சொல்வார்.” திட்டம் போட்டே பிரின்ஸிபால் சக்தியற்றவராக ஆக்கப்பட்டிருக்கிறார். வளர்மதி, எஸ்ஸார்க்கே சொல்வதைப் பார்த்தால் இங்கு ஏறத்தாழ எல்லாக் கல்லூரிகளுமே இப்படித்தான்.

எல்லாரும் அரங்கத்தில் கூடிவிட்ட பிறகு பிரின்ஸிபால் வந்தார். மைக் டெஸ்ட் செய்தும் அவர் குரல் கடைசிவரைச் சரியாகக் கேட்கவில்லை. புரிந்தவரை அவர் எதோ பொத்தாம்பொதுவாகப் பேசினது போலத்தான் இருந்தது. “ஒழுக்கம் என்பது இறுதிவரை தொடரவேண்டிய பண்பு. மாணவப் பருவத்தில் ஒழுக்கத்தைத் தவறவிடுதலை நிர்வாகம் ஒருபோதும் சகித்துக் கொண்டிருக்காது. இரும்புக்கரம் கொண்டாவது ஆசிரியர்கள் அடக்கவேண்டும்” இரும்புக்கரமா? வகுப்பெடுக்கும்போது சிகரெட் பிடிக்கும் மாணவனையே தடுக்க முடியவில்லை. என்ன சக்தி இருக்கிறது எங்களிடம்?

எதற்காகக் கூட்டினார் என்பதைக்கூடத் தெளிவாகச் சொல்லாமல் கிளம்பிவிட்டார். சலசலப்பு அதிகமானதே ஒழியக் குறையவில்லை. எலக்ட்ரிகல் துறைக்காரர்கள் தனிக்கூட்டம் அமைத்துக் கொதிப்பாகப் பேசிக்கொண்டிருந்தார்கள். “இவ்ளோதானா? சிரிச்சுகிட்டிருக்கணும், சந்தோஷமா இருக்கணும்னு மட்டும்தான் சொல்வாரா? என்ன ஆக்‌ஷன் எடுக்கப்போறோம்னு ஒரு வார்த்தை இல்லை...” ஜெயலட்சுமி கண்ணைத் துடைத்துக்கொண்டிருந்ததைக் கவனித்தான்.

ரமேஷ் திரும்பும்போது சொன்னார். “இவனுங்க வேற விவரம் புரியாம பேசிக்கிட்டிருக்கானுங்க. பிரின்ஸிபால் என்ன ஆக்‌ஷன் எடுக்கப்போறாரு? கரஸ் அவங்க ஆளுங்களையெல்லாம் இன்னிக்கு ராத்திரிதான் பார்க்கப்போறாரு. அப்பதான் எதாச்சும் முடிவெடுப்பாரு.” அதுவும் சரியாகத்தான் பட்டது. பத்துப்பேர் சேர்ந்து சமமாக முதல் போட்ட கல்லூரி. அதில் ஒரு முதலாளியைக் கரஸ்பாண்டண்ட்டாகத் தேர்வு செய்திருக்கிறார்கள். புகார் வந்திருப்பது இன்னொரு முதலாளியின் மகன் மீது. ஆனால் அவன் மட்டும் தனியாகவா செய்திருப்பான்? அவன் கூடவே ஒரு கும்பல் அலைகிறதே.

ஆய்வகத்திற்கு வந்தபோது தனியாகத்தான் நுழைந்தான். எல்லாரும் அங்கங்கே வம்பு பேசிக்கொண்டு நின்றுவிட்டார்கள். ராஜேஷுக்கு இதில் எந்தக் கட்சி எடுப்பது என்றும் தெரியவில்லை. வேலை இருக்கிறது. நாளைக்கு ஒரு தேர்வு வைக்கவேண்டும். நடக்குமா என்று தெரியாவிட்டாலும் நான் தயாராகத்தான் இருக்கவேண்டும். கேள்வித்தாளை, இருக்கும் ஒரே ஒரு கணினியில் உள்ளிட்டு நாற்பது பிரதி அச்சடிக்கவேண்டும்.

முதலில் கொடுத்த தேர்வுக்கு வந்த எதிர்ப்பை நினைத்து சிரிப்புதான் வந்தது. கேள்விகளைக் கொஞ்சம் மாற்றிக் கேட்டாலும் குரூரவாதி ஆசிரியர் ஆகிவிடுகிறேன். ஆல்டன்பர்க்கில் ஒரு தேர்வில் தோற்றுவிட்டு, ஆசிரியரிடம் கேட்டபோது அவர் வாய்மொழித்தேர்வுக்கு வரச் சொல்லி அழைத்தது நினைவுக்கு வந்தது. ஒரு கேள்வியைக் கேட்டுவிட்டு பதில் சொல்லும் முன்னரே மடக்கி மடக்கி வேறு கேள்விகளைக் கேட்டதும் “உனக்கு விஷயம் தெரிந்திருந்தால் எப்படிக் கேட்டாலும் பதில் சொல்வாய். தெரியாவிட்டால் எப்படிக் கேட்டாலும் சொல்லமாட்டாய்” என்று சொன்னதும்... நீலவேணியை அவரிடம் விட்டிருந்தால் யாரிடம் புகார் சொல்லியிருப்பாள்?

படிக்க ஆயிரம் புத்தகங்களை கல்வித்துறை பரிந்துரைக்கிறது. பெரிய பெரிய புத்தகங்கள். யார் அதையெல்லாம் படிப்பது? ரவிசந்தர் புக் என்று பிரபலமாக ஏ4 80 பக்க அளவில் ஒரு புத்தகம் இருக்கிறது. கடந்த பத்து வருடக் கேள்வித்தாள்கள் விடையுடன் பக்கம் பக்கமாக டைப்செட் செய்து நூறு ரூபாய் தரத்தில். அதுதான் இங்கே ஆசிரியர் மாணவர் எல்லாருக்கும் பைபிள். அந்தப் புத்தகத்தை மீறி வருடத்திலும் கேள்வி கேட்டுவிடக் கூடாது, வருடக் கடைசி பரீட்சையிலும் கேட்டுவிட மாட்டார்கள்.

அந்தப் புத்தகத்தில் இருந்து பத்து கேள்விகளைப் பீராய்ந்து கேள்வித்தாட்களை அடுக்கினான். மரத்துள் மறைந்தது மாமத யானை. இந்த அமைப்பு என்னையும் இந்த மாதிரி கேள்வித்தாளுக்குப் பழக்கப்படுத்திவிட்டது. எத்தனையோ நல்ல ஆசிரியர்களை காலப்போக்கில் சோர்வடைய வைக்கும் அமைப்பு. நீ என்ன பெரிய இவனா?

தேர்வுத்தாள்களைச் சரிசெய்து தன் பக்க மேஜையில் நீளமாக அடுக்கிக்கொண்டே வந்தான். துறை காலியாக இருந்தது ஒரு தனி உற்சாகம் தந்தது. எத்தனையோ கோபம் கடுப்பு வருத்தம் எல்லாம் இருந்தாலும் இது ஒரு வழக்கமான நாள் இல்லை. அவர் வந்தாரா இவர் வந்தாரா என்ற சந்தடிகள் இல்லாமல் வேலை செய்வதில் ஒரு மகிழ்ச்சி இருக்கிறது.

“இங்க இருக்கான். எங்கடா தேடறது உன்னை?” ஜெகன் ஆரவாரமாகக் கேட்டுக்கொண்டு உள்ளே நுழைந்தான். எல்லா

ஆசிரியருக்கும் ஒரே அறை, அதுவும் ஆய்வகத்தின் ஒரு பகுதி. என்னை வேறெங்கோ ஏன் தேடினாய்? கூடவே வளர்மதியும் நுழைந்தார். "கிளம்பு. வீட்டுல நானே விட்டுடறேன். ஒரு வேலை இருக்கு."

ராஜேஷ் "வேண்டாம்... நான் பஸ் பிடிச்சுப் போயிடறேன்..." என்றதற்கு ஜெகன் முறைத்தான். "உனக்கென்ன ஆப்ஷனா கொடுத்தேன்? கரஸ் கால் பண்ணியிருந்தார். அவர்தான் வேலை கொடுத்திருக்கார். கீவளூர் போயிட்டு அப்படியே உங்க வீட்டுக்குப் போயிடலாம்." கீவளூரா? அது பூந்தமல்லிக்குத் தெற்குப்பக்கம் அல்லவா?

விஸ்வநாதன் அறையில் காத்திருந்தார். "ஜெகன். ஒழுங்காப் பண்ணிடு. கூரியர்ல அனுப்பிடலாம்தான். ஆனா அந்தாளுக்கு ஒரு மரியாதை இருக்கில்ல. அதனாலதான் டீச்சரை அனுப்பறேன்" என்று ஒரு கவரைக் கொடுத்தார்.

ஜெகன் பைக் பலமுறை போன வழிபோல தங்கு தடையில்லாமல் கிராமத்துப்பாதை, ஜிஎஸ்டி சாலை என்று கடந்து மீண்டும் வேறு கிராமங்களுக்குள் சென்றது. பல கார்களை ஏற்றிக்கொண்டு விரைந்த லாரிகளை அபாயகரமாகக் கடந்தார்கள். வழியில் இருந்த பல கிராமங்கள் அந்தக் காலத்தில் அடையாளமாக இருந்தவை. நான்குவழிச் சாலையால் புறந்தள்ளப்பட்டுச் செல்வாக்கை எல்லாம் இழந்து ஒதுக்குப்புறமாகக் கிடந்தன. கீவளூர் கிராமம் தன் இருப்பை உறுதி செய்துகொள்ள டீலக்ஸ் ரெசிடன்ஸி, ஜவுளிக்கடல் என்றெல்லாம் முடிந்தவரை நகரமாக ஒப்பனை போட்டுக்கொண்டிருந்தது.

"அப்பாத்துரை சித்த வைத்தியசாலை" போர்டு வாசலில் வண்டியை நிறுத்தினான் ஜெகன். வைத்தியசாலையில் ஒரு பழைய இரும்பு மேஜையில் லெட்ஜர் வைத்துக்கொண்டு உட்கார்ந்திருந்த வயதான நபர் டோக்கன் கொடுத்துக்கொண்டிருந்தார். நான்கைந்து நோயாளிகள் காதில் மப்ளர் கட்டி இருமிக் கொண்டிருந்தார்கள். ஜெகன் "டாக்டரைய்யாவைப் பார்க்கணும்" என்றான். இவனுக்கு உடம்பு சரியில்லையா? தொடர்ந்து "காலேஜ்ல இருந்து வரேன்" என்றான்.

'டாக்டர்' உள்ளே ஒரு அறையில் ஒரு நோயாளியைப் பார்த்துக்கொண்டிருந்தார். ஒற்றைக் குழல் விளக்கு போதவில்லை.

அடர்பச்சை சுவர்கள் இன்னும் இருட்டாக்கிக் காட்டிக்கொண்டிருந்தன. பின்னால் வரிசையாக பலரின் படங்கள். கீழே எழுத்துகள் “என் கொள்ளுப்பாட்டனார் என் எள்ளுப்பாட்டனார், நான்” என்று வழிவழியாகத் தொடர்ந்தன. வம்சாவளியாக இருக்கிறார்கள் சரி, வைத்தியம் பார்க்கிறார்களா?

“பித்த நாடி, வாயு நாடி எல்லாம் பார்த்துதான் சொல்லணும்” சொல்லிக்கொண்டே ஏதோ பொடிகளை கிழித்து வைத்திருந்த காகிதங்களில் கொஞ்சம் கொஞ்சமாக வினியோகித்துக்கொண்டிருந்தார்.

“நாங்க மகாலட்சுமி காலேஜ்ல இருந்து வர்றோம்ங்கய்யா.” டாக்டர் இப்போதுதான் ஜெகனைக் கவனித்தார். “என்ன? ராத்திரிதானே மீட்டிங்குக்கு வரச் சொன்னாங்க?”

“இல்லைங்கய்யா. உங்ககிட்ட இந்த லெட்டரைக் கொடுத்துட்டு வரச் சொல்லி...” ஜெகன் இழுத்துக்கொண்டிருந்தபோது ராஜேஷ் சுவரில் படங்களைப் பார்ப்பதைத் தொடர்ந்தான். “எனது மகன்” செந்தில்.

அத்தியாயம் 23

பஸ் ஸ்டாப் ஜெகஜோதியாக இருந்தது. அந்த ஒற்றைச் சாலையில் வரும் பஸ்கள் பாதிக்கு மேல் தாரில் இருந்து இறங்கி மண்ணுக்குச் செல்லவேண்டிய அளவுக்கு மாணவர் கூட்டம் மொய்த்துக்கொண்டிருந்தது. திட்ட வாயெடுத்த ஓட்டுநர்கள்கூட கூட்டத்தைப் பார்த்து பொறுமையாக பாதை மாற்றினார்கள். ராஜேஷ் பஸ்ஸில் இருந்து இறங்கும்போது பயந்தான். ஜெகன் எச்சரிக்கை செய்திருந்தான்தான். ஆனாலும் மறுநாள் காலையிலேயே வேலைநிறுத்தத்தை எதிர்பார்க்கவில்லை. சைக்கிள் டயரில் பேப்பர் ஒட்டி "ஆடாதே நிர்வாகமே" "மாணவர்களைத் தண்டிக்காதே" இன்னும் என்னவோ எழுதி ஏகப்பட்ட பதாகைகள். ஒரு நாளில் எல்லாரையும் கூட்டிவிட்டிருக்கிறர்கள். பெண்களை அடைகாத்து அடுத்து வரும் பஸ்ஸில் ஏற்றிவிடச் சில மாணவர்கள் உதவிசெய்துகொண்டிருந்தார்கள்.வேலைநிறுத்தத்துக்குப் பெண்கள் சரிப்பட்டு வரமாட்டார்களா?

பின்னால் டீக்கடையில் செந்தில் குழு புகைமூட்டத்துக்கு நடுவில் தென்பட்டார்கள். அங்கிருந்து வரும் அறிவுறுத்தல்படி மற்ற மாணவர்கள் அடுத்த கட்டத்தை நோக்கிச் செயல்பட்டுக் கொண்டிருக்கிறார்கள். யாரையும் உள்ளே நுழையவிடாமல் தடுத்துக்கொண்டிருந்தார்கள். வன்முறை நோக்கம் இருப்பது மாதிரி தெரியவில்லைதான். ஆனால் அதற்கெல்லாம் ஒரு பொறி போதாது?

இவர்களைத் தாண்டி உள்ளே செல்லமுடியுமா?

“இவன் பிஸிக்ஸ்தானேடா?” குரல் கேட்டுத் திரும்பாமல் வளைவு நோக்கி நடந்தான். “பதில் கேளுங்கடா அவன்கிட்ட...” என்ன பதில் எதிர்பார்க்கிறார்கள் என்னிடம்? வளைவைத் தாண்டி ஆசிரியர்கள் கூட்டமாக நிற்பது தெரிந்தது. அங்கே சென்றுவிட்டால் இப்போதைக்குப் போதும். பின்பக்கம் இருந்து “ஸ்டாஃபை எல்லாம் விட்டுடு” என்று கட்டளை வந்தவுடன் இவனை யாரும் தடுக்கவில்லை. வேகமாக நடப்பது தெரியாததுபோல் நடந்து மற்ற ஆசிரியர்களுடன் இணைந்தான்.

ஜெகன் இவனைப் பார்த்துச் சிரித்தான். “நாய் துரத்தற மாதிரி ஓடி வரே?” இவன் தைரியமாக வந்தானா? பார்க்க நான் இல்லை என்ற தைரியத்தில் பேசுகிறான். ஜெயலட்சுமி வந்திருக்கிறாளா என்று பார்த்தான். இல்லை. இவர்களுடன் எல்லாம் கலக்காமல் கொஞ்சம் தூரத்தில் பிரின்ஸிபால் குடை வைத்துக்கொண்டு நின்றிருந்தார். என்னிடமே பதில் கேட்கச் சொன்னார்களே, அவர்களிடம் இருந்து இவர் எப்படித் தப்பித்தார்? சீக்கிரமே வந்துவிட்டாரோ?

நீண்டநேரமாக வெயிலில் நின்றுகொண்டிருந்ததில் பொறுமை குறையத் தொடங்கியது. என்னதான் நடக்கிறது? எதற்காகக் காத்திருக்கிறார்கள்? கேட்டதற்கு ரமேஷ் சொன்னார். “போலீஸை வரச் சொல்லியிருக்கு. கரஸ் வந்துகிட்டே இருக்கார். இன்னும் கொஞ்ச நேரத்துல எல்லாம் க்ளியர் ஆயிரும்.” வழக்கமாக காபி சாப்பிடும் நேரம் ஆகிவிட்டிருந்ததால் கொஞ்சம் பசி எட்டிப்பார்த்தது. வெளியே சத்தம் கூடியது.

விஸ்வநாதனின் கார் வளைய வாசலில் நின்றதைப் பார்த்து ஆசிரியர்கள் எல்லாரும் வாசல் அருகில் சென்றார்கள் காரில் இருந்து இறங்கியவர் “என்னப்பா எல்லாரும் இங்கே கூட்டம் போட்டுக்கிட்டிருக்கீங்க? க்ளாஸ் ஆரம்பிக்கற நேரம் ஆகலை?” ஒன்றுமே நடக்காதது போல சாதாரணமாகப் பேசினார்.

“அப்பாவி மாணவர்களை வதைக்காதே...” “பதில் சொல் பதில் சொல்...” கோஷங்கள்தான் வந்தன. விஸ்வநாதன் இப்போதும் “பதில் சொல்றேன்ப்பா... கேள்வியைக் கேளுங்க முதல்ல” இத்தனை மாணவர்களுக்கு எதிராகத் தனியாக நிற்கும்போதும் கிண்டல் செய்து

சிரிக்கிறார். அவர் தைரியம் ஆச்சரியமூட்டியது.

இப்போது பவானிசங்கர் முன்னால் வந்தான். "எங்க மூணு பேரை கல்லூரியில இருந்து நீக்கியிருக்கீங்க. ராத்திரியோட ராத்திரியா வீட்டுக்குத் தகவல் போயிருக்கு. நாங்க என்ன தப்பு பண்ணோம்னு எங்களுக்கும் தெரியலை, எங்ககிட்ட விளக்கம்கூடக் கேட்காமல் எங்கள் கல்வியை நிறுத்தறது என்ன நியாயம்? இதான் சார் கேள்வி. இதுக்கு பதில் சொல்லுங்க."

"அந்த மூணு பேரைத்தானே கல்லூரிக்கு வரக்கூடாதுன்னு சொல்லியிருக்கோம்? மத்த மாணவர்கள் உள்ளே போறதைத் தடுக்கற உரிமை உங்க யாருக்கும் இல்லை. மத்தவங்க மரியாதையா உள்ளே போங்க, ரௌடிங்க பேச்சைக் கேட்டு உங்க வாழ்க்கையைத் தொலைக்காதீங்க."

செந்திலும் முன்னணிக்கு வந்தான். "இன்னிக்கு எங்களுக்கு நடக்கற அநியாயம் நாளைக்கு அவங்களுக்கு நடக்கலாம். அதனால இந்த அநீதிக்கு எதிரா அவங்களே குரல் கொடுக்கறாங்க. யாரும் யாரையும் கட்டாயப்படுத்தலை. எங்களை ஏன் கல்லூரியை விட்டு நீக்கினீங்க?"

விஸ்வநாதன் கொஞ்சமும் அசராமல், "அதை நாங்க உங்ககிட்ட சொல்லவேண்டிய அவசியமில்லை. கிரிமினல் குற்றவாளிகளுக்கு என்ன செய்யணுமோ அதைத்தான் செஞ்சிருக்கோம். அவதூறு செய்யறவங்க, கல்லூரிச் சொத்தைச் சேதப்படுத்தினவங்ககூட எல்லாம் நான் பேசவேண்டிய அவசியம் இல்லை. போலீஸை வரச் சொல்லியிருக்கோம். அவங்க வந்து அவங்க கடமையைச் செய்வாங்க."

செந்தில் திடீரென்று விஸ்வநாதனுக்கு அபாயகரமாக அருகில் வந்து "போலி வழக்குப் போடும் நிர்வாகம்" என்று கத்தினான். பின்னால் மாணவர்கள் "ஒழிக" என்று தொடர அதைக் கண்டுகொள்ளாமல் விஸ்வநாதன் காரில் ஏறி கல்லூரி வளாகத்துக்குள் நுழைந்து வேடிக்கை பார்த்துக்கொண்டிருந்த ஆசிரியர்களைப் பார்த்து நிறுத்தினார். "என்னய்யா கூட்டம் கூட விட்டிருக்கீங்க? உங்க ஸ்டூடண்டுகளை நீங்க சொல்லித்தானே உள்ளே வரவழைச்சிருக்கணும்?" என்றார் கோபமாக. சரிதான். இதையெல்லாம் சமாளிக்கவா ஆசிரியர் வேலைக்கு வந்தார்கள்?

பிரின்ஸிபாலுக்கும் இந்த வார்த்தை வருத்தம் தந்திருக்கவேண்டும். ஒன்றும் பேசவில்லை என்றாலும் அவர் முகம் கறுத்தது. திரும்பி அலுவலகம் நோக்கி நடக்க ஆரம்பித்தார். ஆசிரியர்களும் கல்லூரிக்குத் திரும்ப முனைகையில் வாசலில் மீண்டும் பரபரப்பு. போலீஸ் வேன் வந்துவிட்டிருந்தது. என்ன நடக்கிறது என்று பார்க்க நின்றார்கள். அடுத்து வந்த ஜீப்பில் இருந்து போலீஸ் இன்ஸ்பெக்டர் சாவதானமாக இறங்கி "என்ன இங்கே கூட்டம்? ஒண்ணு காலேஜுக்கு உள்ள போங்க இல்ல வீட்டுக்குப் போங்க. பர்மிஷன் இல்லாம இங்க கூட்டம் கூடக்கூடாது." தயாராகத்தான் வந்திருந்தார்கள். நான்கைந்து கான்ஸ்டபிள்கள் பிரம்புத் தட்டியைக் கேடயமாகப் பிடித்துக்கொண்டு லத்தியை உயர்த்திக்கொண்டு கும்பல் நோக்கி முன்னேறினார்கள். முதல் வரிசையில் இருந்த மாணவர்கள் கொஞ்சம் பின்வாங்கத் தொடங்க, செந்திலும் பவானிசங்கரும் முன்னால் வந்தார்கள்.

"அநியாயமா சஸ்பெண்ட் பண்ணியிருக்காங்க ஐயா. அதைத்தான் ஜனநாயக முறைலே கேக்கறோம்."

இன்ஸ்பெக்டர் பாக்கெட்டில் இருந்து ஒரு காகிதத்தை எடுத்துப் பிரித்தார். "அநியாயமாவா?" சிரித்தார். "இங்க யாருப்பா பவானிசங்கர்? செந்தில்? அப்புறம் பென்னி. அந்த மூணு பேர் மட்டும் முன்னால வாங்க..." முன்னாலேயேதான் இருந்தார்கள் மூன்று பேரும். "மணவாளன்... இவங்களைக் கஸ்டடில எடுத்துக்கங்க."

"எதுக்கு சார் எங்களை அரெஸ்ட் செய்யறீங்க?" செந்தில் சத்தமாகக் கேட்ட தொனி பதில் தெரிந்தே கேட்டதுபோல் இருந்தது.

"அரெஸ்ட் எல்லாம் இல்லை. விசாரணைக்குதான் கூட்டிப்போறோம். உங்கமேலே காலேஜ் நிர்வாகம் புகார் பண்ணியிருக்காங்க. சிசிடிவியை உடைச்சப்போ உங்க முகம் பதிவாயிருக்கு." இவ்வளவு தூரத்தில் இருந்தே செந்தில் முகம் இருண்டது தெரிந்தது.

ஜெகனைக் கிள்ளினான் ராஜேஷ். "அவனுக்குத் தெரியாதா போலீஸ் வரும்ன்னு?"

"தெரிஞ்சிருக்கும். ஆனா ஏதோ புகார், போலீஸைக் கூப்பிட்டு மிரட்டுவாங்க, ஆதாரம் எல்லாம் ஒண்ணும் இருக்காதுன்னு நினைச்சிருப்பான். சிசிடிவின்னு சொன்னவுடனே மிரண்டுட்டான். அந்த ஆதாரம் இருக்கறதாலதான் விஸ்வநாதனே தைரியமா ஆக்ஷன்

எடுத்திருக்காரு.”

மூவரும் போலீஸ் வண்டியில் ஏற்றப்பட்டதும் மிச்சம் இருந்தவர்கள் தலைமை இல்லாமல் என்ன செய்வது என்று புரியாமல் இருந்தார்கள். கல்லூரிக்குள் போவது தோல்வியை ஒப்புக்கொண்டது மாதிரி என்று நினைத்த பாதிப்பேர் வீட்டுக்குத் திரும்பிவிட்டார்கள். சிலர் போலீஸ் ஸ்டேஷன் போகிறேன் என்று சொல்லிக் கிளம்பினார்கள். சில மாணவர்கள் யாரும் பார்க்கவில்லை என்று உறுதிசெய்துகொண்டு கல்லூரிக்குள் நுழைந்தார்கள். கொஞ்சம் கொஞ்சமாக இடம் காலியாகி, கொஞ்ச நேரத்திலேயே வழக்கமான காலை பத்துமணி போல வெறிச்சிட்டது டீக்கடை.

ராஜேஷ் ஆய்வகத்தில் தொங்கவிட்டிருந்த நேர அட்டவணையில் அவனுக்கு என்ன வகுப்பு என்று பார்த்தான். இயற்பியல் இளங்கலை, மூன்றாமாண்டு, மின்காந்தவியல். புத்தகத்தை எடுத்து டையைக் கட்டிக்கொண்டான். வகுப்புக்குள் பார்த்தால் அறுபது பேர் இருக்கவேண்டிய அறையில் மொத்தம் எட்டு பேர் இருந்தார்கள். இவர்களுக்கு இன்னும் இருக்கும் வகுப்புகளே இன்னும் இரண்டோ மூன்றோதான். எப்படி பாடத்தை எல்லாம் முடிக்கப் போகிறேன்? “சொல்லிக் கொடுக்கவே இல்லை சார்” கூசாமல் புகார் சொல்லும் அருமை மாணவர்கள். சொல்லிக் கொடுக்கும்போது வகுப்புக்கே வராதவன்கூட புகார் சொல்லலாம். மேலைநாட்டில் மாணவன் கையில் பாடத்திட்டத்தை மட்டும் கொடுத்துவிட்டு, எந்த ஆசிரியர் எங்கு சொல்லித் தருகிறாரோ அங்கு போய் கற்றுக்கொள் என்று சொல்வதுதான் வழிமுறை என்றால் இவர்கள் விழுந்து விழுந்து சிரிப்பார்கள். பொறுப்பு அங்கே மாணவனுக்கு, இங்கே ஆசிரியருக்கு.

ஆனாலும் இன்று பாடம் எடுப்பதில் எந்தப் பயனும் இல்லை. இருந்த மாணவர்களைப் பார்த்தான். நினைத்தது போலவே எல்லாரும் மெரிட். “இன்னிக்குப் பாடம் வேண்டாம். பேச்சிலர்ஸ் முடிச்சுட்டு என்ன பண்ணப் போறீங்கன்னு பேசலாமா?” மாணவர்கள் எல்லாருக்கும் கண்கள் ஒளிர்ந்தன. “யாருக்காச்சும் மாஸ்டர்ஸ் வெளிநாடு போறதுக்கு ப்ராசஸ் என்னன்னு தெரியணுமா?”

எப்படி பல்கலைக்கழகங்கள் ஒவ்வொரு விண்ணப்பத்தையும் பரிசீலிக்கின்றன, மார்க் என்பதற்கு முக்கியத்துவம் இல்லை என்றால் வேறு எதற்கு முக்கியத்துவம் என்பதையெல்லாம் விளக்கினான்.

“உனக்குத் தகுதி இருக்கிறதா என்பதைவிட உனக்கு விருப்பம் இருக்கிறதா என்பதைத்தான் முக்கியமா பார்ப்பாங்க” மாணவன் ஒருவன் ஆச்சரியமாக “விருப்பத்தை எல்லாம் எப்படி சார் அப்ளிகேஷன்ல தெரிஞ்சுப்பாங்க?” என்றதற்கு “நீ படிக்கறதை மட்டும் பண்ணா விருப்பம் இருக்கான்னு தெரியாது. ஆனா, ஒரு இண்டஸ்ட்ரில போய் இண்டர்ன்ஷிப் பண்றே, அப்ப அந்த லைன்ல விருப்பம் இருக்குன்னுதானே அர்த்தம்? மார்க்ஷீட் தவிர இதெல்லாம்தான் முக்கியம். எல்லாத்தைவிட ஸ்டேட்மெண்ட் ஆப் பர்ப்பஸ் ரொம்ப முக்கியம்...” நேரம் போனதே தெரியவில்லை. மணியடித்து அடுத்த வகுப்புக்காக வளர்மதி வந்தாலும் தொந்தரவு செய்யாமல் பின் சீட்டில் உட்கார்ந்து இவன் பேசியதைக் கேட்டுக்கொண்டிருந்தார்.

மாலை வழக்கம்போல ராதாகிருஷ்ணன் ஆய்வகத்தைப் பூட்டி சீல் வைக்கும்போது ஜெகன் வேகமாக பைக்கில் வந்தான். கையில் மாலைமுரசு வைத்திருந்தான்.

இரண்டாம் பக்க முக்கியச்செய்தியைக் காட்டினான். “ஜல்ஸா செய்யும் முதல்வர், தட்டிக்கேட்ட மாணவன் டிஸ்மிஸ்.”

அத்தியாயம் 24

ராஜேஷ் சாப்பிட்டு முடிந்து "எக்ஸ்க்யூஸ் மீ" என்று மரியாதையாகச் சொல்லிக்கொண்டு எழுந்தான். "பார்றா பாரின் ரிட்டர்னை... இங்கேதானே எட்டு மாசமா குப்பை கொட்டறே" சிரித்தான் ஜெகன். இன்னும் ஊத்தப்பத்தை முடிக்காமல் இருந்த பாலாஜி "மரியாதையையும் கிண்டல் பண்ணுவீங்க இல்ல? உங்க ஊர்ல இதுவரைக்கும் இல்லாட்டி என்ன? நல்ல விஷயம் வந்தா தப்பா என்ன?" என்றார்.

பாலாஜி செய்முறைத் தேர்வுகளின் மேற்பார்வைக்காக அரசுக் கல்லூரியில் இருந்து வந்திருக்கிறார். கல்லூரிக்கு அவரை அழைத்துப்போக கார் ஏற்பாடு செய்திருந்தார்கள், ராஜேஷும் ஜெகனும் அதில் தொத்திக் கொண்டுவிட்டார்கள். போகும் வழியில் காலை உணவும் அவருக்கு வாங்கிக் கொடுத்து வவுச்சர் போட்டு பணத்தை ஜெகன் திரும்பப் பெற்றுக்கொள்வான். ராஜமரியாதை கொடுக்கவேண்டும். அப்போதுதான் சொல்லும் மார்க்கைப் போடுவார்கள். "இந்தக் கடைல காபி நல்லா இருக்காது. கூட்டு ரோடு திருப்பத்துல குடிச்சுக்கலாம்" என்றார் பாலாஜி. அவர் பலமுறை இந்தக் கல்லூரிக்கு வந்திருக்கிறார். சொல்லப்போனால் இந்தக் கல்லூரி அரசியல் பற்றி ராஜேஷை விட அவருக்கு நன்றாகவே தெரியும்.

கார் கல்லூரிக்குள் நுழைந்து ஆய்வகம் வந்து சேர்ந்தபோது பரீட்சைக்கு இன்னும் ஒரு மணிநேரம் இருந்தது. "என்ன எஸ்ஸார்க்கே? அடுத்ததுக்கு ஏற்பாடு ஆகலியா?" என்று இயல்பாகக் கேட்டார் பாலாஜி. அதற்கு வளர்மதிதான் பதில் சொன்னார். "இந்தச் சம்பளத்துல ஒரு குழந்தை எல்லாம் போதும்."

ராஜேஷ் தேர்வுக்குச் செய்யவேண்டிய ஆயத்தங்களைத் தொடங்கினான். கேள்வித்தாட்களை வரிசைகளில் கவிழ்த்து வைத்துக்கொண்டிருந்தான். மாணவர்கள் வந்து எந்த வரிசையை வேண்டுமானாலும் தேர்ந்தெடுக்கலாம், அதற்குத் தக்க ஆய்வுகள் செய்து முடிவை எழுதவேண்டும், இடையில் வைவா என்று பாலாஜி கேள்வி கேட்பார். பாலாஜி இவனைப் பார்த்து, "எத்தனை ஆப்ஷன் இருக்கு?" எத்தனை வகையான கேள்விகள் இருக்கின்றன என்று கேட்கிறார். "நாலு வச்சிருக்கேன் சார்." பாலாஜியின் புருவம் உயர்ந்தது. "நாலா? வழக்கமா ஒண்ணே ஒண்ணுதான் வைப்பாங்க. நீங்க இதையெல்லாம் மாத்த முயற்சி பண்றீங்களா?" மாற்றுவதா? இந்த அமைப்பையா?

இவன் வேலைகளைத் தொடர்ந்துகொண்டிருக்கும்போதே பாலாஜி வம்புகளைத் தொடர்ந்துகொண்டிருந்தார். "விஸ்வநாதனுக்குப் பல்லு புடுங்கிட்டாங்க போல? என்ன பண்றாரு அவரு. இங்க வந்து உங்களையெல்லாம் திட்டாம எப்படி பொழுது போகுது அவருக்கு?"

ராதாகிருஷ்ணன் சமீபத்திய சம்பவங்களை விவரித்தார். "டாக்டர் பையன் இங்கே படிச்சுக்கிட்டிருந்தானில்ல? ஓவரா போயிட்டான். டீச்சருங்களைப் பத்தி சுவத்துல எழுதி... விஸ்வநாதன்கிட்ட ஆதாரம் சிக்கிருச்சி. சும்மா விடுவாரா? டிஸ்மிஸும் பண்ணி போலீஸ் கம்ப்ளெயிண்ட்டும் கொடுத்துட்டாரு. என்ன பிரயோஜனம்? டாக்டருக்குக் கோபம் வந்ததுதான் மிச்சம்." ராஜேஷுக்கு இதில் பல விஷயங்கள் தெரியாது. அந்த டாக்டர் பார்ப்பதற்குச் சாது போலத்தான் இருந்தார். டாக்டர் என்ன டாக்டர். வைத்தியர் என்று சொன்னால் போதாது? தமிழில் சொன்னால் சித்த வைத்தியர், ஆங்கிலத்தில் சொன்னால் மரியாதையாக இருக்கிறது. சம்பந்தமே இல்லாமல் யோசனை இழை ஓடிக்கொண்டிருக்கிறது. இவர்கள் என்ன பேசுகிறார்கள் கேட்கலாம்.

"டாக்டர் உடனே அவங்க ஆளுங்களை வச்சு பேப்பர்ல எல்லாம்

நியூஸை வரவச்சு நாறடிச்சுட்டாரு. பையனை போலீஸ்ல இருந்து ரிலீஸ் பண்ணிட்டாரு, ஆனா பேப்பர் நியூஸை வச்சு, நாம போட்ட பணத்தையெல்லாம் இந்த விஸ்வநாதன் மிஸ்மேனேஜ் பண்றாருன்னு கதைகட்டி, மிச்சம் ஆளுங்களைச் சேத்து விஸ்வநாதனை கரஸ்பாண்டண்ட் போஸ்ட்ல இருந்து தூக்கிட்டாரு. விஸ்வநாதன் அடிபட்ட பாம்பு... நேரம் பார்த்துக்கிட்டிருக்காரு... விடமாட்டார்." ராதாகிருஷ்ணன் கதை போலவே சொன்னார்.

“இப்ப யாரு பாத்துக்கிறாங்க உங்களையெல்லாம்? சாயந்திரம் ஜெயில் மாதிரி ஒரு ரோல் கால் இருக்குமே...” பாலாஜி கேட்டார்.

“இப்ப தாம்பரம் கந்தசாமி, உங்களுக்குத் தெரிஞ்சிருக்குமே, அரிசிமண்டி. அவருதான் கரஸ்பாண்டன்ட். டாக்டர் கிழிச்ச கோட்டைத் தாண்டமாட்டார். இந்தப்பக்கம் டெய்லியெல்லாம் வர்றதில்லை. வாரம் ஒருமுறை வருவாரு... சாயங்காலம் எச் ஓ டிங்க அவரைத் தாம்பரத்துல போய்ப் பார்க்கணும்.” இது வரமா சாபமா என்று ராஜேஷுக்குத் தெரியவில்லை.

ஒருமுறை கந்தசாமி வந்திருந்தபோது “எதுக்கு இந்த லைட்டையெல்லாம் போட்டு வச்சிருக்கே? கரண்டு பில் எவ்ளோ போவுது? பொறுப்பில்லாம இருக்காதே” என்று கண்டித்தார். விஸ்வநாதன் அந்த மாதிரி சின்ன விஷயங்களில் எல்லாம் தலையிடமாட்டார்.

மாணவர்கள் வந்து கேள்வித்தாள்களை எடுத்துக்கொண்டு வேலை செய்யப் போனபின் ஆய்வகத்தின் பின் பக்கத்தில் வைவாவுக்காக ஒரு மேஜையும் மூன்று நாற்காலிகளையும் அமைத்தார்கள். “இன்னும் அரைமணி நேரம் கழிச்சு ஒவ்வொருத்தரா கூப்பிடலாம். கொஞ்சம் உக்காருங்க ராஜேஷ்” என்றார் பாலாஜி. “காலைல இருந்து ஒண்ணு மாத்தி ஒண்ணு ஏதாச்சும் வேலை பண்ணிகிட்டே இருக்கீங்க.”

அவர் சொன்னதற்காக அமர்ந்த பிறகும் மாணவர்களையே பார்த்துக்கொண்டிருந்தான். “*You seem very sincere*... என்ன பண்ணலாம்னு நினைச்சிருக்கீங்க?”

“டாக்டரேட்தான் சார் பண்ண ப்ளான். எங்கேன்னுதான் இன்னும் முடிவு பண்ணலை. எல்லா இடமும் பார்த்துக்கிட்டிருக்கேன். எல்லா இடத்துலயும் எதாவது ஒரு பிரச்சினை எனக்காகக் காத்துகிட்டிருக்கு...”

புலம்புவது ராஜேஷின் வழக்கம் இல்லை. அதுவும் இந்தக் கல்லூரியில் சக ஆசிரியர்கள் புலம்ப ஆரம்பித்தாலே "அப்புறம் ஏன் நீ இங்கே வந்தே" என்று ஆரம்பித்துவிடுவார்கள். என்னவோ இவரிடம் சொல்லலாம் என்று தோன்றியது.

"ஜெர்மனில மாஸ்டர்ஸ் முடிச்சீங்களா? ஒரு வருஷம்கூட இன்னும் ஆகலையே. 23 வயசா? யூ ஆர் யங். டாக்டரேட் எல்லாம் என்ன இந்தக் காலேஜ்ல டிகிரி வாங்கற மாதிரியா? உயிரை விடணுமில்ல. எல்லாம் பொறுமையா செஞ்சுக்கலாம்." ஆதரவாகச் சொன்னவர், "உங்க மாஸ்டர்ஸ்ல தீஸிஸ் பண்ணீங்களா? அதை யார்கிட்ட பண்ணீங்களோ அவங்ககிட்டயே டாக்டரேட் பண்றதுதானே வழக்கம்?" என்றது ராஜேஷுக்கு ஆச்சரியத்தைத் தந்தது.

"ஆமாம் சார். ஆனா அவர்கிட்ட ஃபண்டிங் இல்லை. வெயிட் பண்ணனும். வேற யார்கிட்டயாச்சும் வேற எந்தக் காலேஜ்யலாச்சும் போறதுன்னா, முதல்ல இருந்து ரெண்டு செமஸ்டர் கோர்ஸ் வொர்க் பண்ணினாத்தான் டாக்டரல் ஸ்டூடண்டா பதிவே செய்ய முடியும். இன்னும் ரெண்டு செமஸ்டர் பீஸ் கட்டறதுக்கு பதிலா இந்தியாவிலேயே முயற்சி பண்ணலாமான்னு யோசிக்கிறேன்."

"அந்த ப்ரொபசரே கூப்பிட்டா ரெபரல் தேவையில்லை, இல்லையா? எவ்ளோ நாள் ஆகுமாம் அவருக்கு ஃபண்டிங் வரதுக்கு?" இதையெல்லாம் புரிந்துகொண்டவர்களை அவன் இந்தியாவில் சந்தித்திருக்கவில்லை.

இவன் ஆச்சரியத்தைப் புரிந்துகொண்டவர் போல "நான் படிச்ச யூனி, பெங்களூர்ல இருக்கு. ஆனா அவங்க சிஸ்டம் எல்லாம் அப்படியே யூரோப்பியன் சிஸ்டம். இங்க வந்து இந்த சிஸ்டத்தைப் பார்க்கும்போது உங்களுக்கு ஷாக் ஆகியிருக்குமே, அதே ஷாக் எனக்கும் வந்தது. மாத்தணும்னு முயற்சிகூட பண்ணிப்பார்த்தேன். ஆனா இந்த சிஸ்டம் என்னை விழுங்கிருச்சு." தண்ணீரை எடுத்துக் குடித்தார்.

"இப்ப ஒவ்வொருத்தனா வருவானுங்க. இவங்களுக்குக் கொடுத்திருக்கற கேள்வி எவ்வளவு ஹை லெவல்? ஆப்டிக்ஸ்ல, மூணு க்ளாஸை வச்சுக்கிட்டு, மைக்ராஸ்கோப், டெலஸ்கோப்ன்னு தயார் பண்ணச் சொல்லி ஒரு கேள்வி கொடுத்திருக்கீங்க. அவங்களும்

அதை பர்பெக்டா பண்ணிடுவாங்க. ஆனா, குழி ஆடி குவி ஆடி வித்தியாசம் கேட்டுப்பாருங்க... தெரியாது. அது தெரியாம இதை எப்படிப் பண்ணேன்னு கேக்க நம்ம சிஸ்டம் அலவ் பண்ணாது. ரவிசந்தர் புக்குல உள்ள கேள்வியத்தான் கேக்கணும்.'' அவர் இப்போது புலம்ப ஆரம்பித்துவிட்டார். பழைய கேள்விகளை மாற்றி அவன் பட்ட பாட்டை விளக்கினான். ''அந்தப்பொண்ணுதான் கம்ப்ளெயிண்ட் பண்ணா...'' ஒரு தராசில் எடை பார்த்துக்கொண்டிருந்த நீலவேணியைக் காட்டினான்.

பாலாஜி சிரித்தார். ''அவளைக் கொஞ்சம் வாட்டலாமா?''

நீலவேணியை அழைத்தார்கள். ''என்னம்மா பண்ணிகிட்டிருக்கே?" பாலாஜி இயல்பாகத் தமிழிலேதான் ஆரம்பித்தார். அவள் உருவடித்திருந்த ஆங்கிலப் பதிலைச் சொல்லத் தொடங்கினாள். ''சரிம்மா, நீ சொல்றது டெபனிஷன். உனக்கு என்ன புரிஞ்சுது சொல்லு?'' அவள் அதே பதிலை, இவருக்குப் புரியவில்லை என்பது போல மெதுவாகச் சொல்லத் தொடங்கினாள். இவரும் விடாமல் மாற்றி மாற்றிக் கேள்வி கேட்டார். இறுதியில் அவள் அழ ஆரம்பித்துவிட்டாள். ''இப்படியெல்லாம் கேள்வி கேப்பீங்கன்னு தெரியாது சார். புக்ல இருக்கறதைத்தானே சார் கேக்கணும்.''

அவள் போனவுடன் பாலாஜி ''நாம எங்கே போய் அழறது? இந்தப் பொண்ணுக்கும் 99 மார்க்தான் போட்டாகணும். இதே சப்ஜெக்டை என் கவர்மெண்ட் காலேஜ்ல எடுக்கிறேன். அங்கே இருக்கற ஸ்டூடண்ட் 90 வாங்குவான், இங்கே இவளெல்லாம் எவ்வளவோ பெட்டர். ஏதோ சொல்லவாவது சொல்லறா. அங்க பதிலே சொல்லாம இருக்கவனுக்கும் 90. இந்த 99 அதிகமா, அந்த 90 அதிகமா? இந்த ரெண்டு பேருமே உங்க ஊர்ல போய் இதே பரீட்சை எழுதினா 20 வாங்குவாங்க. எங்கே இருக்கு நம்ம ஸ்கேல்? மார்க்குதான் நம்ம ஸ்கேலுன்னா அந்த ஸ்கேலை எப்பவோ உடைச்சுப் போட்டுட்டோம்.'' ராஜேஷ் அவரை வியப்பாகப் பார்த்தான். எனக்குத் தோன்றிய விஷயங்கள்தான். ஆனால் அதைத் தெளிவாகச் சொல்கிறார்.

''இங்கே மட்டுமில்ல... வீட்டுக்குப் போய் அம்மாகிட்டயும் அழுவா இவ'' என்று சிரித்தார். ''பிரச்சினையோ அந்த அம்மாகிட்டதான் இருக்குதோன்னு தோணுது. எல்லாப் பசங்களும் விருப்பம் இருக்கோ

இல்லையோ, பாடம் பிடிச்சிருக்கோ இல்லையோ படிச்சாகணும். படிச்சாதான் வேலை, காசு. படிப்பு பாட்டு விளையாட்டு - உடனடியாக் காசாகாத எதையும் பண்ணவிடாத ஒரு அப்பா அம்மா தலைமுறைதான் இப்ப இருக்கு.”

ரமேஷ் வேகமாக வந்தார். “இந்த மூலைல உக்காந்திருக்கீங்களா...” பாலாஜியிடம் கைகுலுக்கிவிட்டு “ராஜேஷ் இங்கே வாய்யா” என்று தனியாக அழைத்துச் சென்றார்.

“விஸ்வநாதன் சாயங்காலம் வரச் சொல்லியிருக்காரு. கார்லயே போயிரலாம். வீட்டுக்குச் சொல்றதுன்னா சொல்லிரு.”

அத்தியாயம் 25

விஸ்வநாதன் வீடு பழைய காலத்து அரண்மனை போல ஆறரை அடித் தூண்களும் மஞ்சள் குண்டு பல்புகளுமாக இருந்தாலும் பிரம்மாண்டமாக இருந்தது. காரை நிறுத்தி இரண்டு நிமிடம் நடந்தால்தான் திண்ணையே வந்தது. திண்ணையிலேயே மெத்தை விரித்து திண்டு போட்டிருந்தார்கள். “நாம மட்டும்தானா?” ராஜேஷ் ஜெகனைக் கேட்டான். “தனித்தனியாக் கூப்பிட்டுப் பேசறாராம். நேத்து மெக்கானிகல். அவருடைய விசுவாசிங்களா தேடிப்பிடிச்சுக் கூப்பிடறாரு.” நான் எப்போது அவரது விசுவாசி ஆனேன்? கொஞ்ச நேரத்தில் பதில் தெரிந்தது.

விஸ்வநாதன் பேசும்போது வழக்கமான கோபத்தொனி இல்லை. ரமேஷ் தோளின் மேல் கையைப்போட்டுப் பேசினார். எல்லாருக்கும் காபி தரச் சொன்னார். “இவங்க ஆடற ஆட்டம் எல்லாம் கொஞ்சம் நாள்தான். கேஸ் போட ஆரம்பிச்சதிலேயே பாதிப்பேர் நம்ம பக்கம் வந்துட்டாங்க. ரமேஷ், நீதான் காலேஜ்ல என்ன நடக்குதுன்னு பாத்துக்கணும்.”

ராஜேஷின் குழப்பத்தைப் பார்த்த ஜெகன் “தெரியாதா? எஸ்ஸார் விஸ்வநாதனுக்குத் தூரத்து உறவு. இவரும் காசு கொடுத்துதான் சேர்ந்திருக்கார்.” மாணவர்கள் கல்லூரியில் சேரக் காசு கொடுப்பது சகஜம்தான். ஆசிரியர்களுமா? ரமேஷின் கல்வித்தகுதிக்கு துறைத்தலைவர் எப்படி ஆனார் என்ற குழப்பம் தீர்ந்தது.

“உன்மேலே கைய வைக்க திட்டம் போடறாங்களாம். உன் டிபார்ட்மெண்ட் வேலைய ஒழுங்கா செய்யச் சொல்லு. லேட்டா வந்தேன்னு சொல்லிக்கூட டிஸிப்ளனரி ஆக்ஷன் எடுப்பாங்க.” என்றதற்கு ரமேஷ், “அவங்க நேரடியா எப்படிங்கய்யா ஆக்ஷன் எடுக்க முடியும்? பிரின்ஸிபால்தானே செய்யணும்...” ஐயா என்று ரமேஷ் அழைத்தது வித்தியாசமாக இருந்தது.

விஸ்வநாதன் பெருமூச்சு விட்டார். “அந்த ஆளைப் பத்திப் பேசாதே. நான்தான் காலேஜ் காலேஜாத் தேடி இந்த ஆளுக்கு போஸ்ட் வாங்கிக் கொடுத்தேன். நல்ல மனுஷன்னு நினைச்சா நீதி நியாயம்னு பேசி நமக்கே வருமானத்தைத் தடை பண்ணப் பார்த்தாரு... ஞாபகம் இருக்கில்ல?”

ரமேஷ், “எப்படிங்கய்யா மறக்கும்? அஞ்சு லட்சத்துக்கு வாங்கினாத்தான் அஞ்சு லட்சம் க்ளெய்ம் பண்ண முடியும் - ன்னு நம்ம லேபரட்டரிக்கே சொன்னாரே. எவ்ளோ நஷ்டம்.”

“அதுக்கு அப்புறமாத்தானே அவரைக் கொஞ்சம் கொஞ்சமா வழிக்குக் கொண்டு வந்தோம். இப்பவும் மேனேஜ்மெண்ட் செய்யச் சொல்றதைச் செய்யறாரே ஒழிய மத்த எதுலயும் பட்டுக்கறதில்லை. இப்ப மேனேஜ்மெண்ட் அவனுங்கதானே. அவங்க சொன்னா ஆக்ஷன் எடுத்துருவார். அதுக்குதான் சொல்றேன்... எல்லாரும் கேர்புல்லா இருங்க.” திடீரென்று யோசித்தவர் போல “கேம்பஸ் டைம் ஆரம்பிச்சிருச்சில்ல?” என்றதற்கு ரமேஷ் ஆமோதித்தார். “யார் யார் வராங்க?”

ரமேஷ் ஒரு நான்கைந்து கம்பெனி பெயர்களைச் சொன்னார். “இவ்ளோதானா? எதுவும் பெரிய கம்பெனி இல்லையா?”

“எங்கேய்யா... முன்ன மாதிரி இங்கிலீஷ் தெரிஞ்சா போதும்னு அள்ளிக்கிட்டுப் போற அளவுக்கு சாப்ட்வேர் கம்பெனிங்களுக்குத் தேவை இல்லை. அவங்க இருக்கற கோட்டாவை எல்லாம் பெரிய பெரிய காலேஜ்ல முடிச்சுக்கறாங்க. இப்ப வரவங்ககூட யாரும் எஞ்சினியரிங் கோர் கம்பெனி எல்லாம் கூட இல்லை. கால் செண்டர். அதையும் கெஞ்சிக் கெஞ்சி வரவைச்சிருக்காங்க. இன்னும் ரெண்டு மூணு வருஷத்துல இதுவும் குறையுமாம். ஏழெட்டு காலேஜ்க்கு ஒரு காலேஜ்ல காம்பஸ் இண்டர்வ்யூ மாதிரி வந்துரும்.”

“இது நமக்கு இப்போதைக்கு நல்லதுதான். கேம்பஸ் வர ஆளுங்களுக்கு வழக்கம்போல மாலை மரியாதை எல்லாம் பண்ணாதீங்க. ஆள் எடுத்தா எடுக்கட்டும். இல்லாட்டி போகட்டும்.” விஸ்வநாதன் இப்படிப் பேசி ரமேஷே பார்த்தது இல்லை போல விழித்தார். “மேனேஜ்மெண்ட் சரியில்லைன்னு காட்ட இதுவும் ஒரு வழிதானேய்யா?” விஸ்வநாதன் சிரித்தார்.

“அடுத்த வருஷம் இண்டேக் பாதிக்குமே...” என்று ரமேஷ் இழுக்க, “அதை நான் வந்தபிறகு பாத்துக்கலாம். இப்போதைக்கு இவனுங்களை ஒழிக்கணும்” சிரிப்பைத் தொடர்ந்தார்.

காருக்குத் திரும்பும்போது ராஜேஷ், “சார், நாளைக்கு கவர்மெண்ட் காலேஜ் வரைக்கும் போகணும். எனக்கு இருந்த க்ளாஸை வளர்மதி மேடம் பாத்துக்கறேன்னுட்டாங்க” என்றபோது ஜெகனும் இணைந்துகொண்டான். “எஸ்ஸார்... நானும் ராஜேஷ்கூடப் போயிட்டு வரேன்...” சரிதான். தனியாகக் கேட்டாலே கடுப்பாவார்.

வளர்மதி, “வந்துடுவாங்க சார். மதியம் ஒரு மணிக்குள்ள வந்துருவீங்க இல்லைப்பா?” சிபாரிசு செய்தார். கார் வீட்டில் விடும்போது ரமேஷ் “ஒரு மணிக்கு ஒரு நிமிஷம் லேட்டாகக்கூடாது” என்று கடுகடுப்பாகச் சொன்னாலும் சம்மதித்துவிட்டார்.

வீட்டுக்குள் நுழைந்தவுடன் இணையத்தைப் பிடித்த மகிழ்ச்சியில் போன் உதறிக்கொண்டே இருந்தது. எடுத்துப் பார்த்தால் பல தேவையற்ற செய்திகளுக்கு இடையில் குப்பையில் மாணிக்கமாக “இன்று மாலை ஆறரைக்கு நான் உன்னுடன் பேசத் தயார், விஷயம் இருக்கிறது” என்று சுருக்கமாக எழுதியிருந்தார் பெட்ராவ். அனிச்சையாக மணியைப் பார்த்தான், பத்து மணி. ஒருநொடி ஆடிவிட்டபிறகுதான் நினைவுக்கு வந்தது, அவர் அவருடைய ஆறரையைச் சொல்கிறார். இன்னும் ஒரு மணிநேரம் இருக்கிறது.

அம்மா செய்துவைத்திருந்த உப்புமா ஆறிப்போய் ஆர்வத்தைக் குறைத்தாலும் வேறுவழியின்றி அள்ளிப்போட்டுக்கொண்டான். “நீ தூங்கிடும்மா. எனக்கு ஒரு கால் இருக்கு.”

பெட்ராவ் அவர் அறையில் இருந்தேதான் இணைப்பில் வந்திருந்தார். பழக்கமான கோப்பைகளும் சட்டத்துக்குள் சான்றிதழ்களும் பின்னணியில் தெரிய “ராஜேஷ்... சொல்லு, எதற்காகப் பேசவேண்டும்

என்றாய்?'' மறந்துவிட்டாரா என்ன? அவர்தானே அழைத்தார்?

''ஏறத்தாழ ஒரு வருடமே ஆகிவிட்டது சார். என் டாக்டரேட் பற்றி எதாவது நல்ல தகவல் சொல்வீர்களா என்று கேட்கத்தான்...''
''இருந்தால் சொல்ல மாட்டேனா? என்னிடம் இருக்கும் பத்து மாணவர்களுமே இன்னும் முடிக்கவில்லை. இத்தனைக்கும் முதல் மாணவன் இணைந்தே ஐந்து வருடம் ஆகிவிட்டது. பதினொராவது மாணவனைச் சேர்த்துக்கொள்ள விடமாட்டேன் என்று பல்கலைக்கழகம் அடம்பிடிக்கிறது. இப்போது இன்னும் கஷ்டம்.''

''இப்போது என்ன ஆகிவிட்டது?''

''பிளஸ்ஜ கம்பெனி தெரியுமில்லையா? அவர்கள் எனக்கு அழைப்பு விடுத்திருக்கிறார்கள்.'' ராஜேஷுக்கு அதில் ஆச்சரியம் எதுவும் இல்லை. அவன் இண்டர்ன்ஷிப் சென்றது அந்த நிறுவனத்தில்தான். அங்கே இருந்த ஆராய்ச்சியாளர்கள் பெட்ராவைக் கடவுள்போலத்தான் சிலாகித்துக்கொண்டிருந்தார்கள். அதே நேரத்தில் பல்கலைக்கழகத்தில் நிரந்தரப் பணியில் எல்லா சௌகரியங்களுடன் இருப்பவரை நிறுவனத்துக்குள் இழுப்பது அசாத்தியம் என்றும் பேசினார்கள்.

''நான் ஏற்பதாக முடிவெடுத்துவிட்டேன். பல்கலைக்கழகத்தில் இருப்பதைவிட ஆராய்ச்சிக்கு இன்னும் உதவுவதாகச் சொல்லியிருக்கிறார்கள். அடுத்த மாதம் இணைகிறேன்.'' ராஜேஷுக்கு எப்படி உணர்வது என்றே தெரியவில்லை. இந்த மாற்றம் அவருக்கு நல்லதா கெட்டதா என்பதையே புரிந்துகொள்ளமுடியவில்லை, அதற்குள் தனக்கு நல்லதா கெட்டதா என்று யோசிக்கத் தொடங்கிவிட்டேன்.

''இருக்கும் மாணவர்களை வேறு பேராசிரியர்களிடம் பிரித்துக் கொடுக்கத் தொடங்கிவிட்டேன். நிறுவனத்தில் ஆராய்ச்சி செய்யப்போவதால் என்னிடம் யாரும் டாக்டரேட் எல்லாம் செய்ய முடியாது. உனக்கு என்ன செய்வது என்றுதான் தெரியவில்லை.''
''வாழ்த்துகள் டாக்டர்'' என்றான் ராஜேஷ் குழப்பத்துடன். இவ்வளவு தாமதமாகச் சொல்வதை உணர்ந்திருப்பாரா?

அதை அவர் கண்டுகொண்டதாகவே தெரியவில்லை. ''மற்ற மாணவர்கள் டாக்டரல் வழிமுறைகளில் ஏற்கப்பட்டவர்கள்.

அவர்களை மற்ற ஆசிரியர்கள் ஏற்பதில் எந்தப் பிரச்சினையும் இருக்காது. ஆனால் உனக்கு நான் என்னதான் பரிந்துரை எல்லாம் கொடுத்தாலும் வழிமுறைப்படி இரண்டு செமஸ்டர் பாடம் படிக்காமல் உன்னை அவர்களால் ஏற்க முடியாது. அதுதான் குழப்பம்."

உலகமே இருண்டதுபோல் உணர்ந்தான். ஒருநாள் இல்லாவிட்டாலும் ஒருநாள் பெட்ராவ் அழைப்பார், திரும்பிப் போய் டாக்டரேட்டை முடித்துவிடலாம் என்ற எண்ணத்தில்தானே ஒரு வருடம் ஓடியிருக்கிறது. இனி அதற்கு வாய்ப்பே இல்லையா?

"நீ இந்தியாவில் ஆராய்ச்சி செய்ய முடியாதா? நீயும் ஒரு பல்கலைக் கழகத்தில்தானே வேலை செய்கிறாய்?" இவருக்கு இந்தக் கல்லூரி அரசியலை எல்லாம் விளக்கிக் கொண்டிருக்க முடியுமா?

"அதற்கு முயற்சி செய்து கொண்டிருக்கிறேன் சார்" வார்த்தைகள் வெளிவரக் கஷ்டமாக இருந்தது.

"வாழ்த்துகள். உன்னுடைய ஆராய்ச்சி ஆரம்பித்தபிறகு என்ன உதவி வேண்டுமானாலும் கேள், செய்கிறேன். இன்னும் ஒரு மாதம் வரை இங்குதான் இருப்பேன். கவலைப்படாதே, புதுவேலையில் சேர்ந்தபிறகும்கூட ஏதாவது தேவை என்றால் கேள். என் புது முகவரி எல்லாம் உனக்கு அனுப்புகிறேன். நிச்சயம் தொடர்பில் இருப்போம்" துண்டித்துவிட்டார்.

லேப்டாப்பைத் திறந்துதான் வைத்திருந்தான். எதையோ பார்த்துக்கொண்டுதான் இருந்தான் என்றாலும் எதுவும் அவன் மூளைக்குள் செல்லவில்லை. இரண்டு செமஸ்டர்கள். அது பெரிய விஷயம் இல்லை. ஆனால் அதற்கு கடன் கிடைக்குமா? ஏற்கனவே வாங்கிய கடனுக்கு இப்போதுதான் தவணைகள் ஆரம்பித்திருக்கின்றன. சரி கடனே கொடுத்தாலும்கூட அம்மாவை விட்டுவிட்டுச் செல்ல முடியுமா? ஒருவேளை அம்மாவுக்கு எதாவது சீக்கிரம் ஆகிவிட்டால் தேவலை என்று உள்ளுக்குள் நினைக்கிறேனா? சிந்தனை வந்தவுடனேயே அதை வேகமாக அழித்தான். தூங்கிக்கொண்டிருந்த அம்மாவைப் பார்த்தபோது அவள் தெரிந்ததுபோல திரும்பிப் படுத்தாள். "மணி என்னடா ஆகுது? பேசாம தூங்கு."

போன் அடித்தது. ஜெகன். “தூக்கம் வரலைடா. நீ தூங்கியிருக்கமாட்டேன்னு தெரியும்னுதான் கால் பண்ணேன்.”

“நாளைக்குக் காலைல சீக்கிரம் கிளம்பணுமில்ல. யூனிவர்சிட்டி போகறதுக்கு? போய்த் தூங்கு போ” இவனிடம் நாளை காலை சொல்லிக்கொள்ளலாம் சோகக் கதையை.

“நான் எங்க அங்கயாடா படிக்கப் போறேன்? சும்மா உனக்கு கம்பெனிக்கு வரேன். நீகூட பெட்ராவ் கூப்பிட்டா கிளம்பிடப்போறே...”

“இல்லடா... இங்கேதான் படிச்சாகணும்” ராஜேஷ் குரல் உடைந்தது.

அத்தியாயம் 26

காலை எழுந்தபோது கணக்குப் பார்த்தான். மூன்று மணிநேரம்தான் தூங்கியிருக்கிறோம். நீண்ட நாள் காத்திருக்கிறது. சென்னையின் ஒரு மூலையில் இருந்து இன்னொரு மூலைக்குச் செல்லவேண்டும். என்னதான் ஜெகன்தான் வண்டி ஓட்டுகிறான் என்றாலும்..... ராஜகணபதியைக் காலையில் பார்க்கவேண்டும், கல்லூரிக்குச் சென்று அடுத்த செய்முறைத் தேர்வுக்குத் தயார்படுத்தி வைக்கவேண்டும், இவர்கள் அரசியலில் மாட்டாமல் இருக்க வேண்டும். லிஸாவுடன் பேசி ஒரு வாரமாகிறது. அவள் கோபிக்கும் முன் பேசிவிடவேண்டும். இவ்வளவு வேலைகளை நினைத்து மனத்தை மாற்ற முயன்றாலும் நெஞ்சுக்குள் பெரிய குழி விழுந்ததுபோல் இருந்த உணர்வை மாற்ற முடியவில்லை. அவ்வளவுதானா?

ஜெகன் வந்து காபி குடித்துக் கிளம்பி அரசுப் பல்கலைக் கழகத்தை அடையும் வரை எதுவும் பேசத் தோன்றவில்லை. புரிந்துகொண்டது போல ஜெகனும் அமைதியாகவே வண்டி ஓட்டினான். பல்கலைக்கழக நுழைவாயிலில் ஜெகன் ரொம்பத் தெரிந்தவன் போல ஓட்டியும் வாயிற்காவலர்கள் பிடித்து அலைபேசி எண் எல்லாம் வாங்கிக்கொண்டுதான் விட்டார்கள். வண்டியை நிறுத்திவிட்டு நடக்கும்போதுதான் ஜெகனுடன் முதல் வார்த்தையே பேசினான். “தேங்ஸ் ஜெகன். எனக்காக இவ்ளோ தூரம் வரே”

ஜெகன் அதை அலட்சியப்படுத்தினான். “சீக்கிரமாவே வந்துட்டோம். டீ சாப்டுட்டுப் போகலாமா?”

டீக்கடையிலும் ராஜேஷ் பேச்சை ஆரம்பிக்கவில்லை. பேசினால் உடைந்துவிடுவோம் போல இருந்தான். ஜெகன் உற்சாகத்தை வரவழைத்துக்கொண்டு பேசினான். “என்ன இப்ப? டாக்டரேட் டாக்டரேட்தானே. இங்கே வாங்கினா என்ன, வெளிநாட்டுல வாங்கினா என்ன?”

“நிஜமாவே தெரிஞ்சுதான் பேசறியா? சரி உன்னை வேற ஒரு கேள்வி கேக்கறேன். நம்ம காலேஜ்ல பேச்சலர் முடிச்சுட்டு வரவணும், இதோ இந்த யூனிவர்சிட்டில பேச்சலர் முடிச்சுட்டு வரவணும் சமம்தான்னு நினைக்கறியா? கையிலே ஒரே டிகிரிதான் வச்சிருக்காங்க ரெண்டு பேரும். ஆனா கேம்பஸ்க்கு வர கம்பெனிக்காரங்க ஏன் நம்ம காலேஜ் பக்கமெல்லாம் வர்றதில்லை? இங்கே எல்லாம் வரமுடியாத சொட்டையும் சொள்ளையும்தானே வருது? இங்கே படிக்கறவன் வாங்கற சம்பளமும் நம்ம காலேஜ் பையன்ல முட்டி முட்டி வாங்கற சம்பளமும் ஒண்ணுதானா?”

ஜெகன் டீ கிளாஸை ஆட்டினான். “ஆனா வெளிநாட்டுக்குப் போனா, நம்ம காலேஜ் டிகிரியும் இந்த யூனி டிகிரிதானே? எல்லாம் அங்கே சமம்தானே?”

“சமம்தான். ரெண்டையும் ஒரே மாதிரி, சமமா மதிக்க மாட்டாங்க. மேலோட்டமாப் பாத்தா அவங்க பண்றது அநியாயம்னுதான் தோணும். முதல்ல எல்லாம் எனக்கு அதைப் பார்த்துக் கோபம்தான் வந்தது. ஆனா அங்கே போய் மூணு வருஷம் படிச்சபிறகு, அவங்க பண்றதும் நியாயம்தான்னு தோணுது. தானாப் படிக்கறதுக்கும் மத்தவங்க படிக்க வைக்கறதுக்கும் உள்ள வித்தியாசம் புரியறதுக்கு எனக்கு மூணு வருஷம் ஆச்சு.”

ஜெகன் சீண்டப்பட்டுவிட்டான் போல “அப்ப நீயும் நானுமே சமம் இல்லைன்றியா?”

ராஜேஷ் இதற்கு என்ன பதில் சொல்வது என்று தெரியாமல் விழித்தான். உண்மையாக அவன் நினைப்பதைச் சொன்னால் ஜெகன் கோபமாவான். பொய்யாக அலங்காரம் செய்வது சரியென்றும் தோன்றவில்லை. வேறு வழியில் வரலாம். டீக்கடைக்கு வெளியே

இருந்த அரங்கத்தைக் காட்டி, “இந்த ஹால் உனக்கு ஞாபகம் இருக்கா?”

ஜெகன் கேள்வியின் காரணம் புரியாத குழப்பத்துடன், “ஏன் இல்லாம? சிங்கிள் விண்டோக்கு இந்த ஹால்லதானே ஒவ்வொருநாளும் ஆயிரக்கணக்கான மக்கள் வருவாங்க. ஸ்டாக் மார்க்கெட் மாதிரி ஆயிரம் மானிட்டர் வச்சு இந்த காலேஜ் தீந்துபோச்சு அந்த காலேஜ் முடிஞ்சு போச்சுன்னு எல்லாம் ஸ்க்ரீன் ஸ்க்ரீனாக் காட்டற ஹால்தானே இது? நானும் இங்கே வந்திருக்கேன், நீயும் வந்திருப்பே...”

ராஜேஷ் கேள்வியைத் தொடர்ந்தான். “நீயும் வந்தே, நானும் வந்தேன். தனியாவா வந்தோம்?”

“என் அப்பா வந்திருந்தார். சித்தப்பாகூட வேடிக்கை பார்க்க வந்தார். அவருக்கு அடுத்த வருஷம் சேர்க்க ஒரு பையன் இருந்ததால.”

“அதான் இங்கே பிரச்சினைன்றேன். நான் வெளிநாட்டுல காலேஜ்ல பார்த்த முக்கியமான விஷயம். பெரும்பாலான ஸ்டூடண்ட்ஸ் தனியாத்தான் வராங்க. சிலபேர் கூட அப்பா அம்மாவும் வராங்கதான். ஆனா அது குறைந்தபட்சம். காலேஜ்ல படிக்கறதுன்றது அநியாயத்துக்கு செலவு பிடிக்கற விஷயம். அப்பா அம்மாவுக்கும் அந்தச் செலவுக்கும் ஏறத்தாழ சம்பந்தமே இல்லைன்னே சொல்லலாம். ஸ்டூடன்ட்ஸேதான் வேலை செஞ்சோ கடன் வாங்கியோ அட்மிஷனுக்கு வருவாங்க. அங்கே இருக்குது டிஃபரன்ஸ்.”

ஜெகன் குழப்பமாக, “அங்கே என்ன டிஃபரன்ஸ் கண்டுட்டே நீ?” என்றான்.

“ரெஸ்பான்ஸிபிளிட்டி. காலேஜ்ல படிக்கறது அங்க ஸ்டூடண்ட்டோட ரெஸ்பான்ஸிபிளிட்டி. என்ன படிக்கறதுன்றதை அவன்தான் முடிவு பண்றான். என்ன மாட்யூல் எடுக்கணும், எந்த லெக்சர் போகணும், எப்படி பணத்துக்கு வழி பண்ணனும் - எல்லாப் பொறுப்பும் அவன்கிட்டே. ஆனா இங்கே?”

தொடர்ந்தான். “படிப்புனால மட்டும் முன்னால வந்த தலைமுறை நம்ம அப்பா அம்மா. கையில ஒரு டிகிரி இருந்தாத்தான் குறைந்தபட்சம் சோத்துக்கு உத்தரவாதம்னு நினைக்கற தலைமுறை.

ஸ்கூல் முடிச்சா காலேஜ். நல்ல காலேஜ், நல்ல வேலைன்னு சேத்துவிட்டுடணும்னு நினைக்கற தலைமுறை. அவங்கதான் பிள்ளையைப் பெத்த கடமைக்கு பொறுப்பா நம்மைக் காலேஜ்ல சேக்கறாங்க. பணம் அவங்கதான் கொடுக்கறாங்க. கொடுத்த பணத்துக்கு வேலை செய்யறோமா இல்லையான்னு ஆசிரியர்களைக் கேக்கறாங்க, பணம் கொடுத்தோமே எங்கே கேம்பஸ்னு போட்டுத் துளைக்கறாங்க. காலேஜ்ல சேக்கறது அப்பா அம்மா பொறுப்பு. படிக்கறதும் படிக்காததும் ஆசிரியர்ங்க பொறுப்பு. ஸ்டூடன்ட்ஸுக்கு என்ன வேலை இங்கே இருக்கு? அவனைக் கேக்காமலேயே அவனைச் சுத்தி எல்லாம் நடந்துகிட்டிருக்கு.''

ஜெகன் கோபம் குறையாதவனாக ''அப்ப இங்கே படிக்கறவன் எல்லாம் வேஸ்ட். நீ படிச்சது மட்டும்தான் யூஸ்ஃபுல். அதானே சொல்லவரே?''

''இல்லைடா. கொதிக்காதே. இங்கேயும் ஆர்வம் உள்ளவன் இருக்கத்தான் செய்யறான். ஆனா சுத்தி இருக்கவன் பண்ற பிரஷர்ல ஆர்வம் உள்ளவன் யாருன்னு கண்டுபிடிக்கறதுக்குள்ளேயே தாவு தீந்துருது. அவனுக்கே அது புரியுதான்னு தெரியறதுக்குள்ள இந்த மினிமம் காரண்டி உலகம் அவனை வேற எங்கேயோ கொண்டுபோய்த் தள்ளி விட்டுருது. இதுல அவன் ஏன் ஆராய்ச்சி பண்ணலை கண்டுபிடிக்கலைன்ற கேள்வியை மட்டும் கேட்டுக்கிட்டே இருக்கோம்.''

பேசிக்கொண்டே ராஜகணபதியின் அறை வாசலுக்கு வந்துவிட்டிருந்தார்கள். அவர் செயலாளர் இவர்களைப் பார்த்து ''சார் இன்னும் வரலியே. வெயிட் பண்ணுங்க. அங்க ஒருத்தர் உக்காந்துருக்கார் பாருங்க, அவர் கூட உக்காருங்க.''

உட்கார்ந்திருந்தவர் இவர்களைப் பார்த்துப் புன்னகை பூத்தார். ''டாக்டர் கண்ணன்'' என்று அறிமுகப்படுத்திக்கொண்டு அட்டையைக் கொடுத்தார். ஆர்த்தோபீடிக்ஸ். எலும்பு டாக்டர் ஏன் இயற்பியல் துறை வாசலில் காத்திருக்கிறார்?

''மூணு வருஷமா அலையறேன். ஒரு டாக்டரேட் பண்ணணும்னு. ப்ராஸ்தெடிக் போன்ஸ் பத்தி...''

''நீங்கதான் ஏற்கனவே டாக்டர் ஆச்சே சார். மறுபடி எதுக்கு

டாக்டரேட் பண்றீங்க? அதுவும் சுலபமா வாங்கற வழிமுறைங்க எல்லாம் இருக்கும்போது...'' ஜெகன் யாரிடமும் சுலபமாகப் பேச்சு கொடுப்பான்.

“டாக்டர் பட்டம் போட்டுக்கறதுக்காக இல்லைப்பா. நிஜமாவே ஆராய்ச்சி பண்ணவேண்டிய சப்ஜெக்ட் இது. நான் டாக்டரா வேலை பண்ணிக்கிட்டிருக்கேன். ஆனா, இந்த ஆராய்ச்சி பண்றதுக்காக அதைக் கொஞ்ச நாள் விடக்கூடத் தயாரா இருக்கேன். இந்த ஆராய்ச்சிக்கு நிறைய ஃபண்டிங் வேணும், அது மட்டும் இல்லாம இந்தத் துறைல எக்ஸ்பீரியன்ஸ் இருக்கவங்களோட சப்போர்ட் வேணும். அதுக்குதான் அலையறேன். பிரச்சினை என்னன்னா இந்த சப்ஜெக்ட். கொஞ்சம் பிஸிக்ஸ், கொஞ்சம் எஞ்சினியரிங், கொஞ்சம் அனாடமி - எல்லாம் கலந்து இருக்கு. ஒவ்வொரு டிபார்ட்மெண்டும் என்னை ஃபுட்பால் விளையாடறாங்க. அவன்கிட்ட போனா இவன்கிட்ட போ, இவன்கிட்ட போனா அவன்கிட்ட போன்னு தள்ளித் தள்ளி விடறாங்க.''

“அவ்ளோ நல்ல ஐடியான்னா வெளிநாட்டுக்குப் போய் ஆராய்ச்சி பண்ணலாமே டாக்டர்'' ராஜேஷுக்கு நார்வே ஸ்வீடனில் இதுபோன்ற ஆராய்ச்சி செய்யும் நண்பர்கள் இருந்தது நினைவு வந்தது.

“செய்யலாம்தான். அதையும்தான் முயற்சி செஞ்சேன். அவன் ரெண்டு செமஸ்டர் கோர்ஸ் வொர்க் பண்ணச் சொல்றான். ஒருவருஷம் முழுசா ஆகிடும். இங்கே ப்ராக்டீஸை விட்டுட்டுப் போகறது சாத்தியம் இல்லையே.''

ராஜேஷுக்கு அவர் நிலைமை புரிந்தது. ஏறத்தாழ நானும் இவரும் ஒரே கதியில்தான் இருக்கிறோம். டாக்டரேட் என்பது வேறு, ஆராய்ச்சி என்பது வேறு என்று ஆக்கிவைத்திருக்கும் நிலைமை புரிந்தது. அடச்சே என்ன வாழ்க்கைடா இது.

செயலாளர் அழைத்தார். “இன்னிக்கு அவருக்கு ஏதோ வேற வேலை இருக்குதாம். முடிஞ்சா சாயங்காலம் வீட்டுக்கு வரச்சொன்னார், இல்லைன்னா நாளைக்கு வாங்கன்னு சொல்லிட்டார்.'' சரிதான். கஷ்டப்பட்டு பர்மிஷன் எல்லாம் வாங்கி வந்தால்...

டாக்டர் கண்ணன் சிரித்தார். “இன்னிக்குதான் முதல் தடவையா? இதெல்லாம் சகஜம்ப்பா. ஒவ்வொரு நாளும் நான் இங்கே வரும்போது

பேஷண்டுங்க அப்பாயிண்ட்மெண்டை மாத்தி அடிக்கறதுக்கு என் ஸ்டாஃப் படற பாடு இருக்கே...''

தெருவில் அத்தனை வாகனங்களும் முந்திக்கொண்டு செல்ல முயன்றுகொண்டிருக்க ஜெகன் புதுப் புதுப் பாதைகளைக் கண்டுபிடித்து கல்லூரிக்கு வந்து சேர்ந்தான். ''பார்க்கலாம். அடுத்த வாரம் மறுபடி ரமேஷைக் கேட்கலாம்.'' ஒரு நாள் வீணாகிவிட்டது. கண்ணன் சொல்வதைப் பார்த்தால் இது போன்று பல ஒருநாள்கள் வீணாகத்தான் போகின்றன. சின்ன வெற்றிக்குக் கூட முட்டிமுட்டியே பழகவேண்டும். தோல்விகள் மட்டும் ஒருநொடியில் வந்துவிடுகின்றன.

ஆய்வகம் பரபரப்பாக இருந்தது. ''விஷயம் தெரியாதா? ரமேஷுக்கு பேப்பர் கொடுத்துட்டாங்க'' என்றார் வளர்மதி.

ஜெகன் ஆச்சரியப்பட்டான். ''அவரை அவ்வளவு சுலபமா எடுக்கமுடியாதுன்னு பேசிக்கிட்டாங்களே.'' ஆமாம். விஸ்வநாதன்கூடச் சொன்னாரே, ரமேஷின் வேலை ஒப்பந்தத்தில் அவரைக் காப்பாற்ற நிறைய ஷரத்துக்களைச் சேர்த்திருப்பதாக...

''மூணு மாசம் நோட்டிஸ் கொடுத்திருக்காங்க.'' ரமேஷே வந்துவிட்டிருந்தார். ''அதுக்குள்ள இந்த அரிசிமண்டிக்கும் சித்தா டாக்டருக்கும் ஒரு பாடம் கத்துக் கொடுத்துடறேன்...''

அத்தியாயம் 27

அடுத்துவந்த சிலநாட்களில் அரசியல் அனல் அடித்துக்கொண்டே இருந்தது. ஒருபக்கம் கேம்பஸ்க்கு ஆட்கள் வந்தபோது விஸ்வநாதன் ஆட்கள் அதை 'ஆள் எடுத்தால் எடு, விட்டால் விடு' என்று கண்டுகொள்ளாமல் இருந்தார்கள். இன்னொரு பக்கம் இவர்கள் சாதாரண பேப்பர் கேட்டால்கூட தரமுடியாது, நான்கு நாள் கழித்து வா என்று அந்தக் கட்சிக்காரர்கள் தொந்தரவு செய்துகொண்டு இருந்தார்கள். உரிமையாளர்கள் அளவில் இருந்த சண்டை ஆசிரியர் மாணவர் என்று பரிமாண வளர்ச்சி பெற்றுக்கொண்டு இருந்தது. சக பணியாளர்களை எல்லாரும் சந்தேகக் கண்கொண்டு பார்த்துக்கொண்டிருந்தனர்.

பிரின்ஸிபால் அழைத்திருக்கிறார் என்ற செய்தி வந்ததும் ஏதோ அறிவுரை சொல்ல எல்லாரையும் அழைக்கிறார் என்றுதான் ராஜேஷ் நினைத்தான். ஜெகனைக் கேட்டபிறகுதான் தெரிந்தது அவனைத் தனியாக அழைத்திருக்கிறார் என்பது. நூறு மீட்டர் தூரம்கூட இருக்காது இவர்கள் ஆய்வகத்தில் இருந்து முதல்வர் அலுவலகம். அதற்குள் ஆயிரம் விதமாக யோசித்துவிட்டான். இங்கு வேலைக்குச் சேர்ந்து ஓராண்டு முடிந்துவிட்டது, இதுதான் முதல்முறை தனியாக அழைத்திருக்கிறார். ஒருவேளை என்னை வேலையை விட்டு எடுக்கப் போகிறார்களா? என்ன காரணம்?

காரணம் எல்லாம் தேவையா என்ன... முடிவெடுத்துவிட்டால் காரணங்களை உருவாக்கிக் கொள்ளவா முடியாதா என்ன??

Dr. மோகன சுந்தரம் *ME, B Litt, M Ed, Ph D,* முதல்வர் என்று எளிமையான பலகையைத் தாண்டி கண்ணாடிக்கதவு அறைக்குள் சென்றவுடன் "கதவைச் சாத்திவிடுகிறீர்களா ப்ளீஸ்" என்றார் முதல்வர்.

அமரச்சொல்லும் வரை காத்திருந்து அமர்ந்தான். "ராஜேஷ். ஜெர்மனியில் மாஸ்டர்ஸ் முடித்திருக்கிறீர்கள், இல்லையா?" இப்போதுதான் இதையே தெரிந்துகொள்கிறீர்களா?

"உங்களைப்பற்றி நிறைய புகார்கள் ஆரம்பத்தில் வந்தன. குறிப்பாக ஒரு கேள்வித்தாள்." அது நடந்தே எட்டு மாதத்துக்கு மேல் ஆகிவிட்டதே. அதை வைத்து இப்போது பணிநீக்கமா? ராஜேஷுக்கு எதையாவது சொல்லவேண்டும் போல இருந்தாலும் உதடு துடித்ததே தவிர சத்தம் வரவில்லை.

"அந்தக் கேள்வித்தாளைப் பார்த்தேன். புகார் சொன்ன பெண்ணைக் கூப்பிட்டுக் கண்டித்தேன். உங்கள் கேள்விகள் அழகாக அமைக்கப்பட்டிருந்தன. ஆனால் இங்கே கேள்வி கேட்க நமக்கு இருக்கும் கட்டுப்பாடுகள் உங்களுக்குத் தெரிந்திருக்கும். அதனால் அதைப் பற்றி ஒன்றும் பேசவில்லை." குறைந்தபட்சம் அன்றே அழைத்து இதைச் சொல்லியிருந்தால் வேலை செய்யும்போதாவது ஊக்கம் கிடைத்திருக்கும். இப்போது சொல்லி என்ன பயன்?

"ஆனால் அந்தக் கேள்வித்தாள் உங்களைக் கவனிக்க வைத்தது. நம்பிக்கை தந்தது." காபியை எடுத்துக் குடித்தார். "காபி?" என்று உபசாரமாகக் கேட்டுவிட்டு இவன் மறுக்க தொடர்ந்தார். "இங்கே படிப்பதில், கற்பிப்பதில் உள்ள குளறுபடிகள் எனக்குத் தெரியாமல் இல்லை. மாற்றங்கள் நிறையவே செய்யவேண்டி இருக்கின்றன. அதற்கு எனக்குச் சரியான டீம் வேண்டும். அப்படி ஒரு குழு அமைத்தால் அதில் உங்களுக்கும் ஒரு பங்கு இருக்கும்." என்ன சொல்கிறார் இவர்? இத்தனை வருடங்களாக பிரின்ஸிபாலாக இருக்கிறார். இத்தனை நாள் முடியாதது இப்போது எப்படி முடியும்? நானும் இன்று கிளம்பலாமா நாளை கிளம்பலாமா என்று பார்த்துக்கொண்டிருக்கிறேன்.

"உங்களைக் கட்டாயப்படுத்த விரும்பவில்லை. ஆனால் இன்று

மாலை ஆறு மணிக்கு மேல் ஒரு சந்திப்பு நடக்கப் போகிறது. அதற்கு நீங்கள் வரவேண்டும் என்று விருப்பப்படுகிறேன். வருவதாக இருந்தால் ஆறுமணிக்கு இங்கே வந்துவிடுங்கள். வர முடியாதா? பரவாயில்லை. ஆனால் வேறு யாரிடமும் சொல்லிவிடாதீர்கள். குறிப்பாக ரமேஷிடம்.'' ராஜேஷுக்கு இப்போதுதான் புரிய ஆரம்பித்தது. நடுநிலைமை என்று எல்லாரும் நம்பிக்கொண்டிருக்கும் பிரின்ஸிபாலும் அரசியலில் இறங்கிவிட்டார். அவருக்கு ஒரு கட்சி தேவைப்படுகிறது, அடியாட்கள் தேவைப்படுகிறார்கள். அதனால் இந்த ஆள்சேர்ப்பு முகாம்.

தைரியத்தை வரவழைத்துக் கொண்டு சொன்னான். ''சார், எனக்கு இங்கே ரொம்பநாள் தொடர எல்லாம் விருப்பம் இல்லை. பிஎச்டி பார்த்துக்கொண்டிருக்கிறேன். என் துறையிலேயே ஆராய்ச்சி செய்ய எல்லாம் அடித்தள வேலைகளையும் முடித்துவிட்டேன். அரசுப் பல்கலைக்கழகத்திலும் தேட ஆரம்பித்திருக்கிறேன். கிடைத்தால் நல்ல ஸ்டைபெண்ட் கிடைக்கும், கிடைக்காவிட்டாலும் ஜெர்மனி திரும்பப் போகவும் தயாராக இருக்கிறேன்.'' பெட்ராவ் கைவிட்டதையெல்லாம் இவரிடம் சொல்ல வேண்டுமா என்ன? ''இங்கு உள்ள அரசியலில் உள்ளே வர எனக்கு ஆர்வமெல்லாம் இல்லை சார். பிஸிக்ஸ் என்பதால் டிஃபால்ட்டாக எஸ்ஸார் குழுவில் இணைய வேண்டியதாகிவிட்டது. மற்றபடி எனக்கும் இதற்கும் எந்தச் சம்பந்தமும் இல்லை'' ராஜேஷுக்குத் தன்மீதே வியப்பு வந்தது. பரவாயில்லையே பயப்படாமல் சொல்லிவிட்டோமே.

மோகனசுந்தரம் சிரித்தார். ''எனக்குப் புரிகிறது ராஜேஷ். நானும் உன்னைப்போலத்தான் எந்தப் பக்கமும் போகாமல் இத்தனை நாள் தாக்குப் பிடித்துக் கொண்டிருந்தேன். சேலம் கல்லூரி தெரியுமா? அங்கே மெக்கானிகல் துறைத்தலைவராக இருந்தபோது நான் டெரர். என்னிடம் பேசவே எல்லாரும் பயப்படுவார்கள். அந்தக் கல்லூரியில் கிடைக்கவே வாய்ப்பில்லாத பதவி, முழுக் கட்டுப்பாடும் உனக்கே என்று சொல்லி இங்கே அழைத்துவந்தார்கள். ஆனால்...''

முதல் முறை இவனுடன் பேசுகிறோம் என்ற தயக்கத்தினாலாயோ என்னமோ வேகமாக வந்த வார்த்தைகளைக் கட்டுப்படுத்திக் கொண்டு தொடர்வது போல ஒரு இடைவெளி விட்டுச் சொன்னார். ''ஆனால் இங்கே வந்தவுடன் தான் தெரிந்தது, இவர்கள் செய்யும்

ஊழலுக்கெல்லாம் துணைபோகவேண்டும் என்பது. ஒன்று இரண்டு இல்லை. சொல்லிக்கொண்டே போகலாம். ஐந்து லட்சம் கணக்குக் காட்டி வாங்கிய மெஷின்கள் ஐந்தாயிரம் கூடப் பெறாது. பத்து இயந்திரம் வாங்கியதாகக் கணக்குக் காட்டி ஒரே ஒரு உருப்படாத இயந்திரம் வந்திருக்கும். கல்வித்துறை சுயநிதிக் கல்லூரிகளுக்கு என்று வழங்கும் நிதியை முழுக்க இந்தப் பத்து பேருக்குப் பங்கு போட எல்லா இடங்களிலும் ஊழல். தட்டிக் கேட்டபோது தினம் தினம் எனக்குக் கொலை மிரட்டல். மனைவி, ஸ்கூலுக்குப் போகும் பெண். என்ன செய்வது? ஊழலில் பங்கு பெறவில்லை, அவ்வளவுதான். ஆனால் அமைதியாக்கிவிட்டது.''

ராஜேஷ் அவரையே பார்த்துக்கொண்டிருந்தான். பாவப்பட்ட மனிதராகத்தான் தெரிகிறார். ''இப்படியே ஓய்வு வரை ஓட்டிவிடலாம் என்று நினைத்திருந்தபோது இப்போது அதற்கு ஒரு விடிவு வரும் போல இருக்கிறது. அதற்காகத்தான் வரச் சொல்கிறேன். முடிந்தால் வாருங்கள்.''

ராஜேஷ் அறையை விட்டு வெளியே வரும்போது ஜெயலட்சுமி இவனைப் பார்த்துச் சிரித்தாள். இவள் மீண்டும் கல்லூரி வர ஆரம்பித்துவிட்டாளா? இவளும் பிரின்ஸிபாலின் புதுக்கட்சி அங்கத்தினரா?

வேலை ஓடவே இல்லை. இந்த அரசியல் உனக்குத் தேவையா என்ற கேள்வி ஒருபக்கமும் மோகனசுந்தரத்தின் பரிதாபமான பார்வை மறுபக்கமும் மாறி மாறி அவனுக்குள் வாதப்பிரதிவாதம் நடத்திக்கொண்டிருந்தன. இன்னும் எத்தனை நாள் இங்கே குப்பை கொட்டப் போகிறோம், எதற்காக இந்தப் பிரச்சினைகளுக்குள் தலையைவிட வேண்டும் என்ற வாதம் வேறு அவ்வப்போது எழுந்து கொண்டிருந்தது.

செய்முறைத் தேர்வுகள் எல்லாம் முடிந்துவிட்டிருந்தன. எழுத்துத் தேர்வுகள் நாளை மறுதினம் ஆரம்பிக்கின்றன. வளர்மதி கையில் புது ஃபைலுடன் உள்ளே நுழைந்தார். ''இன்விஜிலேஷன் ஷெட்யூல் வந்துருச்சு. ராஜேஷ் - உனக்குக் கூட நாலு வெளியூர் ட்ரிப் இருக்கு'' என்றார்.

எல்லாரும் பரபரப்பாக அந்த அட்டவணையைப் பார்த்துக் கொண்டிருந்தார்கள். ''பதினெட்டாம் தேதி மதியம் ஊரப்பாக்கம்

காலேஜுக்குப் போட்டிருக்கு” என்ற ஜெகன், “டேய், உனக்கு அதே காலேஜ்ல காலைல போட்டிருக்கு. ஒண்ணாவே போயிட்டு வந்திரலாம். யூனிட் ட்ரெய்ன் போகுமில்ல?”

ஜெகனிடம் சொல்லலாமா என்று யோசித்ததற்கு விடை அங்கேயே வந்துவிட்டது. இப்போது வேண்டாம். பதினெட்டாம் தேதி சொல்லிக்கொள்ளலாம்.

வாசலைப் பார்த்த ராதாகிருஷ்ணன் “மதி, அந்த ஃபைலை மூடு. கரஸ்பாண்டண்ட் வரார்.” பரபரப்பானார்கள். ஏதோ ஒரு வேலை செய்வது போலக் காட்டிக்கொள்ளவேண்டிய நிர்ப்பந்தத்தில் ஜெகன் போர்டைத் துடைக்க ஆரம்பித்தான். ராஜேஷ் புத்தகத்தைப் பிரித்துப் படிப்பது போல பாவனை செய்தான்.

அரிசிமண்டி கந்தசாமி தனியாக வரவில்லை. கூடவே இன்னும் இரண்டு பேர் வந்திருந்தார்கள். “இவ்ளோ நாள் ஆச்சி, இதுவரை இந்த லேப் எல்லாம் பார்த்தது கூடக் கிடையாது. விஸ்வநாதன் பொத்திப் பொத்தி வச்சிருந்திருக்கான்.” அந்த நபரை எங்கோ பார்த்திருக்கிறோமே... ஓ சித்தவைத்தியர் அப்பாத்துரை.

கந்தசாமி சுவாதீனமாக “இதுதான் அந்த ரமேஷோட டிபார்ட்மெண்ட்டு. வேற எச்ஓடி போடச் சொல்லி மோகனசுந்தரத்துகிட்ட சொல்லியிருக்கோமே.” அப்பாத்துரைக்கு, “கற்பனை என்றாலும் கற்சிலை என்றாலும் கந்தனே உனைமறவேன்” என்று கைப்பேசி அலறியது.

“சரிடா... ஆமா. காலேஜ்லதான் இருக்கேன். நீ வந்துடாதே... வேற ஏதாச்சும் புதுப் பிரச்சினைய இழுத்துட்டு வந்துரும்.” என்று பேசிக்கொண்டிருந்தவர் இருப்பவர் அனைவரையும் சுற்றிப் பார்த்துவிட்டு போனில் “கண்ணாடி போட்டிருப்பானா?” என்றார். கண்ணாடி போட்ட ஜெகன் செய்வதறியாமல் நிற்க ராஜேஷைப் பார்த்துக் கேட்டார்.

“நீதான் ராஜேசா?”

“ஆமாம் சார்.”

“சாயங்காலம் வர்றே இல்ல? மோகனசுந்தரம் சொன்னாரா?”

அவர்கள் போனபிறகு இவனை எல்லோரும் கேள்விக்குறியோடு பார்த்தார்கள்.

அத்தியாயம் 28

ராஜேஷ் மாட்டிக்கொண்டது போல உணர்ந்தான். உடனே அந்த எண்ணத்தில் இருந்த அபத்தமும் புரிந்தது. ரமேஷ் பார்த்த பார்வையில் ‘அட துரோகியே’ இருந்தது. விசுவாசத்தை எதிர்பார்க்கிறார்கள். ராஜேஷுக்கு அடிப்படையான கேள்வி வந்தது. விஸ்வாசம் என்றால் என்ன? விஸ்வநாதன் இவனுக்கு வேலை கொடுத்ததால் அவருக்கு விஸ்வாசமாக நடந்துகொள்ளவேண்டும், அதாவது அவர் கிழித்த கோட்டைத் தாண்டக்கூடாது. அவருக்கு விஸ்வாசமான ஆள் என்பதால் ரமேஷுக்கு அடியாளாக மாறிவிடவேண்டும். வேலை கொடுத்தது என்பதையே ராஜேஷால் ஏற்க முடியவில்லை. நான் இங்கு வேலை செய்வதில் எனக்கு மட்டும்தான் பயனா? கல்லூரிக்கு எதுவும் இல்லையா?

ஆனால் அதே நேரத்தில் அந்தக் கட்சிக்கும் போய்விட முடியாது. மோகனசுந்தரம் திடீரென எதோ செய்ய வாய்ப்பிருப்பதாக நினைக்கிறார். விஸ்வநாதனுக்குக் கீழ் பல்பிடுங்கிய பாம்பாக இருந்தவருக்குத் திடீரென அரசியல் வெளிச்சம் கிடைத்திருக்கிறது. ஆள் சேர்க்கப் பார்க்கிறார். எரிகிற கொள்ளியில் எந்தக் கொள்ளி நல்ல கொள்ளி? அந்தப் பக்கம் போனால் டாக்டருக்கு அடியாளாக இருக்கவேண்டும். செந்தில் போன்ற ஆட்களை வளர்த்துவிடும் டாக்டர். புத்திசாலித்தனமாகக் காய் நகர்த்தி என்னை இந்தக் கூட்டத்தில் துரோகி ஆக்கிவிட்ட டாக்டர்.

ராஜேஷ் எதுவும் பேசாமல் யோசித்துக்கொண்டே நின்றான். மனதுக்குள் சத்தமாக வாதப் பிரதிவாதங்கள் நடந்தாலும் வெளிப்பக்கம் எல்லாரும் அமைதியாகத்தான் இருந்தார்கள். ரமேஷ் வழக்கமாக ராதாகிருஷ்ணன் உட்காரும் நாற்காலியில் உட்கார்ந்துகொண்டு முறைத்துக் கொண்டிருந்தார்.

ஜெகன் தான் மௌனத்தைக் கலைத்தான். "பிரின்ஸிபால் கூப்பிட்டதை ஏன் சொல்லலை?"

ராஜேஷ் பதிலைத் தயார் செய்து வைத்திருந்தான். "அவர் கண்டிப்பா வரணும்னு எல்லாம் சொல்லலைடா. எங்கே வரணும்னுகூட சொல்லலை. நானும் முடிவெல்லாம் எடுக்கலை." ஏன் இவர்களுக்கு விளக்க வேண்டும் என்றுகூட யோசித்தான். என் வாழ்க்கையிலேயே ஆயிரம் கேள்விக்குறி இருக்கும்போது இந்த அரசியல் எல்லாம் தேவைதானா? ஆனால் பகடையில் மாட்டிக்கொண்டுவிட்டோம் என்பது மட்டும் தெரிந்தது. எப்படி வெளிவருவது என்று தெரியவில்லை. இந்தக் குழப்பங்களுக்காகத்தான் மக்கள் ஒரு கட்சி, ஒரு தலைவன் என்று எடுத்துக்கொண்டு அதைப் பிடிவாதமாகத் தொடர்கிறார்களோ?

ரமேஷ் கொஞ்சம் சாந்தி அடைந்தவர் போல "நீ எங்கேயும் போகாதே. மோகனசுந்தரத்தால ஒண்ணும் பண்ண முடியாது. எப்படியும் விஸ்வநாதன் திரும்பி வந்துடுவார். இவங்க ஆட்டம் எல்லாம் இன்னும் மிஞ்சிப்போனா பத்து நாள்தான்."

ராஜேஷ் வளர்மதியைப் பார்த்தான். அவர் என்னவோ சொல்ல நினைக்கிறார் என்பது தெரிந்தது. இந்தச் சூழலில் சொல்ல முடியவில்லை. இந்த ரமேஷ் இங்கிருந்து கிளம்பினால்தான் எல்லாரும் சாதாரணமாகப் பேசவே ஆரம்பிப்பார்கள். பேச்சை எப்படி முடிப்பது என்றும் தெரியவில்லை. நல்லவேளையாக கொஞ்ச நேரத்திலேயே ரமேஷுக்கு ஒரு ஃபோன் வந்தது. "சொல்லுங்க மாமா" என்று வெளிப்புறமாக நகர்ந்தார்.

ராதாகிருஷ்ணன் சிரித்துக்கொண்டே "மாமா... விஸ்வநாதன் இங்கிருக்கும்வரை அவரை சார் இல்லாட்டி ஐயா என்றுதான் கூப்பிடுவான்." போனில் விஸ்வநாதன் என்று இவருக்கு எப்படித் தெரிந்தது? பக்கத்தில் அமர்ந்திருந்தார். போன் வந்தபோது பார்த்திருப்பார்.

வளர்மதி ராஜேஷைப் பார்த்தா. "உன் பிஎச்டி தேடல் எப்படி இருக்கு?" இதைக் கேட்கவா ரமேஷ் போகும்வரை காத்திருந்தார்?

"எங்கே மேடம்... ஜெர்மனி ப்ரொபஸர் முடியாதுன்னே ஏறத்தாழ சொல்லிட்டார். இங்கே ஜெகன் சொன்ன ப்ரொபஸரைப் பாக்கவே முடியலை - வாரநாள்ல இங்க வரவேண்டியிருக்கு. லீவுன்னா அவருக்கும்தானே லீவு? எண்ட்ரன்ஸ் எக்ஸாம் எழுதணுமா வேணாமா, இந்த வருஷம் கிடைக்குமா கிடைக்காதா... ஒண்ணும் தெரியலை..." கொஞ்சம் இடைவெளி விட்டு, "ஆமாம் ஏன் திடீர்னு கேக்கறீங்க?" என்றான்.

"இல்லைப்பா... எங்களுக்குதான் வேற வழியில்லை. வயசாகிருச்சு. நீங்க ரெண்டு பேரும் அப்படி இல்லை. ஏதாச்சும் பெட்டராக் கிடைச்சா கிளம்பிடுங்க." ஒரு நொடி விட்டு, "கிடைக்காட்டி கூட கிளம்பிடுங்க. இந்தச் சகதியில மாட்டிக்கிட்டு எதுக்கு அல்லாடணும்?"

இவரிடம் கேட்கலாம். "நிஜமாவே இப்ப என்ன பண்றதுன்னு எனக்குத் தெரியல மேடம். பிரின்ஸிபால் கூப்பிட்டிருக்கார். அமைதியா இருக்கவும் முடியாது. ஏதாச்சும் சொல்லியே ஆகணும், ஏதாவது கட்சி எடுத்தே ஆகணும். நீங்களே சொல்லுங்க என்ன பண்ணலாம்ன்னு"

வளர்மதி சொன்னார். "அதெல்லாம் ஒண்ணும் இல்லை. இப்ப பிரின்ஸிபாலைப் போய்ப் பாரு. எனக்கு பிஎச்டி பத்திப் பேசணும், அண்ணா யூனிவர்சிடி போகணும், இதைப் பத்தி அப்புறம் சொல்றேன்னு சொல்லி பர்மிஷன் வாங்கிட்டுக் கிளம்பிடு. திங்கள் செவ்வாய் உனக்கு சேலத்துல இன்விஜிலேஷன் போட்டிருக்கு. புதன் வியாழன்ல நீ திரும்பி வரதுக்குள்ள உன்னை எல்லாரும் மறந்துட்டிருப்பாங்க."

"நானும் வரேன்" என்றான் ஜெகன். ராஜேஷுக்கு ஆச்சரியமாக இருந்தது. இவன் நிச்சயமாக ஏதோ ஒரு கட்சியில் இருப்பான் என்றுதானே நினைத்திருந்தான். ஜெகன் சிரித்தான். "பொழுது போகறதுக்காக வம்பு பேசறது வேற, நிஜமாவே இந்த கச்சடால மாட்டிக்கறது வேற. எனக்கு வேணாம். நானும் வரேன் அண்ணா யூனிக்கு. வண்டியிலேயே போயிரலாம்."

பிரின்ஸிபாலைச் சந்தித்து அவரிடம் சொன்னபோது அவர் முகத்தில் ஏமாற்றம் தெரிந்தது. "ஒரு பத்து நிமிஷம் வந்துட்டுப் போயிடேன்ப்பா" வை மறுதலிப்பது கஷ்டமாகத்தான் இருந்தது. இருந்தாலும் பிடிவாதமாக மறுத்துவிட்டுக் கிளம்பினான். கட்டட வாசலில் ஜெகன் காத்திருந்தான். கல்லூரி வாசல் டீக்கடையைத் தாண்டும்போது ஏதோ பெரிய பிரச்சினையில் இருந்து தப்பித்த உணர்வு வந்தது.

ராஜகணபதியை நல்லவேளையாகக் கிளம்பும் முன் பிடிக்க முடிந்தது. "உன்னைப் பத்திக் கேட்டேன்ப்பா" என்றார் அவர். "ரெகுலரா அப்ளிகேஷனைப் போடணுமாம். உன்னோட டிகிரில தீஸிஸ் பண்ணியிருக்கே, அதனால அந்த பேசிஸ்லையே அட்மிஷன் போட்டுரலாம்னு சொல்லிட்டாங்க. எண்டரன்ஸ் எல்லாம் வேண்டாம். அது மட்டுமில்ல. உன் லைன்ல நாலஞ்சு ப்ரொபசர்ங்க இருக்காங்க. யாராச்சும் ஒருத்தரைப் பிடிச்சுப் போட்டுறலாம்னு சொன்னாங்க அட்மின்ல. ஆனா ஒரே ஒரு பிரச்சினைதான்."

அதானே பார்த்தேன். எனக்காவது நல்லது உடனே நடப்பதாவது. ராஜகணபதி தொடர்ந்தார், "இப்போதைக்கு எல்லா ப்ரொபசருக்கும் ஆளுங்க இருக்காங்களாம். யாராவது ஒருத்தர் டாக்டரேட் வாங்கிட்டா உனக்குக் கிடைச்சிரும்."

"அதுக்கு எவ்ளோ நாள் ஆகும் சார்?"

"நம்ம கைலயா இருக்கு. எப்படியும் ரெண்டு வருஷத்துக்குள்ள ஆயிரும். கவலைப்படாதே." இரண்டு வருடத்துக்குள்ளாக இங்கே என்ன வேண்டுமென்றாலும் நடக்கலாம்.

வெளியே வரும்போது போனை எடுத்துப் பார்த்தான். இங்கே வைஃபை கிடைக்கும் என்று யாரோ சொன்னார்களே. ராஜகணபதி அறைவாசல் செயலாளரிடம் கேட்டான். "எல்லாரும் கேட்டா? எங்க கம்ப்யூட்டர் எல்லாம் ஸ்லோ ஆயிருது இல்ல?" எல்லாம் இவர்களுக்கு அப்பன் வீட்டுச் சொத்துதான். அளந்துதான் கொடுப்பார்கள். டிராயரின் பூட்டைத் திறந்து உள்ளே வைத்திருந்த காகிதத்தில் பாஸ்வேர்ட் இருந்தது.

இணையத்துக்குள் வந்ததும் ஏழெட்டு மெயில்கள். பெயர்களை மட்டும் பார்த்துக்கொண்டிருந்த போது லிஸா பெயரைப் பார்த்துப் பரவசமானான்.

“இன்று இரவு உன்னுடன் பேச முடியுமா? முக்கியமான விஷயம்.” என்ன ஏது என்று சொல்லாமல் பூடகம் என்ன வேண்டியிருக்கிறது. ராஜேஷுக்கு எரிச்சலாக வந்தது.

நைஜீரிய ராஜாக்களின் குசல விசாரிப்புகளைப் பார்த்து அழித்துக்கொண்டு வந்தான். '*I am not sure whether this is a Good News*' என்றது ஒரு மெயில். அடையாளம் தெரியத ஆளிடமிருந்து வந்திருக்கிறது. ஏமாற்று மெயிலர்கள் இப்படி சந்தேகமாக எல்லாம் அனுப்ப மாட்டார்களே. திறந்தான். பெட்ராவின் புது முகவரி.

“ராஜேஷ்.. எப்படி இருக்கிறாய்? புதுக் கம்பெனியில் சேர்ந்துவிட்டேன். அங்கே உன்னைப் பற்றி விசாரித்தேன். சம்பளம் தாராமல் உன்னை ஆராய்ச்சி உதவியாளனாக வைத்துக்கொள்வதில் அவர்களுக்கு ஆட்சேபணை இல்லையாம். உன்னால் இங்கு வர, தங்க, சாப்பிட மட்டும் பணம் சமாளிக்க முடியும் என்றால் கிளம்பி வா. ஆனால் இது பல்கலைக்கழகம் இல்லை என்பதால் உனக்கு டாக்டரேட் கிடைக்கக் கொஞ்சம் நாள் கூடவே ஆகலாம். சீக்கிரம் பதில் சொல்.”

பக்கத்தில் ஜெகனும் படித்தான். “கங்க்ராஜுலேஷன்ஸ்... மறுபடி பெட்டி கட்டப் போறியா?”

ராஜேஷ் முகத்தில் மகிழ்ச்சி இல்லை. “சான்ஸ் என்னவோ நல்ல சான்ஸ்தான். ஆனா பணத்துக்கு என்ன பண்றது? ரெண்டு மூணு வருஷம் சம்பளம் இல்லாம ஸ்விட்சர்லாந்துல எப்படி சமாளிக்கறது சொல்லு? உலகத்துலேயே காஸ்ட்லியான நாடு அது.”

“ஜெர்மனிதானே போகப்போறேன்னு சொன்னே?”

“இல்லைடா... பெட்ராவ் போன புதுக்கம்பெனி ஸ்விட்சர்லாந்து. ஐரோப்பாக்காரங்களே செலவுக்குப் பயப்படற நாடு அது. குறைஞ்சது பதினஞ்சு லட்சமாச்சும் தேவைப்படும்.”

“பேங்க்ல கேட்டுப்பாரேன்?”

“ஏற்கனவே பேசினேன். கஷ்டம்னு சொல்றாங்க.”

“சரி ஏதாச்சும் அமையும் கவலைப்படாதே...” ஜெகன் சொல்லிக் கொண்டிருக்கும்போதே அவன் போன் அடித்தது. பேசும்போது முகத்தில் கவலை தெரிந்தது. “அப்படியா? இதை எஸ்ஸார் எதிர்பார்த்திருக்கமாட்டார் இல்ல?” என்றெல்லாம் சொன்னான்.

வைத்துவிட்டு “பெரிய பிரச்சினை. உங்க மோகனசுந்தரம் விளையாடிட்டாரு.” என்றான். எங்க மோகனசுந்தரமா?

“செந்திலுக்கும் பவானிசங்கருக்கும் சஸ்பென்ஷனைக் கேன்சல் பண்ணிட்டாரு. ஹால்டிக்கட்ல எச் ஓ டி கையெழுத்து வேணும். அதை ஓவர் ரைட் பண்ணி, எக்ஸாம் எழுத வரச் சொல்லியிருக்காரு. வியாழக்கிழமை வருவானுங்களாம்.”

அத்தியாயம் 29

சேலத்தில் மாலை மங்கிவிட்டிருந்தது. இருசக்கர வாகனங்கள் இஷ்டப்பட்டபடி நிறுத்தி இருக்க, கார்கள் அசக்கி அசக்கி உள்ளே நுழைய முயன்றுகொண்டிருக்க, ஒரு சீருடைக் கிழவர் விசிலடித்து வழிகாட்டிக் கொண்டிருந்தார். ராஜேஷ் கையில் இருந்த காபிக் கப்பைப் போட குப்பைத் தொட்டி தேடிக்கொண்டிருக்க பாலாஜி அவனைப்பார்த்துச் சிரித்தார். “குப்பைத் தொட்டி ரொம்ப சுத்தமா இருக்கும்.”

லாட்ஜுக்குள் நுழைந்தவர்கள் 304, 305 என்று சொல்லி சாவி வாங்கி லிஃப்ட் ஏறினார்கள். “என் ரூமுக்கே போயிரலாம். பன்னிரண்டு மணிக்கு முன்னாடி தூக்கம் வராது எனக்கு.” பாலாஜி கதவைத் திறந்தார். அறையின் முடைநாற்றம் காபி குடிக்கும் நேரத்தில் அதிகரித்துவிட்டதாகத் தோன்றியது. சோபாவில் உட்கார்ந்தான்.

“சொல்லுங்க ராஜேஷ். என்ன நடக்குது?” ப்ளாஸ்டிக் பையில் இருந்த பியரைத் திறந்தார் பாலாஜி. “எப்ப வந்தீங்க சேலத்துக்கு?”

“இன்னிக்குக் காலைலதான் சார். ரெயில்வே ஸ்டேஷன்லயே காலேஜ்காரங்க ஆளனுப்பி நேரா காலேஜுக்குக் கூட்டிக்கிட்டு போயிட்டாங்க. அங்கே இருந்து இங்கே வரும்போதுதான் உங்களைப் பாத்தேன்.”

“ராஜ மரியாதையா இருந்திருக்குமே? நான் உங்க காலேஜ் வரும்போது நீங்க கொடுத்த மரியாதைய விட அதிகமா இருந்திருக்குமே?”

ராஜேஷும் சிரித்தான். “ஆமாம் சார். வண்டியும் ஒருநாள் தோணியில ஏறுது. போனவுடனேதான் சொன்னாங்க கொஞ்சம் பார்த்துக்கங்க-ன்னு. முதல்ல எனக்குப் புரியலை. ஸ்டூடண்ட்ஸ் எக்ஸாம் எழுதப் போறாங்க, நான் சும்மா சுத்திச்சுத்தி வரணும். இதுல பாத்துக்கறதுக்கு என்ன இருக்குன்னு தெரியலை. அப்புறம்தான் லோக்கல் டீச்சர் பாடம் எடுத்தார். ஒண்ணு ரெண்டு பிட்டு இருந்தா கண்டுக்காதீங்க. புக்கையே வச்சு எழுதினா மட்டும் கேளுங்கன்றாங்க. அப்புறம் என்ன எக்ஸாம், என்ன எழவு சிஸ்டம் இதுன்னே புரியலை.”

பாலாஜி பியரை ஒரு வாய் குடித்துவிட்டு, “பல வருஷமா வர்றதால எனக்கு இந்த இன்விஜிலேஷன் ட்யூட்டியில மரியாதை கிடைக்கறதில்லை. ரெண்டு முறை காப்பி அடிச்சவங்களைப் பிடிச்சுக் கொடுத்து எக்ஸாம் எழுதறதைத் தடுத்துட்டேன். அதுல இருந்து எல்லாரும் கொஞ்சம் அலறுவாங்க. ரொம்ப கவனமா நல்லாப் படிக்கற பசங்க இருக்கற எக்ஸாம் ஹாலுக்கு மட்டும்தான் என்னை அனுப்புவாங்க” என்றார்.

“பிட் அடிச்சா பரவாயில்லை. லோக்கல் டீச்சர் அமைதியா கொஸ்டின் பேப்பர்லயே ஆன்ஸர் எழுதிவச்சிடறார். அநியாயம் என்னன்னா, ஒரு கேள்விக்கு அவருக்கே விடை தெரியலைன்னு என்னைக் கேட்கறார். அது சிவில் எஞ்சினியரிங், எனக்கும் தெரியாது.”

“பிஸிக்ஸா இருந்தா எழுதி வச்சிருப்பியாக்கும்?” பாலாஜி ஒருமைக்கு மாறியது இயல்பாக இருந்தது. வயதானவர், அனுபவம் மிக்கவர். அவர் ங்க போடுவதுதான் வித்தியாசமாக இருந்தது. “மாட்டேன் சார். அவ்ளோ இன்னும் மாறிடலை.”

“பாம்புக்கறி தின்ற ஊர்ல நடுக்கண்டம் சாப்பிடணும் -ன்னு உன் எஸ்ஸார் சொல்லியிருப்பானே? எனக்கும் இது ரொம்ப ப்ரஷர்தான். ஆனா பிடிவாதமா இருக்கேன்.” பாலாஜி கோபமாகவே சொன்னார். “எல்லா ஸ்கேலையும் உடைச்சு வச்சிட்டா எப்படி? ப்ராக்டிகல்ல 99 போடறாங்க, தியரி பேப்பர்ல காப்பி அடிக்கறாங்க, ப்ராஜக்டு விலைக்கு வாங்கறாங்க. பேரு மட்டும் எஞ்சினியர். அப்ப நிஜமாவே சப்ஜெக்ட் தெரிஞ்சு படிக்கற எஞ்சினியருக்கும் இவங்களுக்கும் எப்படிதான் வித்தியாசம் கண்டுபிடிக்கறது?”

ராஜேஷ் ஒன்றும் பேசவில்லை. இதையே பலமுறை பலமாதிரி யோசித்திருக்கிறான்.

“ஆனா, இதுல ரொம்ப கவலைப்படறதுக்கும் ஒண்ணும் இல்லை. இது ஒரு தொடர்ச்சியான பிரச்சினை இல்லை. இப்படி எல்லாம் எதுக்குப் பண்றாங்க? பாஸ் பர்சண்டேஜ், வேலை வாய்ப்பு எல்லாம் காட்டி அடுத்த வருஷம் அட்மிஷனை அதிகப்படுத்தத்தானே? ஆனா இன்னும் ஒரு வருஷம் ரெண்டுவருஷத்துல மக்களுக்கே இந்த இஞ்சினியரிங் க்ரேஸ் காணாம போயிரும். இப்பவே பாக்கறே இல்ல? கேம்பஸ் செலக்ஷன் கணிசமா குறைஞ்சிருச்சு. செல்ஃப் ஃபைனான்ஸ்ட் காலேஜ்ல எல்லாம் இல்லாமலேயே போயிருச்சு. உன் காலேஜ், இந்த சேலம் காலேஜ் மாதிரி எத்தனை காலேஜ் மூடப்போறாங்களோ தெரியலை. அதுக்குள்ள உனக்கு நீ ஒரு நல்ல வழி பாத்துக்க”

இதென்ன கலவரமூட்டுகிறார்? அவர் சொல்வதில் கொஞ்சம் உண்மை இருக்கத்தான் செய்கிறது. ஐந்து வருடம் முன்புபோல எல்லாம் இப்போது கூட்டம் அலைமோதுவது இல்லைதான். அட்மிஷன் நேரத்தில் ஆசிரியர்களைத் தெரிந்த அறிந்த ஸ்கூல்களுக்குப் போய் விளம்பரம் செய்யவைக்க எல்லாம் ரமேஷ் திட்டம் போட்டுக் கொண்டிருப்பதை ஜெகன் சொன்னான். இவர் சொன்ன திசை சரிதான். ஆனால் ஓரிரு வருடங்களிலேயேவா?

“அப்புறம் எல்லாரும் வேற ஒரு திசையைப் பாத்து ஓடுவாங்க. மெடிகலா, காமர்ஸா தெரியாது. அரிசி மண்டிக்காரங்க அந்தக் காலேஜைத் திறக்கக் காசு போடுவாங்க. இதெல்லாம் பார்ட் அண்ட் பார்சல் ஆஃப் அவர் சிஸ்டம்.” விரக்தியா தெரிந்தது அவர் குரலில்?

“என்ன சார் பண்ண முடியும்? ஒரு பில்லியன் ஜனத்தொகை. எல்லாரும் காலேஜ் போகணும்னா அரிசிமண்டிக்காரங்கதான் காலேஜ் ஆரம்பிக்கணும்.”

“முதல்ல ஏன் எல்லாரும் காலேஜ் போகணும்? நீ யூரோப் பாத்திருக்கே இல்ல? அங்கே நூத்துக்குப் பத்து பேர் காலேஜ் போறானா? அமெரிக்கால இன்னும் மோசம். இங்கேதான் அட்டெண்டர்ல இருந்து ஆபீஸர் வரைக்கும் எல்லாருக்கும் டிகிரி தேவைப்படுது. காம்படிஷன். நீ சொன்ன ஜனத்தொகைதான் காரணம். ஆனா அந்த டிகிரி ஏன் இவ்ளோ டைல்யூட்டடா இருக்கணும்?”

“எல்லாத்தையும் அப்படி பொத்தாம்பொதுவா சொல்லிரமுடியாதில்ல சார்? நீங்க படிச்ச காலேஜ்...” ராஜேஷ் முடிக்கும் முன்னே பாலாஜி பதில் சொன்னார். “இருக்குப்பா. அந்த மாதிரி காலேஜுங்கள்ல இருந்து பத்து பேர் வரதுக்குள்ள இந்தக் காலேஜுங்க லட்சம் க்ராஜுவேட்டுகளை அனுப்பிடறாங்களே. எத்தனை பேருக்கு அந்த மாதிரி காலேஜுக்கு அக்ஸஸ் இருக்கு?”

ராஜேஷால் பதில் சொல்ல முடியவில்லை. கொஞ்சம் மௌனத்துக்குப் பிறகு, “நீங்க என்ன சொல்லவரீங்கன்னு புரியல சார். மானாவாரியா காலேஜ் இருக்கக்கூடாதுன்னு சொல்றீங்களா?”

“இல்ல ராஜேஷ். இருக்கட்டும். எவ்வளவு காலேஜ் வேணாலும் இருக்கட்டும். ஆனா காலேஜ்னா என்ன, டிகிரின்னா என்னன்னு தெரிஞ்சு இருக்கட்டும். படிப்பை வியாபாரமாப் பார்க்கக்கூடாதுன்னு நான் சொல்லலை. எல்லா ஊர்லயும் அது வியாபாரம்தான். செலவு எடுக்கறது எல்லாமே வியாபாரம்தான். ஆனா விக்கிற பொருள் தரமானதா இருக்கணும். அதுக்கு சரியான குவாலிட்டி கண்ட்ரோல் வைக்கணும். அதைச் செய்ய நம்ம கவர்மெண்டுகளுக்கும், கல்வித்துறைக்கும் மனசு வரணும். காசை வாங்கிகிட்டு எதுக்கு வேணா ஆமாம்சாமி போடக்கூடாது. இப்படி பண்ணிட்டு நம்ம டிகிரிக்கு வெளிநாட்டுல மதிப்பு இல்லைன்னு புலம்பக்கூடாது.”

ராஜேஷுக்கு ஜெர்மனியின் ஆரம்பநாட்கள் நினைவுக்கு வந்தன. கல்லூரி தரவேண்டிய ட்ரான்ஸ்கிரிப்டை இவனே செய்து கையெழுத்து வாங்கியது, செல்வன் ராகுல் எல்லாம் சேர்ந்து புலம்பியது...

பாலாஜி ஒரு பாட்டிலை முடித்துவிட்டு அடுத்த பாட்டிலை எடுத்தார். “பேச்சோட வேலையும் நடக்கணும். உன் பாட்டில் பார்... கால் பங்குகூட காலியாகலை” என்று சிரித்தார். “அப்புறம் எப்படிப் போகுது உன் டாக்டரேட் தயாரிப்பு எல்லாம்?”

பேச்சு மாறியதில் கொஞ்சம் ஆசுவாசம் வந்தது. எல்லாவற்றையும் சொன்னான். பெட்ராவ் சொன்ன கம்பெனியில் சம்பளமில்லாமல் வேலை செய்து டாக்டராவதா, தமிழ்நாட்டில் அரசுப் பல்கலைக்கழகத்தில் அனுமதி பெறக் காத்திருப்பதா என்று யோசித்துக்கொண்டிருப்பதைச் சொன்னான்.

“காசு ஏற்பாடு பண்ண முடியும்னா பெட்ராவ் சொல்றதுதான் சரியான

சாய்ஸ். உடனே கிடைக்காதுன்னாலும் கிடைக்கற டாக்டரேட் உருப்படியா இருக்கும். அதுவும் நீ எடுத்திருக்கற சப்ஜெக்ட் - தியரிட்டிகலாவே இன்னும் சரியான நிரூபணம் கிடைக்காத சப்ஜெக்ட். அதை ப்ராக்டிகலாத்தான் செஞ்சு காட்டுவேன்னு சொல்றே. அதுல முதல் முயற்சியிலேயே சக்சஸ் ஆகறதுன்றது கஷ்டம். இங்கே உனக்கு கவர்மெண்ட்ல கிடைச்சாலும் முதல் முயற்சியிலே சக்ஸஸ் ஆகற ப்ராஜக்டைத்தான் எடுக்கச் சொல்வார் உன் கைடு. அது தெரியும் இல்ல?"

ராஜேஷுக்குத் தெரிந்திருக்கவில்லை.

பாலாஜி விளக்கினார். "பி எச்டி ப்ராசஸ் என்ன? நீ ஆராய்ச்சி பண்ணுவே, அதை ஒரு பேப்பரா ப்ராஜக்ட் போடுவே, அதுல உன் பேர் முதல் பேராவும், உன் கைடு பேரு ரெண்டாவது பேராவும் வரும். அந்தப் பேப்பரை, அதே சப்ஜெக்ட்ல வேலை பாக்கற மத்தவங்க - பியர் ரெவ்யூ பண்ணுவாங்க, அப்புறம் அது ஆராய்ச்சி பத்திரிக்கைல பப்ளிஷ் ஆகும் - அதானே ப்ராஸஸ்?"

பதிலை எதிர்பாராமல் தொடர்ந்தார். "நீ போடற பேப்பர் பப்ளிஷ் ஆகலைன்னா, பியர்ஸ் அதை நிராகரிச்சுட்டாங்கன்னா, உனக்கு மட்டும் பிரச்சினை இல்லை. உன்னை ஸ்பான்ஸர் பண்றாரே கைடு... அவருக்கும்தான். அவர் ஒரு வருஷத்துல தன் பெயர் நாலு பேப்பரிலாவது வர மாதிரி பார்த்துக்கணும். இல்லாட்டி அவர் பொசிஷன் ஆட்டம் கண்டுரும். *Failure is not an option for him*. அதனால நீ சொல்ற ஆராய்ச்சியை அவர் அப்ரூவே பண்ண மாட்டார். வேற ஆராய்ச்சி பண்ணு. பேப்பர் பப்ளிஷ் ஆகறதுதான் முக்கியம் அப்படின்னு அடம் பிடிப்பார் கடைசி வரைக்கும் உன்னோட ஆராய்ச்சி மாதிரி புதுமையான ஐடியாக்கள் வெளிய வரவே முடியாது. அந்த மாதிரி ஒரு சிஸ்டம் நம்மளோடது."

இவர் என்ன எதைப் பேசினாலும் எதிர்மறையாகவே பேசுகிறார்? வழக்கமாகவே இப்படித்தானா இல்லை இரண்டாவது பியர் வேலையைக் காட்டுகிறதா?

"பாக்கலாம் சார். காசுக்கு என்ன பண்றதுன்னுதான் தெரியலை."

கதவு தட்டப்பட்டது. திறந்தான்.

ஜெகன் உற்சாகமாக “அதுக்குள்ள ஆரம்பிச்சுட்டீங்களா? நான் வர அரைமணிதானேடா லேட் ஆச்சு?” என்று சுவாதீனமாக அமர்ந்தான்.

“உனக்கு எத்தனை நாள் இங்கே?” பாலாஜி ஜெகனைக் கேட்டார். “நாளைக்குக் காலைல மட்டும்தான். நாங்க ரெண்டு பேரும் மதியம் ட்ரெய்ன் பிடிக்கணும். நாளை மறுநாள் காலைல எங்க காலேஜ்ல இன்விஜிலேஷன் இருக்கு.”

ஜெகன் ராஜேஷைப் பார்த்து, “என்ன பேச்சு ஓடுது? லிசா கதையெல்லாம் சார்கிட்ட சொல்லிட்டியா?” என்றான்.

அத்தியாயம் 30

ரயில்வண்டி சீராக தடதடத்துக் கொண்டிருந்தது. உள்ளே கொள்ளளவுக்கும் மீறி ஆட்கள் இருந்ததால் நகரக்கூட இடம் இல்லை. வெளியே மழை பெய்துகொண்டிருந்ததால் ஜன்னல்கள் அடைக்கப்பட்டு எங்கே இருக்கிறோம் என்றுகூடத் தெரியாமல் ஆக்கியிருந்தது. அன்ரிஸர்வ்ட் பெட்டியில் ஒவ்வொரு நீண்ட பெஞ்சிலும் ஆறு பேரும் எதிர்ப்பக்கம் இரண்டு பேரும் அமர்ந்துகொண்டு ஒருவரையொருவர் கோபப்பார்வை பார்த்துக்கொண்டிருந்தார்கள். ஜெகனும் ராஜேஷும் ஓர் ஒற்றை இருக்கையைப் பகிர்ந்துகொண்டிருந்தார்கள்.

“ரிஸர்வ் பண்ணிடலாம்னு சொன்னேன். நீதான் கேக்கலை” ராஜேஷ் ஜெகனைக் குற்றம் சாட்டுவது போலச் சொல்ல “இன்னும் ரெண்டு மணிநேரம்டா. காட்பாடி தாண்டிருச்சு. எட்டரை மணிக்கு செண்ட்ரல், அங்கிருந்து நேரா காலேஜ் போகப்போறோம். இதுக்காக சுளையா நானூறு ரூபா எக்ஸ்ட்ரா செலவழிக்கணுமா?” கடைசி சீட்டில் இருந்து ஒருவர் குழந்தையை டாய்லெட்டுக்குத் தூக்கிச் சென்றார். என்னவோ சொட்டியது. ராஜேஷ் அருவருப்பில் சிலிர்த்துக்கொண்டான்.

“சரி... இன்னும் ரெண்டு மணி நேரம் இருக்கு. நேத்து ராத்திரி ரொம்ப நேரம் லிஸாகிட்ட பேசிகிட்டிருந்தே போல?” இவனிடம் லிஸா கதையை ரொம்ப நாள் சொல்லாமல் இருந்தான். அப்படியே இருந்திருக்கலாம். என்னவோ தன் கதை போல கேட்கிறான். ராஜேஷ் அதைப் பற்றி நினைக்காமல் இருக்கத்தான் முயன்றுகொண்டிருந்தான்.

இந்த மழையும் ரயிலின் கூட்டத்துக்கு நடுவில் தனிமையும் அதை இயலாத காரியமாக்கிக்கொண்டிருக்க, இவன் வேறு.

“என்னத்தடா சொல்ல. புட்டுக்கிச்சு. அவ்ளோதான்.” ராஜேஷ் இயல்பாகப் பேச முயன்றாலும் தொண்டை கனத்தது தெரிந்தது. மூன்று வருடங்கள் என்ன ஆனாலும் தொடரும் என்று சொல்லிக்கொண்டிருந்த காதல், ஒரு போன்காலில் ஒன்றுமில்லாமல் ஆகிவிட்டது.

“என்னடா இவ்ளோ அஸால்ட்டா சொல்றே?” அஸால்ட்டாக சொல்கிறேனா? இவனுக்கென்ன என் உணர்ச்சிகளை சப்டைட்டில் போட்டா காட்ட முடியும்? லிஸாவின் கோபமான குரல் மீண்டும் ஒலித்தது.

“உனக்கு எதாவது திட்டம் என்று ஒன்று இருக்கிறதா இல்லையா? அடுத்து என்னதான் செய்யப்போகிறாய்?”

“அதான் சொன்னேனே, டாக்டரேட்.”

“எங்கே?”

“அதுதான் இன்னும் முடிவு செய்ய முடியவில்லை. இங்கே கிடைத்தால் இங்கே, பணம் கிடைத்தால் பெட்ராவிடம்”

“உனக்கு நான் என்ன செய்கிறேன் தெரியுமா? படிக்கும்போது ட்ரெய்னிங் காண்ட்ராக்ட் வாங்கினேன். அந்த காண்ட்ராக்ட் ஆரம்பிக்க ஒருவருடம் இடைவெளி இருந்ததால் ஜெர்மனி வந்து வேறு பாடங்கள் படித்தேன். காண்ட்ராக்ட் இப்போது ஓடிக்கொண்டிருக்கிறது. இந்த வருடம் வெளிநாடு அனுப்புகிறார்கள் - ஆஸ்திரேலியாவுக்கு. அடுத்த நான்கு வருடங்களில் அசோஸியேட், எட்டு வருடங்களில் பார்ட்னர். 2015 டிசம்பர் ஏழாம்தேதி எங்கிருப்பாய் என்று கேட்டால் என்னால் சொல்ல முடியும். அந்த அளவுக்குத் திட்டமிட்ட வாழ்க்கை.”

“வாழ்த்துகள் லிஸா. எல்லாருக்கும் அந்த அளவுக்குத் துல்லியமாக திட்டமிடக்கூடிய வாழ்க்கை அமைவதில்லை. சில துரதிர்ஷ்டக்காரர்களும் இந்த உலகத்தில் ஒரு மூலையில் வாழ்ந்துகொண்டுதான் இருக்கிறார்கள்.”

“குத்திக்காட்ட வேண்டும் என்றெல்லாம் சொல்லவில்லை ராஜ். ஏதோ கொஞ்ச நாட்கள் இலக்கில்லாமல் திரியலாம். நீயும் நானும்

பார்த்தே 14 மாதங்கள் ஆகின்றன. இந்த இரண்டு வருடங்களில் உன் வாழ்க்கையில் ஏதாவது முன்னேற்றம், நீ எந்தப் பக்கம் நகரவேண்டும் என்று நினைக்கிறாயோ அந்தப் பக்கம் கொஞ்சமாவது நகர்ந்திருக்கிறாயா? நான் பத்து நாளில் கேட்கவில்லை, ஒரு மாதத்தில் கேட்கவில்லை.”

ராஜேஷுக்கு என்ன பேசுவது என்று தெரியவில்லை. அவள் சொல்வதில் நியாயம் இருக்கத்தான் செய்கிறது. ஆனால் நான் என்ன செய்யமுடியும்? அம்மாவின் உடல்நிலையில் பெரிய மாற்றம் இல்லை. தினம் ஒருமுறையாவது பல்கலைக்கழகத்துக்கு போன் செய்துகொண்டுதான் இருக்கிறேன். இதனிடையில் கல்லூரி அரசியல் நாளுக்கு நாள் அதிகமாகத்தான் ஆகிறதே ஒழிய அதற்கும் எந்த முடிவும் வருவதாகத் தெரியவில்லை. வேலையை விட்டுவிட்டால் கடன் தவணை யார் கட்டுவார்கள்? எல்லாம் அவளுக்குத் தெரியும். இத்தனை நாள் ஆதரவாகத்தான் பேசிக்கொண்டிருந்தாள். கேட்டான்.

“என் நிலை என்னவென்று உனக்குத் தெரியும். ஆனால் அதை மீறி நீ இப்படிப் பேசுவதற்கு வேறு ஏதாவது காரணம் இருக்கிறதா?”

“என்ன கேட்கிறாய்? நான் வேறு எவனோடவாவது சம்பந்தம் வைத்திருக்கிறேனா என்று கேட்கிறாயா?” இதென்ன சம்பந்தமில்லாமல் பேசுகிறாள்? நான் கேட்டதை அப்படிக்கூட விளங்கிக்கொள்ள முடியுமா என்ன?

அவளே தொடர்ந்தாள். “அப்படியே சம்பந்தம் வைத்திருந்தால்தான் என்ன? என்னை உரிமை கொண்டாடப் பார்க்கிறாயா என்ன? ஏதோ ஒரு ஊருக்கு வந்திருந்தோம், கொஞ்ச நாள் சேர்ந்திருந்தோம் என்பதால் என்னை நீ கட்டுப்படுத்த முடியாது.” ராஜேஷுக்கு ஒன்றும் புரியவில்லை. ஆனால் அவள் மனத்துக்குள் இந்த உரையாடலை ஏற்கனவே நிகழ்த்தி வைத்திருக்கிறாள், பதிலை எதிர்பார்க்காமல் அவளே பேசுகிறாள் என்பது புரிந்தது. அவள் தன்னளவில் தயாராகிவிட்டாள், அதை எனக்குச் சொல்லத்தான் இந்த வீடியோகால்.

பேச்சு இதேபோலத்தான் தொடர்ந்துகொண்டிருந்தது. அடிநாதமாக அவள் எண்ணமாக ‘எனக்கு வாழ்க்கையில் ஆயிரம் வாய்ப்புகள், உன்னால் அவற்றை இழக்கிறேன்’ என்பதை ராஜேஷால் உணர முடிந்தது. இவன் வார்த்தைகள் எதுவும் அவளை மாற்றப் போவதில்லை.

“நீ உன் வாழ்க்கையைப் பார்த்துக்கொள், நான் என் வாழ்க்கையைப் பார்த்துக்கொள்கிறேன். உன் நிதானத்துக்கும் பொறுப்பின்மைக்கும் என் வாழ்க்கையை நான் பலி கொடுக்க முடியாது” திரையில் இருந்து அவள் அகன்றுவிட்டாள். கண்ணில் நீர்ப்படலம் திரையை மறைத்தது.

“கவலைப்படாதே ராஜேஷ். உங்க அம்மா நல்ல அடக்கமான பொண்ணா பாத்துக் கொடுப்பாங்க...” ஜெகன் ஆறுதல் சொல்வதாக நினைத்து உளறிக்கொண்டிருந்தான். எல்லாம் இவனால் வந்தது. எவ்வளவோ கஷ்டப்பட்டு அவளை மறக்க நினைத்துக்கொண்டிருந்தபோது கிளறிவிட்டுவிட்டு...

காதல். என்னுடைய வாழ்க்கைக்குத் தேவைதானா? என்ன செய்திருக்கிறேன் இதுவரை? இயற்பியல் படிக்கவேண்டும் என்று ஆசைப்பட்டதைத் தவிர வேறு எந்த சாதனையும் கிடையாது. ஏதோ ஓர் ஆசிரியர் சொல்லி ஏதோ ஒரு வங்கி அதிகாரி பணம்கொடுத்து ஏதோ ஒரு ரஷ்யப் பேராசிரியர் திட்டித் திட்டி மாஸ்டர்ஸ் வாங்கியிருக்கிறேன். எதையாவது உறுதியாக வாழ்க்கையில் நம்பியிருக்கிறேனா? உறுதியாக எதையாவது செய்திருக்கிறேனா? காற்றில் பறக்கும் கோழிச்சிறகு போல இழுத்த பக்கம் போய்க்கொண்டிருக்கிறேன். இதில் என்னவோ சாதித்து விட்டது போல இங்கேயே படிப்பவர்களைக் கீழ்ப்பார்வை பார்த்துக்கொண்டிருக்கிறேன். இந்தக் கொழுப்புக்கு மட்டும் குறைவில்லை. ஜெகனை என்னவோ படிக்காத பாமரன் போல நினைத்திருக்கிறேன். ஆனால் அவன் தன் வாழ்க்கையில் முன்னேறிக்கொண்டுதான் இருக்கிறான்.

“ஜெகன்... கேக்கணும்னு நினைச்சேன். எப்படி போகுது உன் டாக்டரேட்?”

ஜெகன் சிரித்தான். “நான் எதுக்குடா அதைப் பத்திக் கஷ்டப்படணும்? ராஜகணபதி சொன்ன ஆளைப் போய்ப் பாத்தேன். அவன் நேரடியா ஒரே கேள்விதான் கேட்டான். என்ன சப்ஜெக்ட்? பிசிக்ஸ்ன்னு சொன்னேன். ஒரு வாரம் கழிச்சு வான்னான். போனேன். 4 டாப்பிக் வச்சிருந்தான். அதுல ஒண்ணை செலக்ட் பண்ணச்சொன்னான். பண்ணேன். ஈமெயில்ல டாகுமெண்ட்ஸ் அனுப்பி என் பேரைப் போட்டு அனுப்பச் சொன்னான். இப்ப அதுக்கு பியர் ரெவ்யூ

நடக்குது. ஒரு மாசம் கழிச்சு ஜேஎம்ஆர் யூனிவர்சிடில கூப்பிடுவாங்க. டிஃபெண்ட் பண்ணனும். அந்த சடங்கு முடிஞ்சா நான் டாக்டர் ஜெகன்.”

“எவ்ளோடா ஆச்சு?”

“அதெல்லாம் உனக்கு எதுக்கு? நீ அந்த வழியில போக மாட்டேன்னுதானே சொன்னே? இல்ல மனசு மாறிட்டியா?”

“கொள்கையெல்லாம் வச்சுக்கற அளவுக்கு எனக்குக் கொடுப்பினை இல்லைடா. ஆனா நேத்து லிஸா பேசின பிறகு ஏதாச்சும் முடிவெடுத்தே ஆகணும்னு நினைக்க ஆரம்பிச்சுட்டேன். எப்படியும் இந்த வருஷக் கடைசிக்குள்ள எதாச்சும் பண்ணியே ஆகணும்.”

“சரி... நான் இந்த வழில பிஎச்டி பண்றேன்னா, எனக்குத் தேவை இருக்கு. ஏதோ ஒரு காலேஜ்ல எச்ஓடி ஆகணும். அதுக்கு இது போதும். ஆனா உனக்கு அது போதுமா? அப்படின்னா வா, ஏற்பாடு பண்ணிடலாம்.”

ராஜேஷ் யோசித்தான். அப்படி ஒரு டாக்டரேட் வாங்கி என்ன சாதிக்கப்போகிறேன்? அரிசிமண்டிக்காரர் ஆயிரம் ரூபாய் இன்க்ரிமெண்ட் தருவார். அதற்கா இவ்வளவு பாடுபட்டோம்? பேசாமல் அரசாங்க பல்கலைக்கழகத்துக்கே காத்திருக்கலாமா? ஆனால் பாலாஜி சொன்னது நினைவுக்கு வந்தது. அங்கேயும் நினைத்த ஆராய்ச்சியைச் செய்ய முடியாது.

“இல்லடா. அதெல்லாம் வேணாம். எல்லா வழியையும் அடைச்சிட்டேன். ஒரே ஒரு வழிதான் பாக்கியிருக்கு. பதினஞ்சு லட்சம். பெட்ராவ்கிட்ட போனா நான் நினைச்ச ஆராய்ச்சியைச் செஞ்சு ஒழுங்கா பிஎச்டி வாங்கலாம்.”

“பாங்கைக் கொள்ளை அடிக்கலாமா?” ஜெகன் சிரித்தான்.

“இல்லை. ஒழுங்கா வேலை பார்க்கப் போறேன். ட்யூஷன் எடுத்து, வயித்துல ஈரத்துணி கட்டி பணத்தைச் சேமிச்சு... எத்தனை வருஷம் ஆனாலும் பரவாயில்ல. காசைச் சேர்க்கறேன். விசா வாங்கறேன், ஸ்விஸ் போய் அவர்கிட்ட சேரறேன்.”

ராஜேஷ் குரலில் இருந்த உறுதியை பார்த்து ஜெகன், “கையக் குடுறா. என்னடா காதல் தோல்வில தாடி வளப்பியோன்னு பாத்தேன்.

ஒழுங்கா முடிவெடுக்கறே. இந்த எக்ஸாம் எல்லாம் முடியட்டும். அரிசிமண்டியை உலுக்கி உனக்கு இங்க்ரிமெண்ட் போடச் சொல்லலாம்.'' என்றான். ''சரி கிளம்பு, வண்டி நிக்கறதுக்குள்ள முன் கம்பார்ட்மெண்டுக்குப் போயிரலாம். பேசின் ப்ரிட்ஜ் வந்துருச்சு.''

செண்ட்ரல் காலை நேரத்தில் சுறுசுறுப்பாக இருந்தது. கூட்டத்தில் நடக்கவே தேவையில்லாமல் மற்றவர்கள் தூக்கிக்கொண்டு செல்வது போலத் தோன்றியது. யூனிட் வண்டிகள் ப்ளாட்பாரத்தைத் தேய்க்கும் அளவுக்கு மக்கள் ஒருபக்கத்தைச் சாய்த்துக்கொண்டு வந்தன. எதிர்த்திசையில் காலியான வண்டியில் ஏறி, கையேந்தி பவனில் வாங்கிய இட்லிப் பொட்டலத்தைப் பிரித்து வண்டி ஓட்டத்திலேயே கைகழுவினார்கள்.

கல்லூரி வாசல் டீக்கடையில் இறங்கும்போது மணி பதினொன்றரை ஆகிவிட்டிருந்தது. நீளமான நாளாக இருக்கப்போகிறது. இப்போதே தூக்கம் வருகிறது. ''டீ சாப்பிட்டுட்டுப் போலாம்டா'' ஜெகன் சொன்னபோது அதைக் கேட்டிருக்கலாம். ''இல்லடா, பாத்ரூம் போகணும்'' ராஜேஷ் உள்ளே விரைந்தான்.

ஒதுக்குப்புறமாக இருந்த கழிவறையில் இருந்து திரும்பும்போது ரமேஷ் எதிரில் வந்தார். ''வந்துட்டியாப்பா? ஜெகன் எங்கே?'' கேட்டதற்கு ''டீக்கடையில இருக்கார் சார்.''

ஒரு கட்டடம் தாண்டும்போது வினோதமான சத்தம் கேட்டது. ஓலக்குரல். கழிவறையில் இருந்து கேட்டது. அனிச்சையாக அந்தப்பக்கம் ஓடினான்.

கர்ச்சீப்பால் முகத்தை மூடிக்கொண்டு மூன்று பேர் கழிவறையில் இருந்து வேகமாக வெளியே வந்தார்கள். இவ்வளவு நேரம் உள்ளேயா இருந்தார்கள்?

''இவன் யாருடா?''

''ராஜேசு... அவங்க கோஷ்டிதான்... சாட்சி வேற.''

இரண்டுபேர் அவனைப் பிடித்துக்கொள்ள மூன்றாவது நபர் ராஜேஷின் வயிற்றில் கத்தியைச் செலுத்தினான்.

அத்தியாயம் 31

ராஜேஷ் குத்துப்பட்ட இடத்தைக் கைகளால் கெட்டியாகப் பிடித்துக்கொண்டிருந்தான். விரல்கள் ஊடே ரத்தம் வெளியேறிக் கொண்டிருப்பதை உணர முடிந்தது. இன்னும் எவ்வளவு நேரம் தாங்கும்? எல்லாம் இதற்குத்தானா? இந்தக் கழிவறை வாசலில் முடித்துக்கொள்ளத்தானா இருபத்துநான்கு வருடப் பாடும்?

மயக்கம் வருகிறது என்று உணர முடிந்தது. நடக்க முயற்சி செய்தான், எழுந்துகொள்ள முடியவில்லை. அந்த முகமூடி ஆசாமிகள் ஓடுவதைப் பார்க்க முடிந்தது. சத்தம் போட யத்தனித்தான் ஆனால் குரல் வெளிவரவில்லை.

யாராவது வருவார்களா? கண்ணும் மூடிக்கொள்ளத் தொடங்கியது. சம்பந்தம் இல்லாமல் என்னென்னவோ சிந்தனைகள் அவனுக்குள் ஓடின. இன்னும் உயிர் போகவில்லை. கத்தியால் குத்தினால் உடனேவா உயிர் போகும்? சரியான இடத்தில் குத்தினால் போகும். ஆனால் இவர்கள் அவசரத்தில் குத்திவிட்டு ஓடியிருக்கிறார்கள். சரி, அவர்களுக்குச் சரியாக எங்கே குத்துவது என்று பயிற்சி கொடுடா வாத்தியாரே. பயிற்சி கொடுக்கத்தான் வேண்டும். ஒவ்வொரு நொடியும் ரத்தம் இழந்து அவஸ்தைப்பட்டு வலியுடன் போவதற்கு ஒரேயடியாக உயிர் போய்விட்டாலும் பரவாயில்லை. உள்ளே கேட்ட சத்தம் யாருடையது? ரமேஷ்தான் போனார்.

நொடிகளா நிமிடங்களா யுகங்களா என்று தெரியவில்லை. யாரோ வந்தார்கள் அவனைத் தூக்கினார்கள் என்று தெரிந்தது. கஷ்டப்பட்டு குரலை வரவழைத்து கழிவறையைக் காட்டி 'எஸ்ஸார்...' என்று சொல்ல முயன்றான். புரிந்துகொண்டு உள்ளே சென்று 'ஐயோ' என்று கூக்குரல் கேட்பதற்கு முன் மயங்கிவிட்டான்.

முழு மயக்கம் என்று சொல்ல முடியாது. அவ்வப்போது அவனைச் சுற்றி என்ன நடக்கிறது என்று தெரியத்தான் செய்தது. முதல் உதவிப் பெட்டியில் இருந்து பஞ்சை எடுத்துவந்து வயிற்றுக்கும் நெஞ்சுக்கும் இடையே யாரோ கட்டியது, "ஆம்புலன்ஸ் வந்திருச்சாப்பா?" "போலீஸ்க்குச் சொல்லணும்" குரல்கள், வளர்மதி பரிதாபமாக இவனைப் பார்த்தது, ஜெகன் சட்டையில் ரத்தக்கறை, ஒற்றை ஆம்புலன்ஸில் ரமேஷ் உடலையும் ராஜேஷையும் சேர்த்துச் செய்த பயணம் - சில்லறைத் தீற்றல்களாக அவ்வப்போது ஓரிரு காட்சிகள் மட்டும் தெரிந்தன.

மருத்துவமனையில் அவசரமாக வந்த டாக்டர் மூடியிருந்த கண்ணைத் திறந்து பார்த்து "சர்ஜரி தேவைப்படும். தியேட்டர் ரெடி பண்ணுங்க, ப்ளட் டைப் பார்த்துட்டு தாம்பரம் ப்ளட் பேங்குக்கு முதல்ல போன் பண்ணி ஏற்பாடு பண்ணிடுங்க. முதல்ல ரெண்டு கையிலையும் 16 கேஜ் ஐவி லைன் ஸ்டார்ட் பண்ணி ஒரு சைட்ல சலைனும் இன்னொரு சைட்ல ரிங்கர்சும் ரன் பண்ணுங்க. ட்ராமடால் இன்ஜெக்ஷன் 2 சிசி ஐ எம் போட்டுருங்க, வலி பயங்கரமா இருக்கும்." அந்த ஊசி குத்தும் வரைகூட ராஜேஷுக்கு அவ்வப்போது உணர்வு தெரிந்துகொண்டிருந்தது. ஐசிசியூ என்ற கதவைத் திறந்துகொண்டு ஸ்ட்ரெச்சர் போனபோதுதான் முழுவதும் மயங்கினான்.

மீண்டும் விழித்தபோது வயிற்றில் பெரிய கட்டு இருந்தது. வலியெல்லாம் இல்லை. உடல் முழுதும் இருந்து பல குழாய்கள் புறப்பட்டு பக்கத்தில் இரும்புக்கம்பி பாட்டில்களிலும் மானிட்டர்களிலும் முடிந்தன. ஒன்றில் ஒரு நிறமற்ற திரவம், இன்னொன்றில் கருஞ்சிவப்பில் சப்பையாக இருந்த பாட்டில். ரத்தம் ஏறுகிறது. பிழைத்துவிட்டேனா?

அருகில் இருந்த இரும்பு பெஞ்சில் உட்கார்ந்திருந்த அம்மாவின் முகம் வீங்கியிருந்தது. சும்மாவே அழுதுகொண்டுதான் இருப்பாள். இப்போது கேட்க வேண்டுமா?

“வலிக்குதாடா கண்ணு?”

பேச முடியவில்லை. தலையை மட்டும் இல்லை என்று அசைத்து மணிக்கட்டைச் சுட்டிக் காட்டினான்.

“டைம் கேக்கறியா? ரெண்டு மணி ஆகுது.”

டாக்டர் அவசரமாக வந்தார். மானிட்டர்களைப் பார்த்தார். “கவலைப்படாதீங்க மிஸ்டர்...” கட்டிலில் தொங்கிய அட்டையைப் பார்த்துவிட்டு “ராஜேஷ். சரியான டைமுக்கு உங்களைக் கொண்டு வந்துட்டாங்க, நல்லவேளை. இப்ப ஒண்ணும் பயமில்லைம்மா. எவ்ரிதிங் வில் பீ ஆல்ரைட்.”

என்ன நடந்திருக்கிறது என்று புரியவில்லை. கேட்கலாம் என்று பார்த்தால் குரலும் எழும்பவில்லை. உதடு வரண்டிருந்தது. அம்மா “தண்ணி வேணுமா கண்ணு?” உதட்டை நனைத்ததில் கொஞ்சம் பரவாயில்லை. 90/50 என்று மானிட்டரில் ரத்த அழுத்தம் காட்டியது. குறைவுதான். டாக்டர் இவன் கண்ணைத் தொடர்ந்தவர் இவன் எண்ண ஓட்டத்தைப் புரிந்துகொண்டவர் போல “குறைவுதான். ஆனால் சரியாகிவிடும்” என்றார்.

“வயித்துல குத்தத்தான் முயற்சி பண்ணியிருக்காங்க. They meant business. ஆனா அவசரமா என்னன்னு தெரியலை, கொஞ்சம் மேலே போய் ஸ்ப்ளீன்ல பட்டுருச்சு. எக்கச்சக்க ரத்த சேதம். இது நாலாவது பாட்டில்” காட்டினார். “சர்ஜரிலே ஸ்ப்ளீனை எடுத்துட்டோம். கவலைப்படாதீங்க, அது இல்லாம நிறைய பேர் முழு வாழ்க்கை வாழ்ந்திருக்காங்க. நோய் எதிர்ப்பு சக்தி குறைஞ்சிரும், சோ நீங்க இனிமேல் கேர்ஃபுல்லா இருக்கணும், அவ்வளவுதான். ஒரு வாரம் அப்சர்வேஷன்ல இருந்தா போதும். ஆனா இது நிச்சயம் உங்களுக்கு மறு ஜென்மம்தான்.” அம்மா அனிச்சையாக உதடுகளில் விரலை வைத்துச் சாமி கும்பிட்டாள்.

“போலீஸ் கேஸ். அவங்க உங்களை விசாரிக்கணும்னு சொல்லியிருக்காங்க. நாளை மறுநாள் வரை யாரையும் வரவேணாம்னு சொல்லியிருக்கேன். அதுக்குள்ள கொஞ்சம் உடம்பைத் தேத்திக்கங்க” டாக்டர் சென்றுவிட்டார்.

“அடுத்த வாரமே சுவாமிமலைக்குப் போறோம், ரெண்டு பேரும் மொட்டை போட்டுக்கணும்” அம்மா சொல்லிக்கொண்டிருக்கும்போதே

கண்கள் இழுக்க உறங்கிவிட்டான்.

அவ்வப்போது மருந்து கொடுக்க எழுப்பினார்கள். காலையா மாலையா என்று ஒன்றும் புரியவில்லை. அம்மா ஏதாவது ஜூஸைக் கொடுத்துக்கொண்டே இருந்தாள். மாணவர்கள் நான்கைந்து பேராக வந்து பார்த்துவிட்டு என்ன பேசுவது யாரிடம் பேசுவது என்று தெரியாமல் தயக்கத்துடன் நின்றுகொண்டிருந்தார்கள்.

ஜெகன் ஒரு பெரிய பையுடன் வந்தான். "அம்மா நீங்க வீட்டுக்குக் கிளம்புங்க, சாயங்காலம் வந்தா போதும். எங்களுக்கு நானே சாப்பாடு கொண்டு வந்துட்டேன்."

இது என்ன தேதி? குத்துப்பட்டு ரெண்டு நாள் ஆகியிருக்குமா? வரண்ட தொண்டையைக் கஷ்டப்படுத்தி "ஜெகன்" என்றான்.

"சொல்லுடா ஜீசஸ். குத்துப்பட்டு மூணு நாள் ஆச்சு, இப்போதான் குரல் வருதா?" ஜெகன் வலிந்து உற்சாகமாகப் பேசியது தெரிந்தது.

"என்ன ஆச்சு?"

ஜெகன் விஸ்தாரமாகக் கதை சொன்னான். "நாம பஸ்ல இருந்து இறங்கினப்ப பதினோரு மணியா? பத்து மணிக்கே பிரச்சினை ஆரம்பிச்சிருச்சு. எக்ஸாம் ஹால்ல எஸ்ஸார் இன்விஜிலேட்டர். செந்திலும் பவானியும் வந்திருக்கானுங்க. அவனுங்க ஹால்டிக்கட்லதான் மோகனசுந்தரம் கையெழுத்துப் போட்டிருந்தார். சொன்னேனே, ஞாபகம் இருக்கா? அதைச் செல்லாதுன்னு சொல்லிட்டார் எஸ்ஸார். அங்கேயே அரைமணிநேரம் சண்டை நடந்திருக்கு. எவ்ளோ சண்டை போட்டாலும் எஸ்ஸார் அவங்களை உள்ளே விடலை. "காபி ப்ளாஸ்க்கில் இருந்து ஒரு டம்ளரில் ஊற்றி "இதைக் குடி" என்று கொடுத்தான்.

"உள்ளே விடலையா? இவனுங்க நேரா வெளிய டீக்கடைக்கு வந்திருக்கானுங்க. அங்கே என்ன சரக்கைப் போட்டானுங்களோ, என்ன பவுடரை மோந்தானுங்களோ. வெறி பிடிச்ச மாதிரி மறுபடி உள்ளே வந்து, டாய்லட்டுக்கு எப்படியும் வந்துதானே ஆகணும்னு வெயிட் பண்ணிகிட்டிருந்திருக்கானுங்க. அவர் டாய்லட் வாசலுக்கு வந்தவுடனே போட்டுத் தள்ளிட்டு, வெளிய வந்தா நீ இருக்கே. சாட்சின்னு உனக்கும் ஒரு குத்து... ஓடிட்டானுங்க."

ராஜேஷ் சிரமப்பட்டு "எஸ்ஸார் சார்..." என்றான்.

"இல்லடா. அவர் உயிர் அங்கேயே போயிருச்சு. உங்க ரெண்டு பேரையும் ஒரே ஆம்புலன்ஸ்லதான் ஏத்திக் கொண்டு வந்தோம். ஆனா அவரை இறக்கினவுடனேயே மார்ச்சுவரிக்கு அனுப்பிட்டாங்க. நல்லவேளையா இங்கே டாக்டர், சர்ஜன் எல்லாம் அவய்லபிளா இருந்ததாலே உன்னைப் பிழைக்க வச்சுட்டாங்க."

ஜெகன் தொடர்ந்தான். "இதுல கூத்து என்னன்னா... உன்னை சாட்சின்னு குத்தினாங்க. ஆனா இவங்க சண்டை போட்டதுக்கு அங்கே நூறு பேர் சாட்சி இருக்காங்க. இவங்க சண்டை போட்டது, டாய்லட் வாசல்ல கெமிஸ்ட்ரி டிபார்ட்மெண்ட் கேமரா அவங்க உள்ளே போனது, வெளியே வந்தது, வாசல்ல ரமேஷைக் குத்தினது, கொஞ்சதூரம் வந்து உன்னைக் குத்தினது - எல்லாம் சிசி டிவில பதிவாயிருக்கு. பத்துரூபா கர்ச்சீப் போட்டா ஆள் தெரியாதா? இதுல நீ ஒரு சாட்சின்னு குத்தினதுதான் அநியாயம். போலீஸ்க்குத் தகவல் போனவுடனே நேராப் போய் அவங்களைப் பிடிச்சு உள்ள வச்சுட்டாங்க." என்னைக் குத்தினது பற்றித்தான் கவலைப்படுகிறான். ரமேஷ் அரசியல் செய்தார்தான். ஆனால் உயிர் போகவேண்டுமா? மறுபடி கண் இழுத்தது.

விழித்தபோது ராதாகிருஷ்ணன் வந்திருந்தார். ஜெகனுடன் பேசிக்கொண்டிருந்தார். "எல்லாம் முடிஞ்சிருச்சு ஜெகன். பாடிய வீட்டுக்கே கொண்டு போகலை. நேரா சுடுகாட்டுக்குதான். எஸ்ஸார் பையனுக்கு மூணு வயசுகூட ஆகலை. அவனுக்கு என்ன நடக்குதுன்னு தெரியக்கூட இல்லைப்பா. விஸ்வநாதன் அழுது பார்த்திருக்கியா? விழுந்து புரண்டு அழறாரு. இவனுங்களை விடமாட்டேன்னு கதற்றாரு" ராஜேஷுக்கு அவர்கள் உறவுக்காரர்கள் என்பது நினைவுக்கு வந்தது.

ராதாகிருஷ்ணன் ராஜேஷ் எழுந்ததை அப்போதுதான் கவனித்தார். "மறு பொழைப்பு ராஜேஷ். உங்க அம்மா வேண்டுதல்தான் உன்னைப் பொழைக்க வச்சிருக்கு. மதி வரேன்னு சொன்னாங்க. குழந்தையைப் பாத்துக்க, நாளைக்கு தனியாப்போலாம்னு சொல்லியிருக்கேன். வருவாங்க."

ராதாகிருஷ்ணன் தொடர்ந்தார். "கெட்டதுலயும் ஒரு நல்லதுன்னு நினைச்சுக்க ராஜேஷ். விஸ்வநாதன்கிட்ட கொஞ்ச நேரம் தனியாப்

பேசினேன். அப்ப அவர் சொன்னாரு. கொலைகாரப்பசங்க, ஒரு பாவமும் தெரியாத ராஜேஷை ஏன் குத்திப் போட்டானுங்க. அவனுங்களை விடப்போறதில்லை, சிவில் கேஸ் போட்டு பெரிய நஷ்ட ஈடு வாங்காம விடமாட்டேன்னு சொன்னாரு...” ராஜேஷுக்கு அதன் அர்த்தம் புரியவில்லை. கல்லூரியின் மானம் போனதற்கு நஷ்ட ஈடு வாங்குவார், அவ்வளவுதானே?

ஜெகன் சிரித்தான். “உன்னோட ஸ்ப்ளீன் போனது போனதுதான். ஆனா அதால நாலு காசு வந்தா நல்லதுதானே?”

அத்தியாயம் 32

ஆட்டோ கல்லூரி வாசலில் தயங்கியது. கதவு அடைக்கப்பட்டிருக்கிறது. ஒரு சீருடை ஆள் வந்து "யாரைப் பாக்கணும் சார்?" என்றான் ராஜேஷிடம். இரண்டு மாதம்தானே ஆகிறது? வாயில் காவலர்கள்கூட மாறிவிட்டார்களா?

"நான் இங்கே வேலை பார்த்தவன் சார். ரிசைன் பண்ணிட்டேன். அக்கவுண்ட்ஸ் டிபார்ட்மெண்ட்ல வரச்சொன்னாங்க."

"பேரு சார்?"

ஒரு ரெஜிஸ்டரில் பெயர், போன் எண், வந்த நேரம் எல்லாவற்றையும் எழுதச் சொன்னார்கள். "ஆட்டோ உள்ளே போகாது சார்."

"நான் உடம்பு சரியில்லாதவன் சார். அவ்ளோ தூரம் நடக்க முடியாது."

"சாரி சார். ரூல்ஸ்."

ராஜேஷ் ஆட்டோவை அனுப்பிவிட்டு நடக்கத் தொடங்கினான். மூன்று தப்படிகளுக்கு ஒருமுறை நிற்கவேண்டி இருந்தது. வலிக்கிறதா என்ன? இல்லைதான். ஆனால் வேகமாக நடந்தால் வலிக்கத்தொடங்கிவிடும் என்று உள்ளுணர்வு சொன்னது. கொஞ்ச நாளாகத்தான் தொடர்ச்சியான வலி என்று இல்லை. பெயின்கில்லர் போட்டு மூன்று நாட்கள் ஆகின்றன. அதை எவ்வளவு தவிர்க்கிறோமோ அவ்வளவு நல்லது.

நிர்வாக அலுவலகத்துக்குள் நுழைந்தபோது அக்கவுண்ட்ஸ் ராமபத்ரனைப் பார்த்தான்.

ஆரவாரமாக வரவேற்றார். "ராஜேஷ்... எப்படிப்பா இருக்கே?" பதிலுக்குக் காத்திராமல் பக்கத்து சீட்டில் இருந்தவரிடம் "இவருக்கும் குத்து... தெரியுமா? தெய்வாதீனமா பொழச்சு வந்திருக்காரு." இன்னொரு ஆளைக் கூப்பிட்டு "இவர் பேர் ராஜேஷ். இவர் பேப்பரையெல்லாம் எடுத்து ரெடி பண்ணி வை. நாங்க ஒரு டீ சாப்பிட்டுட்டு வந்துடறோம்."

டீ வந்தவுடன் ராஜேஷ் கேட்டான். "யாருக்கும் ஒண்ணுமே தெரியல. என்ன சார் நடக்குது இங்கே?"

"காலேஜ் கம்ப்ளீட்டா கை மாறிடுச்சு. விழுப்புரம் காலேஜ் தெரியுமில்ல? அவங்க இதை டேக் ஓவர் பண்ணிட்டாங்க." அந்த அளவுக்கு ராஜேஷும் கேள்விப்பட்டிருந்தான். நிச்சயம் இங்கே நிறுத்தமாட்டார். தொடர்வார்.

"கவர்மெண்ட் யூனிவர்சிட்டிக்குக் கீழே சுயநிதிக் கல்லூரியா இருந்துச்சு. இந்தக் காலேஜ்காரங்க அடிச்சுக்கிட்டதுல கோர்ட் ஒரு டெம்பரரி ஆர்டர் போட்டாங்க. விழுப்புரம் காலேஜ் போனவருஷம் டீம்ட் யூனிவர்சிட்டியா மாறிடுச்சு இல்ல, அந்த யூனிவர்சிடி இந்தக் காலேஜையும் அவங்களுக்குக் கீழ எடுத்துக்கறதா மனு போட்டதுல, கோர்ட்ல தீர்ப்பாகிருச்சு. எல்லா ஸ்டூடண்டையும் ப்ரெமிசஸையும் அப்படியே எடுத்துக்கச் சொல்லிட்டாங்க. பழைய ஓனருங்களுக்கு காலேஜோட மதிப்பு எல்லாம் போட்டு செட்டில்மெண்ட் பண்ணுவாங்க. அந்த வேலையெல்லாம் நடந்துகிட்டிருக்கு."

"ஸ்டாஃப் எல்லாம்?"

"பாதிபேர் கழண்டுகிட்டாங்க. அவங்களுக்கு பழைய ஓனர்ங்கதான் செட்டில்மெண்ட் பண்றாங்க. மீதி பேர்க்கு விழுப்புரம் காலேஜோட எச் ஆர் வந்து முடிவெடுப்பாங்களாம். இண்டர்வியூ எல்லாம் உண்டாம்." ராமபத்ரன் பெருமூச்சு விட்டார். "பொறுமை இல்லாத ஆசாமிங்க. நல்லாத்தான் நடந்துகிட்டிருந்துச்சு... அப்படியே விட்டிருக்கலாம். பதவி வெறி. பணவெறி..."

நன்றாகவா நடந்துகொண்டிருந்தது? அரைகுறையான உபகரணங்கள்,

கட்டமைப்பில் அடிமாட்டுச் சம்பளத்தில் ஆசிரியர்களைப் பிடித்து ஆடிட் வரும்போது தள்ளவேண்டியதைத் தள்ளி...

“டாக்டர் உடைஞ்சு போயிட்டார். பையனை ஜெயில்ல இருந்து வெளிய கொண்டு வர வேலையைக்கூட அவர் பாக்கறதில்லையாம். அப்படியே பிரமை பிடிச்ச மாதிரி உக்காந்திருக்காராம்.” இது ராஜேஷுக்குப் புதிய தகவல். அவர்தான் பையனைத் தூண்டினார் என்றுதானே நினைத்தான்.

“அவருக்கு விஸ்வநாதன் கெத்து பிடிக்கலை. அவ்ளோதான். அவரைத் தூக்கிட்டு அரிசிமண்டிக்காரரைப் போட்டதிலேயே அவர் வேலை முடிஞ்சதுன்னு நினைச்சார். விஸ்வநாதன் திரும்பி வந்துராம இருக்க பிரின்ஸிபாலைக் கைல போட்டுக்கிட்டார். குழம்பின குட்டைல மீன்பிடிக்கறது சுலபம்னு பையனை விட்டுக் கலகம் பண்ணத்தான் சொன்னாரு பாவம். ஆனா அந்தப் பையன் போதைமருந்து ஏத்திக்கிட்டு இவ்ளோதூரம் போவான்னு எல்லாம் அவர் நினைச்சிருக்கலை. எஸ்ஸார் வீட்டுக்குப் போய் அழுதிருக்காரு. விஸ்வநாதன் அவர் மேலே கேஸ் போடறேன்னு சொன்னதுக்கு எதைவேணா நீட்டு கையெழுத்துப் போடறேன்னுட்டாராம்.”

சில தினங்களுக்கு முன் அம்மா போனில் கத்திக்கொண்டிருந்தது ராஜேஷுக்கு ஞாபகம் வந்தது. “அந்த ஆள் எல்லாம் என் வீட்டுக்கு வரவேணாம் ஜெகன். பையன் குத்துவானாம், அப்பன் வந்து அழுவானாமா? ஒண்ணும் வேணாம்” வர விரும்பியிருக்கிறார், அம்மாதான் தடுத்திருக்கிறாள்.

“உன்னை நினைச்சாத்தாம்பா பாவமா இருக்கு... எங்கேயோ படிச்சு நல்லா இருந்திருக்கவேண்டிய பையன். இங்கே வந்து மாட்டிக்கிட்டே... அதுக்கு நானும் ஒரு காரணமாயிட்டேன்.” ராமபத்ரன் பேச்சில் ‘உன்னை வேலைக்குச் சேர்த்தவன் நான்தான் என்ற நன்றி மறந்துவிடாதே’ இருந்ததாகத் தோன்றியது. சே. எல்லாரையும் ஜட்ஜ் செய்துகொண்டே இருக்காதே.

“உனக்கு செட்டில்மெண்ட் ஆயிருச்சாப்பா? அடுத்து என்ன ப்ளான் வச்சிருக்கே?”

“விஸ்வநாதன்கிட்டே ஒருமுறை பேசினேன் சார். செட்டில்மெண்ட் எல்லாம் அவ்வளவு சீக்கிரம் ஆகாதாம். ஆனா, அவர் சொன்னார், நீ ஸ்விட்சர்லாந்து கிளம்பறதுன்னா கிளம்பு, என்னோட லாயர் ஆஃபீஸ்

உன்னோட செலவுகளைப் பாத்துக்கும், அப்புறம் செட்டில்மெண்ட் ஆனபிறகு தேவைப்பட்டா கணக்கு பாத்துக்கலாம்னு சொல்லிட்டார். நான் விஸாக்கு அப்ளை பண்ணிட்டேன். வந்தா கிளம்பிடுவேன்.''

``கெட்டதுலயும் ஒரு நல்லதுன்னு இதைத்தான் சொல்வாங்க போல.''

ராஜேஷுக்கு என்ன சொல்வது என்று புரியவில்லை. வாழ்க்கை அவனை இழுத்துப் போட்டுக்கொண்டு சென்றுகொண்டிருக்கிறது. ஒருநாள் எல்லா நம்பிக்கைகளும் அறுந்து கிடந்து இருப்பதும் மறுநாள் அதற்கு ஒரு தற்காலிகத் தீர்வு கிடைப்பதுமாகவே இத்தனை வருடங்கள் சென்றுவிட்டன. துன்பங்கள் தீர்வுகள் இரண்டுமே தற்காலிகமாகத்தான் இருக்கின்றன. எது நல்லது, எது கெட்டது? குத்துப்பட்டது கெட்டதா? குத்துப்படாமல் இருந்திருந்தால் பெட்ராவிடம் மேல்படிப்புக்காகச் செல்ல முடிந்திருக்காது. இந்தக் கல்லூரி அரசியலில் விருப்பமே இல்லாமல் நுழைந்தது நல்லதா? கெட்டதா? ஏதோ ஆற்றின் ஓட்டத்தில் அலையும் செடியைப்போல ஓடிக்கொண்டு இருக்கிறேன்.

``பன்னிரண்டு மணிக்கு நீ அட்மின் ப்ளாக் வந்துடு. எல்லா பேப்பர்வொர்க்கையும் முடிச்சு வைச்சிடறேன்.'' ராமபத்ரன் கிளம்பிவிட்டார்.

போனை எடுத்து நேரம் பார்த்தான். இன்னும் ஒன்றரை மணிநேரம் இருக்கிறது. இயற்பியல் ஆய்வகம் கண்ணில் பட்டது. வளர்மதி இருப்பார்களா? வழக்கமான ஆண்டிறுதி விடுமுறை நாள். வாய்ப்பில்லைதான். ஆனாலும் இப்போது சொல்ல முடியாது.

ஆய்வகம் அப்படியேதான் இருந்தது. நீண்ட மேஜையைச் சுற்றி இருந்த நாற்காலிகளில் யாரும் இல்லை. பலகையில் எழுதிய தேதி இரண்டு மாதம் பழையதாக இருந்தது. நிர்வாக மாற்றம் கரும்பலகையைக் கூட மாற்றவில்லை.

``அட.... நீயா? எப்படிப்பா இருக்கே?'' குரல் ஆய்வகத்தின் இன்னொரு மூலையில் இருந்து கேட்டது. பாலாஜி. இவர் எங்கே இங்கே இருக்கிறார்?

``விழுப்புரம் காலேஜ்ல இருந்து வேல்யுவேஷனுக்காகக் கூப்பிட்டிருந்தாங்க. ஒவ்வொரு லேப் ஒவ்வொரு நாள், ஒவ்வொரு ஆள். இன்னிக்கு நான் வந்தேன். எப்படி இருக்கே? உடம்பு

எல்லாம் தேவலாமா?"

"பரவாயில்லை சார். முதல்ல கொஞ்சநாள் உடம்பே வலி மட்டும்தான் இருந்தது. இப்ப யோசிச்சாத்தான் வலி தெரியுது. நீங்க எப்படி இருக்கீங்க?"

கையில் இருந்த க்ளிப் அட்டையை நாற்காலியில் வைத்துவிட்டு அமர்ந்தார் பாலாஜி. "தாடி எல்லாம் விட்டிருக்கே. ஷேவ் பண்ணுப்பா. அதுவே முதல்ல ஒரு ஃப்ரஷ்னஸ் கொடுக்கும். கேள்விப்பட்டேன்... ஸ்விஸ் போறியாமே?" என்ன பெரிதாக 'கேள்விப்பட்டேன்?' ஜெகன் சொல்லியிருப்பான்.

"ஆமாம் சார். காசுதான் பிரச்சினையா இருந்துச்சு. அது இப்ப இல்லைன்றதால..."

"நல்லது. உங்க பிரச்சினைங்க உங்களோடன்னு நீ ஊரைப் பாத்துக் கிளம்பிடப்போறே, இல்லையா?" சிரித்தார்.

"என் பிரச்சினையையே என்னால தீர்க்க முடியலை. அதுவா ஏதோ நல்லதும் கெட்டதும் கெட்டதுல நல்லதும் நல்லதுல கெட்டதும் மாறி மாறி நடந்துகிட்டிருக்கு. ஊர்ப் பிரச்சினையை எப்படி சார் சுமக்க முடியும்?" ராஜேஷும் சிரித்தான்.

"இல்லைப்பா. உன்கிட்ட பேசும்போதெல்லாம் நம்ம ஊர் எஜுகேஷன் பத்தி நீயும் எதாவது பேசுவே, நானும் ஏதாவது பேசுவேன். பேசி முடிச்சபிறகும் ரொம்ப நேரம் அதைப்பத்தி யோசிப்பேன். அதனால ஒருவேளை இதைப்பத்தி நீ கவலைப்படறியோன்னு நினைச்சுட்டேன், மன்னிச்சுக்கோப்பா" மிகையாக வணங்கினார்.

"கவலை எல்லாம் இருக்கத்தான் சார் செய்யுது. அடுத்த வாரம் விசா வந்துரும். அங்க போனா 'இண்டியன் காலேஜ்?'ன்னு பார்ப்பாங்க. எல்லாம் ஞாபகத்துக்கு வரத்தான் செய்யும் சார். ஆனா..."

"ஆனா, அதைப்பத்தி உன்னால ஒண்ணும் செய்ய முடியாது... அல்லது அதை ஏன் நான் செய்யணும்னு கேக்கறே, இல்லையா?"

"நான் ஒரு சாதாரண ஸ்டூடண்ட்... நான் என்ன சார் செஞ்சுட முடியும்?"

"இப்ப கொஞ்ச நேரத்துக்கு முன்னே சொன்னே இல்லையா...

உனக்கு நல்லதுல கெட்டதும் கெட்டதுல நல்லதும் நடக்குதுன்னு. அதுல எவ்ளோ நீ திட்டம் போட்டு நடந்தது, எவ்ளோ அதுவா நடந்தது?"

இவர் என்ன என் மூளைக்குள் நுழைந்து பார்த்துக் கேட்கிறாரா? "எல்லாம் அதுவாத்தான் சார் நடக்குது. ஒண்ணும் நான் திட்டம் போடலை."

"போட்டா ஒண்ணும் தப்பில்லை இல்லை? காந்தி என்ன சொன்னார்? மாற்றம் வேணும்னா மாற்றமாக நீ இருன்னு சொல்லலை? மாற்றம் வேணும் வேணும்னு சொல்லிக்கிட்டே இருக்கறதுல என்ன யூஸ்? சும்மா பேசறதுன்றது சுலபம் ராஜேஷ். அதுக்காக உழைச்சாதான் கஷ்டம் தெரியும்."

ராஜேஷ் அமைதியாக இருந்தான். அவரே தொடர்ந்தார். "நீ சொல்ற எல்லா விஷயத்துக்கும் இன்னொரு ஆங்கிள் இருக்குன்றதே இறங்கிப்பார்த்தாதான்ப்பா புரியும். இவ்ளோ எஞ்சினியரிங் காலேஜ் வந்தது, டிகிரியை நீர்க்கச் செஞ்சது எல்லாம் உண்மைதான். அந்த ஒரு விஷயத்துக்கு மட்டும் எவ்ளோ பொங்கியிருப்பே? ஆனா அதுக்கான தேவையும் இருக்கத்தானே செஞ்சது? நாளைக்கே தேவை இல்லாம போனா இது மாதிரி காலேஜ் எல்லாம் மறுபடி விவசாய நிலமாக்கூட ஆகலாம். அப்ப இந்த டாக்டருக்காகவும் அரிசிமண்டிக்காரனுக்காகவும் பரிதாபப்படப் போறியா? அப்பா அம்மாதான் பசங்களை வற்புறுத்தறாங்கன்னு புலம்பினே. அவங்க வற்புறுத்தாட்டி நாசமாப் போயிருக்கக்கூடிய பசங்க எத்தனை பேரை நான் உனக்குக் காட்டட்டும்? வெளிநாட்டுல நம்ம காலேஜ் படிப்புக்கு மரியாதை இல்லைன்னு சொன்னே... ஆனா நாம ஏன் வெளிநாட்டுக்காரனுக்காக ஆள் தயாரிக்கணும்ன்ற கேள்விக்கு உன்கிட்டே பதில் இருக்கா?"

ராஜேஷ் சிரித்துக்கொண்டே கேட்டான், "என்ன சார், என்னைப் பார்த்தா வெளுத்துக்கட்டணும்னு ப்ளான் போட்டுத் தயார் பண்ணிவச்சுக்கிட்டுப் பேசறாப்பல தோணுது..."

"இல்லைப்பா... இந்தக் கேள்வியெல்லாம் எனக்கும் வந்திருக்கு. நான் நினைச்சா ஜெர்மனி அமெரிக்கான்னு போயிருக்க முடியாதா? இந்தக் கேள்வியெல்லாம் வந்ததாலதான் இங்கேயே குப்பை

கொட்டறேன். ஆனா இந்தக் கேள்வியைக் கேட்ட இன்னொரு ஆள் நீ... ஒரு சான்ஸ் கிடைச்சதும் பிச்சுக்கப் பாக்கற, இல்லையா? அதுல வந்த கோபம்தான்."

"பிரச்சினை இருக்கு. இல்லைன்னு சொல்லலை. சிஸ்டத்துல நிறைய ஓவரால் பண்ணவேண்டியிருக்கு. உண்மைதான். ஸ்கூல்ல ஆரம்பிச்சு டாக்டரேட் வரைக்கும் குறுக்குவழி தேடி ஓடிக்கிட்டுதான் இருப்பாங்க. அவ்ளோ மக்கள் இருக்காங்கப்பா இங்கே. 70-80 வரைக்கும் சோத்துக்கே அடிச்சுக்கிட்டுத் திரிஞ்சவங்க இப்ப காசுக்கு அடிச்சுக்கறாங்க. இதுவும் மாறும். ஆனா இதெல்லாம் கொஞ்சம் கொஞ்சமாத்தான் செட்டில் ஆகும். நீ எதிர்பார்க்கற, நான் எதிர்பாக்கற மாற்றங்களும் வரத்தான் செய்யும்."

தண்ணீரைக் குடித்துக் கொண்டார். "பாகிஸ்தான் மாதிரி ஒரு நாட்டிலேயே கல்விக்கு ஸ்கூலை எதிர்பார்க்க முடியாதுன்னு கான் அகாடமின்னு ஒண்ணு ஆரம்பிச்சிருக்கான், பாத்தியா? அதுல நெட்டுல வீடியோ எத்தனையோ கான்சப்ட் சொல்லித்தரான். எதிர்காலத்துல எஜுகேஷன்றது எப்படியெல்லாமோ மாறப்போகுது. நாம பேசிகிட்டிருக்க விஷயங்களும் சரியாகத்தான் செய்யும்... ஆனா, அப்ப அதைச் சரியான திசைல திருப்பறதுக்கு உன்னை மாதிரி என்னை மாதிரி ஆட்கள் இங்கே இருக்கணும்."

ராஜேஷ் குழப்பமாக பாலாஜியைப் பார்த்தான். "அப்ப நான் போகக்கூடாதுன்றீங்களா?"

"இல்லைப்பா. போ. போய் நல்லாப் படி, ஆனா, இங்கே திரும்பி வா. சிஸ்டம் சரியில்லைன்னு புலம்பாதே, சரிபண்ண நேரம் பாத்துக் காத்துக்கிட்டிருக்க என்னை மாதிரி லூஸுங்களுக்கு ஒரு கை கொடு, அதை ப்ளானா போடுன்னு சொல்றேன், அவ்ளோதான்."

பாலாஜியின் குரல் வீட்டுக்கு வந்தும் ரீங்கரித்துக்கொண்டே இருந்தது.

விமான நிலையத்தில் வழியனுப்ப அந்த அதிகாலை நேரத்திலும் ஏழெட்டு பேர் வந்திருந்தது ராஜேஷுக்கு ஆச்சரியமாக இருந்தது. போன முறை தனியாகக் கிளம்பினேன்.

"இந்த முறையும் மூணு வருஷம் ஆகுமாடா?" அம்மா முகத்தில் கவலை தெரிந்தது.

“தெரியலைம்மா. ரிசர்ச் எப்படிப் போகுதுன்றதைப் பொறுத்தது. ஆனா ஆறுமாசத்துக்கு ஒரு முறை ஊருக்கு வந்துருவேன், கவலைப்படாதே. இப்ப டெய்லிகூட வீடியோகால் பண்ணலாம்.”

“ஆமா, லிஸாகூட ஒரு முறை, என்கூட ஒரு முறை” அம்மா சிரித்தாள்.

“எனக்குத் தெரியாதுன்னு நினைச்சியா?”

“ஆமாம்மா. லிஸா பழைய கதை ஆயிட்டது உனக்குத் தெரியாதுதான். அவ ஆஸ்திரேலியா போயிட்டா, பேசக்கூட முடியலை. முடியுமான்னும் தெரியலை.” அவன் குரலில் இருந்த சோகத்தை அம்மா உணர்ந்து அமைதியானாள்.

“காபி 70 ரூபா சொல்றான்...” ஜெகன் கையில் சிந்தாமல் காபியை எடுத்துவரப் பெரும்பாடு பட்டுக்கொண்டிருந்தான். “உள்ளே போயிட்டா 200 ரூபா, தெரியுமா டாக்டர் ஜெகன் சார்?” சிரித்தான் ராஜேஷ்.

வளர்மதியும் சிரித்தார். “இப்ப ஜெகன் டாக்டர் ஆயிட்டதால புது மேனேஜ்மெண்ட் அவரை எச்ஓடி ஆக்கிட்டாங்க. நாங்க அவருக்குப் பயப்படணும்.” ‘ர்’ ஐ அழுத்தமாக்கிச் சொன்னார்.

“அங்கேயே வேலை பாத்துகிட்டு செட்டில் ஆயிடுவியா ராஜேஷ்?” ராதாகிருஷ்ணன் கேட்டார்.

“இல்லை சார். டாக்டரேட் வாங்கியதும் திரும்ப வரேன், ஜெகனைப் பதவி இறக்கி நான் எச்ஓடி ஆகறேன். பாலாஜி சார்க்கு வாக்கு கொடுத்திருக்கேன்.”

“வாப்பா, லூசுப்பசங்க காத்திருக்கோம்” என்றார் பாலாஜி.

விடியல் வானத்தைச் சிவப்பாக்கிக் கொண்டிருந்தது.

★★★

ராம்சுரேஷ்

ராம்சுரேஷ், பினாத்தல் போன்ற புனைபெயர்களில் எழுதும் சுரேஷ் பாபு, துபாயில் இயந்திரவியல் துறையில் பணியாற்றுகிறார். வலைப்பதிவுகளில் 2003ஆம் ஆண்டு எழுதத் தொடங்கிய இவர், சிறுகதைப் போட்டிகளில் பங்கேற்று பரிசு பெற்றிருக்கிறார். சீவக சிந்தாமணியை எளிய தமிழில் நாவலாக்கியிருக்கிறார். இவர் எழுதிய 'கரும்புனல்' என்ற பீகார் நிலக்கரிச்சுரங்கங்கள் பற்றிய நாவல் பரவலான வரவேற்பைப் பெற்றது. கல்கி குறுநாவல் போட்டியில் வென்ற 'எலுமிச்சை' உள்ளிட்ட ஐந்து நாவல்கள் எழுதியிருக்கிறார்.

தொடர்புக்கு: sudamini@gmail.com

www.ingramcontent.com/pod-product-compliance
Ingram Content Group UK Ltd.
Pitfield, Milton Keynes, MK11 3LW, UK
UKHW042132021026
15589UKWH00003B/767

9 789395 511704